AF658697

ഭക്ഷണം കൃഷി ജനിതകമാറ്റങ്ങൾ

bhakshanam krishi janithakamattangal

•

dr.p v prabhakaran

•

first edition
june 2016

•

typesetting & published
chintha publishers, thiruvananthapuram

•

cover
ambeesh

വിതരണം

ദേശാഭിമാനി ബുക്ക് ഹൗസ്

H O തിരുവനന്തപുരം-695 035
phone: 0471-2303026, 6063026
www.chinthapublishers.com
chinthapublishers@gmail.com

ബ്രാഞ്ചുകൾ

ഹെഡ്ഡാഫീസ് ബ്രാഞ്ച് കുന്നുകുഴി • സ്റ്റാച്യു തിരുവനന്തപുരം • കെ എസ് ആർ ടി സി ബസ് സ്റ്റേഷൻ ആലപ്പുഴ • കെ എസ് ആർ ടി സി ബസ് സ്റ്റേഷൻ എറണാകുളം • മച്ചിങ്ങൽ ലെയ്ൻ തൃശൂർ • ഐ ജി റോഡ് കോഴിക്കോട് • മാവൂർ റോഡ് കോഴിക്കോട് • എൻ ജി ഒ യൂണിയൻ ബിൽഡിങ് കണ്ണൂർ • സെൻട്രൽ ബസ് ടെർമിനൽ കോംപ്ലക്സ് താവക്കര കണ്ണൂർ

CO - 2353 / 3888
ISBN - 978-93-86112-20

ഭക്ഷണം കൃഷി
ജനിതകമാറ്റങ്ങൾ

ഡോ. പി വി പ്രഭാകരൻ

ചിന്ത പബ്ലിഷേഴ്സ്
തിരുവനന്തപുരം-695 035
വില : ₹110

ഡോ. പി വി പ്രഭാകരൻ

തൃശൂർ ഗാന്ധിനഗറിൽ 1941 ഫെബ്രുവരി 18 ന് ജനിച്ചു. അച്ഛൻ പി വി നാരായണൻ നായർ, അമ്മ പി ദേവകി അമ്മ. തൃശൂർ മോഡൽ ഹൈസ്കൂൾ, തൃശൂർ സെന്റ് തോമസ് കോളേജ്, പാലക്കാട് ഗവ.വിക്ടോറിയ കോളേജ് എന്നിവിടങ്ങളിൽ വിദ്യാഭ്യാസം. സ്റ്റാറ്റിസ്റ്റിക്സിൽ ബിരുദാനന്തര ബിരുദവും സാമ്പത്തിക ശാസ്ത്രത്തിൽ ഡോക്ടറേറ്റും നേടി. കേരള സർവ്വകലാശാല, കേരള കാർഷിക സർവ്വകലാശാല എന്നിവിടങ്ങളിൽ 36 വർഷം അദ്ധ്യാപകനായും ഗവേഷകനായും ജോലി ചെയ്തു. കാർഷിക സർവ്വകലാശാലയിൽ അഗ്രിക്കൾച്ചറൽ സ്റ്റാറ്റിസ്റ്റിക്സ് വിഭാഗം പ്രൊഫസറും വകുപ്പു മേധാവിയുമായിരുന്നു. 2001 ൽ തൃശൂർ ഹോർട്ടിക്കൾച്ചറൽ കോളേജിൽനിന്നും ഡീൻ ആയി റിട്ടയർ ചെയ്തു. മൂന്ന് ശാസ്ത്ര പുസ്തകങ്ങളും വിവിധ ശാസ്ത്ര ജേർണലുകളിലായി എഴുപത്തിമൂന്ന് ശാസ്ത്ര പ്രബന്ധങ്ങളും പ്രസിദ്ധീകരിച്ചിട്ടുണ്ട്. രാഷ്ട്രീയ, സാമൂഹ്യ, ശാസ്ത്രീയ വിഷയങ്ങളെ ആധാരമാക്കി വിവിധ ആനുകാലികങ്ങളിലായി നൂറിലധികം ലേഖനങ്ങൾ പ്രസിദ്ധീകരിച്ചിട്ടുണ്ട്. 2015 ൽ *വിശ്വാസം, രാഷ്ട്രീയം, ജനാധിപത്യം* എന്ന പേരിൽ ഒരു ലേഖനസമാഹാരം പുറത്തിറക്കി. കേരള ശാസ്ത്രസാഹിത്യ പരിഷത്തിൽ അംഗമാണ്. ഇപ്പോൾ പുരോഗമന കലാസാഹിത്യസംഘം തൃശൂർ ജില്ലാക്കമ്മിറ്റി അംഗവും മണ്ണുത്തി ഏരിയ കമ്മിറ്റി സെക്രട്ടറിയുമാണ്. താമസം തൃശൂരിനടുത്ത് മണ്ണുത്തിയിൽ.

ഭാര്യ : എൻ സുശീലാദേവി
മക്കൾ : ഡോ. ആശ, ഡോ. പ്രീത, ഡോ. രശ്മി
വിലാസം : അഭിലാഷ്,15/1803
പി ഒ നെട്ടിശ്ശേരി, തൃശൂർ
Email : drpvprabha1803@gmail.com

ഉള്ളടക്കം

പ്രസാധകക്കുറിപ്പ്

ഭക്ഷ്യസുരക്ഷ ഏതൊരു രാജ്യത്തിനും വിട്ടുവീഴ്ചയില്ലാത്ത നയമായിരിക്കണം. എന്നാൽ കോർപ്പറേറ്റ്വല്ക്കരണം വഴിയും സബ്സിഡികൾ എടുത്തുകളഞ്ഞതു വഴിയും അശാസ്ത്രീയമായ മുൻഗണനകൾ നിശ്ചയിച്ചതു വഴിയും ഇന്ത്യൻ കാർഷികമേഖല പ്രതിസന്ധിയിലാണ്. സ്വയംപര്യാപ്തമായിരുന്ന വിളകൾപോലും ഇറക്കുമതി ചെയ്യേണ്ടുന്ന അവസ്ഥയിലായി. അന്താരാഷ്ട്ര കരാറുകൾ വഴി ആവശ്യമില്ലാത്ത ഭക്ഷ്യവസ്തുക്കൾ ഇറക്കുമതി ചെയ്യാനും ആവശ്യത്തിനുപോലും ഉല്പാദിപ്പിക്കാത്തവ കയറ്റി അയയ്ക്കാനും നിർബ്ബന്ധിക്കപ്പെടുന്ന അവസ്ഥ സംജാതമായി. ഇതിനെല്ലാം പുറമെയാണ് അന്തകവിത്തുകളുടെ വിളയാട്ടം. സ്വന്തമായ വിളകൾ, വിത്തിനങ്ങൾ, ജൈവവൈവിദ്ധ്യത്തിന്റെ അപാരതകൾ എല്ലാം നശിക്കുന്ന തരത്തിലാണ് അന്തക വിത്തുകളുടെയും ജനിതകമാറ്റം വരുത്തിയ വിളകളുടെയും കടന്നുകയറ്റം. സർക്കാർ കൊട്ടിഘോഷിച്ച ഭക്ഷ്യസുരക്ഷാനിയമം നിലവിൽ ലഭിക്കുന്ന അളവിലുള്ള ഭക്ഷ്യധാന്യംപോലും നിഷേധിക്കുന്ന തരത്തിലാണെന്ന് ഇതിനകം ബോദ്ധ്യമായിക്കഴിഞ്ഞു. ഭക്ഷണത്തിന്റെയും കൃഷിയുടെയും ജനിതകമാറ്റങ്ങളുടെയും ലോകത്തിലേക്കുള്ള എത്തിനോട്ടവും വിശകലനവുമാണ് ഈ കൃതിയിൽ. ഭക്ഷണത്തിന്റെ രാഷ്ട്രീയത്തെപ്പറ്റി മനസ്സിലാക്കാൻ ശ്രമിക്കുന്ന ഏതൊരാൾക്കും ഈ പുസ്തകം സഹായകരമായിരിക്കും.

ചിന്ത പബ്ലിഷേഴ്സ്

ഭക്ഷ്യസുരക്ഷ
പട്ടിൽ പൊതിഞ്ഞ തട്ടിപ്പ്

സന്ദിഗ്ദ്ധതകൾക്ക് വിരാമമിട്ട് ഭക്ഷ്യസുരക്ഷാനിയമം യാഥാർത്ഥ്യമാവുകയാണ്. രാഷ്ട്രപതി ഒപ്പുവച്ച ഓർഡിനൻസിന് ആറാഴ്ചയ്ക്കുള്ളിൽ പാർലമെന്റ് പച്ചക്കൊടി കാട്ടും. അതോടെ നാലുവർഷം നീണ്ടുനിന്ന അനിശ്ചിതത്വത്തിന് തിരശ്ശീലവീഴും.

ഇന്ത്യയിലെ വിശപ്പിന്റെ പ്രശ്നത്തിന് പരിഹാരം കാണുന്ന ഒറ്റമൂലിയാണ് ഭക്ഷ്യസുരക്ഷാ നിയമം എന്ന മട്ടിലുള്ള പ്രചാരണമാണ് യു പി എ നേതൃത്വം അഴിച്ചുവിട്ടിരിക്കുന്നത്. *സ്ലം ഡോഗ് മില്യണയർ* എന്നി ചിത്രത്തിലെ ദുരവസ്ഥ ഇന്ത്യയിലിനി ആവർത്തിക്കില്ലെന്നും നവലിബറൽ പരിഷ്കാരങ്ങളുടെ പെരുമഴപ്പെയ്ത്തിലും ദാരിദ്ര്യത്തിന്റെ പെരുങ്കളിയാട്ടം ഇന്ത്യയിലിനി ഉണ്ടാകില്ലെന്നും അവർ ഉറച്ചുപറയുന്നു. പുരാണത്തിലെ അക്ഷയപാത്രത്തെക്കുറിച്ചും അറബിക്കഥയിലെ അലാവുദ്ദീന്റെ അത്ഭുതവിളക്കിനെക്കുറിച്ചും കേട്ടറിവുള്ള ഒരു കൂട്ടം കൊട്ടാരവിദ്വാന്മാരും വലതുപക്ഷ മാധ്യമങ്ങളും ഇടതടവില്ലാതെ ഇതേ പല്ലവി ഏറ്റുപാടുകയും ചെയ്യുന്നു. രമേശ് ചെന്നിത്തല നയിച്ച കേരളയാത്രയുടെ സമാപനച്ചടങ്ങിൽ പങ്കെടുത്തുകൊണ്ട് കോൺഗ്രസ് യുവനേതാവ് രാഹുൽഗാന്ധി പറഞ്ഞത്, “ഒഴിഞ്ഞ വയറോടെ ഒരിന്ത്യക്കാരനും തളർന്നുറങ്ങേണ്ട അവസ്ഥ രാജ്യത്തിനി ഉണ്ടാകില്ല”ന്നാണ്. എത്ര മധുരോദാരമായ വാക്കുകൾ! ഒരു നിയമംകൊണ്ട് രാജ്യം രക്ഷപ്പെട്ടിരിക്കുന്നു!

ആനന്ദലബ്ധിക്കിനി എന്തുവേണം? പക്ഷേ, എന്താണ് ഇന്നാട്ടിൽ യഥാർത്ഥത്തിൽ സംഭവിച്ചുകൊണ്ടിരിക്കുന്നത്? രാഹുൽഗാന്ധിയുടെ മധുരഭാഷണം കഴിഞ്ഞ് പിറ്റേന്നാണ് പാലക്കാട് ജില്ലയിലെ അട്ടപ്പാടിയിൽ നാല്പത്തിഅഞ്ച് പിഞ്ചുകുഞ്ഞുങ്ങൾ ഭക്ഷണവും പോഷകങ്ങളുമില്ലാതെ വിശന്നുപൊരിഞ്ഞു മരിച്ചത്. ഭക്ഷ്യസുരക്ഷാ നിയമത്തിന്റെ

അഭാവമായിരുന്നോ ഈ അറുംകൊലയ്ക്ക് കാരണം? നിയമം പ്രാബല്യത്തിലായാൽ അട്ടപ്പാടികൾ ആവർത്തിക്കില്ല എന്നു എന്താണുറപ്പ്?

ജനങ്ങളെ പട്ടിണിയിൽനിന്നും രക്ഷിക്കാൻ വിഭാവനം ചെയ്യപ്പെട്ട ഈ നിയമം കാലാന്തരത്തിൽ ജനങ്ങളെ മുഴുപ്പട്ടിണിയിലേക്ക് തള്ളിയിട്ടാൽ ആരും അത്ഭുതപ്പെടേണ്ടതില്ല. ഏതു നിയമത്തിനും അതിന്റേതായ പ്രവർത്തനക്രമവും കാലപരിധിയുമുണ്ട്. എന്നാൽ ഭക്ഷ്യസുരക്ഷാനിയമത്തിന് സമയബന്ധിതമായ നിർവ്വഹണ വ്യവസ്ഥയോ കാലപരിധിയോ നിർദ്ദേശിക്കാൻ യു പി എ സർക്കാർ ഇതുവരെ തയ്യാറായിട്ടില്ല. ബ്രസീലിന്റെ 'സീറോ ഹങ്കർ' (Zero Hunger) പ്രോഗ്രാം 2015 ൽ ലക്ഷ്യം കാണുമെന്നും അതോടെ ബ്രസീൽ ദാരിദ്ര്യത്തെ ചരിത്രമാക്കി മാറ്റുമെന്നും അവിടത്തെ പ്രസിഡന്റ് ഈയിടെ പ്രസ്താവിക്കുകയുണ്ടായി. എന്നാൽ എന്താണ് ഇന്ത്യയിലെ സ്ഥിതി? ദാരിദ്ര്യത്തിന്റെ മറുകര താണ്ടാൻ, ദാരിദ്ര്യത്തെ ചരിത്രമാക്കി മാറ്റാൻ എത്ര പതിറ്റാണ്ടുകൾ നാമിനി കാത്തിരിക്കേണ്ടിവരും?

ഇവിടെ ഉയരുന്ന മറ്റൊരു ചോദ്യമുണ്ട്. വൈരുദ്ധ്യങ്ങളുടെ ഈ മഹാരാജ്യത്ത് വിശക്കുന്നവന്റെ സിരകളിൽ ചോരയോട്ടം നിലനിർത്താൻ നിയമം രൂപീകരിക്കുമ്പോൾ എന്തിനാണ് അതിനൊരു ഓർഡിനൻസിന്റെ ഇരുമ്പുകവചം? ഡെന്മാർക്കിൽ എന്തൊക്കെയോ ചീഞ്ഞുനാറുന്നുണ്ട് എന്നല്ലേ ഇത് സൂചിപ്പിക്കുന്നത്? അടുത്ത കാലത്തൊന്നും ഇന്നാട്ടിൽ ഭൂകമ്പമോ, വരൾച്ചയോ, പ്രളയമോ, ഭക്ഷ്യക്ഷാമമോ അനുഭവപ്പെട്ട ചരിത്രവുമില്ല. അപ്പോൾപ്പിന്നെ എന്തിനാണ് നിയമത്തെ ഓർഡിനൻസിന്റെ വറചട്ടിയിൽ ചുട്ടെടുക്കാൻ സർക്കാർ ധൃതി കൂട്ടിയത്? അതിനുള്ള അടിയന്തര സാഹചര്യമെന്തായിരുന്നു? പ്രതിപക്ഷ കക്ഷികളാണ് പ്രശ്നമെങ്കിൽ എന്തുകൊണ്ട് അവരുമായി ചർച്ചയ്ക്കോ സമവായത്തിനോ സർക്കാർ തയ്യാറായില്ല? രാജ്യത്തെ മുഴുവൻ ജനങ്ങളെയും ബാധിക്കുന്ന ഒരു നിയമം കരുപ്പിടിപ്പിക്കുമ്പോൾ അതിനെതിരെ എതിർപ്പുകളും വിമർശനങ്ങളും ഉണ്ടാവുക സ്വാഭാവികമാണ്. അവയെ ശരിയായ രീതിയിൽ ഉൾക്കൊണ്ട് പൊതുസംവാദത്തിലൂടെ ആശയവ്യക്തത വരുത്തി നിലപാടുകളിൽ മാറ്റം വരുത്തി, അഭിപ്രായ സമന്വയത്തിന്റെ വഴി തെരഞ്ഞെടുക്കുന്നതിന് പകരം പാർലമെന്റിനെപ്പോലും വിശ്വാസത്തിലെടുക്കാതെ പാതിവെന്ത ഒരു നിയമം ജനങ്ങളുടെമേൽ ഏകപക്ഷീയമായി അടിച്ചേല്പിക്കുകയാണ്. പാർലമെന്റിന്റെ ബജറ്റ് സെഷനിൽ ഭക്ഷ്യസുരക്ഷാ ബിൽ അവതരിപ്പിക്കപ്പെട്ടപ്പോൾ 78 ഭേദഗതികളാണ് ചാർട്ടർ ചെയ്തിരുന്നത്. ഇവയിൽ ഒന്നുപോലും പരിഗണിക്കാതെയാണ് അധികാരത്തിന്റെ ഇരുമ്പുമുഷ്ടികൊണ്ട് നിയമം നടപ്പിലാക്കാൻ യു പി എ സർക്കാർ ഓർഡിനൻസിന്റെ വഴി തേടിയത്. എന്നാൽ ഇതിന്റെ പാപഭാരം പ്രതിപക്ഷകക്ഷികളുടെ മേൽ കെട്ടിവച്ച് പിലാത്തോസിനെപ്പോലെ കൈ കഴുകാനാണ് ഭരണപക്ഷം തയ്യാറായത്. ഇത് ധിക്കാരമാണ്. പ്രതിപക്ഷ കക്ഷികൾ അവയുടെ ഭരണഘടനാദത്തമായ രാഷ്ട്രീയ ഉത്തരവാദിത്വം

നിറവേറ്റുക മാത്രമാണ് ചെയ്തത്. ഇതിന് അവരെ ശത്രുപക്ഷത്തു നിർത്തി വിസ്തരിക്കുന്നത് രാഷ്ട്രീയ പാപ്പരത്തമാണ്. എന്തുകൊണ്ട് ഇതേ സമീപനം അമേരിക്കൻ ആണവോർജ്ജബില്ലിന്റെ കാര്യത്തിലും ചില്ലറ വ്യാപാരമേഖലയിൽ വിദേശനിക്ഷേപം കടത്തിവിടുന്ന ബില്ലിന്റെ കാര്യത്തിലും സ്വീകരിക്കാൻ സർക്കാർ തയ്യാറായില്ല?

അപ്പവും സർക്കസും ഉപയോഗിച്ച് അനാദികാലം അധികാരം നില നിർത്തിയ പഴയ റോമൻ ചക്രവർത്തിമാർ ഇന്ന് ചരിത്രത്തിന്റെ ഭാഗമാണ്. അത്ഭുതമെന്നു പറയട്ടെ, അവരുടെ പിന്മുറക്കാർ ഇന്ത്യൻ രാഷ്ട്രീയ രംഗത്ത് ഇപ്പോഴും സജീവമാണ്. പ്രശസ്ത സാമ്പത്തിക ശാസ്ത്രജ്ഞൻ ജേൻ ഡ്രേസി(Jean Dreze)ന്റെ വാക്കുകൾ കടമെടുത്താൽ സമകാലീനഭാരതത്തിലെ ബൂർഷാ രാഷ്ട്രീയപാർട്ടികൾ ജനങ്ങളെയല്ല, ജനങ്ങളുടെ വോട്ടുകളെയാണ് ഭയക്കുന്നത്. അധികാരത്തിന്റെ അപ്പക്കഷ്ണത്തിനുവേണ്ടി വോട്ടറുടെ ചോറ്റുപാത്രത്തിൽ പിടിമുറുക്കുന്ന രാഷ്ട്രീയ തന്ത്രമാണ് ഇന്ത്യൻ രാഷ്ട്രീയത്തിന്റെ മുഖമുദ്ര. ഇന്ദിരാഗാന്ധിയുടെ 'ഗരീബി ഹഠാവോ' മുദ്രാവാക്യം മുതൽ കേട്ടു തുടങ്ങിയ വോട്ടുബാങ്കു രാഷ്ട്രീയപ്പെരുമ്പറ കൂടുതൽ ഉച്ചസ്ഥായിയിൽ ഇപ്പോഴും മുഴങ്ങിക്കൊണ്ടിരിക്കുന്നു. യു പി എയുടെ സുവർണ്ണ നേട്ടം, ചരിത്രത്തിലേക്കുള്ള കാൽവയ്പ്പ് എന്നെല്ലാം മാധ്യമങ്ങൾ വാഴ്ത്തിപ്പാടുന്ന സോണിയയുടെ സ്വപ്നപദ്ധതിയും ഇതിനൊരപവാദമല്ല. ഒരു ജനപക്ഷ നിയമം എന്ന നിലവിട്ട് ഇതിനെ വെറുമൊരു തിരഞ്ഞെടുപ്പു തട്ടിപ്പോ രാഷ്ട്രീയ പിത്തലാട്ടമോ മാത്രമായി വിലയിരുത്തുന്നവർ കുറവല്ല. 2014 ലെ ലോകസഭാ തിരഞ്ഞെടുപ്പും ഏതാനും സംസ്ഥാന നിയമസഭകളിലേക്ക് നടക്കാനിരിക്കുന്ന തിരഞ്ഞെടുപ്പുകളും മുന്നിൽ കണ്ട് യു പി എ ഇറക്കിക്കളിക്കുന്ന ഏറ്റവും മുന്തിയ തുറുപ്പുചീട്ടാണ് ഭക്ഷ്യസുരക്ഷാനിയമം. അഴിമതിയുടെയും അധികാര ദുർവിനിയോഗത്തിന്റെയും വഴിവിട്ട ബന്ധങ്ങളുടെയും ഊരാക്കുടുക്കിൽപ്പെട്ട് ശ്വാസംമുട്ടിപ്പിടയുന്ന യു പി എ സർക്കാരിന് പിടിച്ചു നില്ക്കാനും സ്വാധീനമുറപ്പിക്കാനും സഹായിക്കുന്ന ഓക്സിജൻ സിലിണ്ടറാണ് ഈ നിയമം. നിലനില്പിന്റെ രാഷ്ട്രീയമാണ് ഇതിനെ ശ്രദ്ധേയമാക്കുന്നത്. നിയമം നടപ്പിലാക്കാൻ ധൃതിപ്പെട്ട് ഓർഡിനൻസിന്റെ വഴി തെരഞ്ഞെടുത്തതും ഇതേ ലക്ഷ്യം മുൻനിർത്തിയാണ്.

ഭക്ഷ്യസുരക്ഷാനിയമം ഇന്ത്യയിലെ ജനങ്ങൾക്ക് നേട്ടങ്ങളുടെ പൂക്കൂടയാണ് സമ്മാനിക്കുന്നത് എന്ന മട്ടിലുള്ള പ്രചാരണമാണ് യു പി എ നേതൃത്വം അഴിച്ചുവിട്ടിരിക്കുന്നത്. ഇത് അന്തരിച്ച മുൻ രാജ്യരക്ഷാമന്ത്രി വി കെ കൃഷ്ണമേനോന്റെ വാക്കുകൾ കടമെടുത്താൽ "പുള്ളിപ്പുലി വെജിറ്റേറിയനാണ്" എന്നുപറയുന്നതുപോലെ ശുദ്ധ വങ്കത്തമാണ്. അസത്യങ്ങളും അർദ്ധസത്യങ്ങളും പരമസത്യങ്ങളാക്കി അവതരിപ്പിച്ച് ജനങ്ങളെ വോട്ടുബാങ്ക് രാഷ്ട്രീയക്കെണിയിൽ പെടുത്തി വഞ്ചിക്കുകയാണ് അവരുടെ ലക്ഷ്യം. അവർ മുന്നോട്ടുവയ്ക്കുന്ന പല വാദമുഖങ്ങളും സാമാന്യയുക്തിക്കുപോലും നിരക്കാത്തവയാണ്. ഭക്ഷ്യസുരക്ഷാ നിയമം

ഇന്ത്യയിലെ മുഴുവൻ ദരിദ്ര ജനങ്ങൾക്കും ഭക്ഷണത്തിനുള്ള അവകാശം നിയമപരമായി ഉറപ്പുനല്കുന്നു എന്നാണ് യു പി എ സർക്കാർ അവകാശപ്പെടുന്നത്. ഇത് വാസ്തവവിരുദ്ധമാണ്. ജനങ്ങൾക്ക് കുറഞ്ഞ വിലയ്ക്ക് ഭക്ഷ്യധാന്യങ്ങൾ ലഭ്യമാക്കുന്ന അവസ്ഥ സംജാതമാക്കുന്ന പ്രക്രിയയാണോ ഭക്ഷ്യസുരക്ഷ? ഭക്ഷ്യസുരക്ഷാനിയമം ഗ്രാമീണ ജനതയുടെ 78 ശതമാനത്തിനും നഗരജനതയുടെ 50 ശതമാനത്തിനും കുറഞ്ഞനിരക്കിൽ മാത്രമേ റേഷൻ ഉല്പന്നങ്ങൾ വിതരണം ചെയ്യുന്നുള്ളൂ. ഇതിനർത്ഥം ഇന്ത്യയിലെ 123 കോടി ജനങ്ങളിൽ 40 കോടിയിലധികം വരുന്ന ഗണ്യമായ ഒരു വിഭാഗം ജനങ്ങൾ നിയമം പ്രാബല്യത്തിലാകുന്നതോടെ റേഷൻ വിതരണ സീമയ്ക്കു പുറത്താകുമെന്നാണ്. ഇവർക്ക് ഭക്ഷണാവശ്യങ്ങൾക്ക് പുറം കമ്പോളത്തെ ആശ്രയിക്കുകയേ നിർവ്വാഹമുള്ളൂ. ഇവിടെ സ്വാഭാവികമായും ഒരു ചോദ്യം പൊന്തിവരുന്നു. ഒന്നൊഴിയാതെ സമൂഹത്തിലെ എല്ലാ വിഭാഗം ജനങ്ങൾക്കും ഒരുപോലെ ഉൾക്കൊള്ളാൻ കഴിയാത്ത ഒരു നിയമം എങ്ങനെ ഇന്ത്യയിലെ മുഴുവൻ ദരിദ്രജനങ്ങൾക്കും ഭക്ഷ്യസുരക്ഷ ഉറപ്പാക്കും? ഭക്ഷണം ജനങ്ങളുടെ അവകാശമായി ഐക്യരാഷ്ട്രസംഘടന അംഗീകരിച്ചിട്ട് എഴുപതാണ്ടുകൾ കഴിഞ്ഞു. ഇതു സംബന്ധമായ പ്രമേയത്തിൽ ഒപ്പുവച്ച രാജ്യങ്ങളിൽ ഒന്നാണ് ഇന്ത്യ. വികസ്വര രാജ്യങ്ങളുടെ പഞ്ചനക്ഷത്രക്ലബ്ബിൽ ഇന്ത്യയോടൊപ്പം വേദി പങ്കിടാറുള്ള ബ്രസീൽ കഴിഞ്ഞ ഏപ്രിലിലാണ് ഭക്ഷണം ജനങ്ങളുടെ മൗലികാവകാശമായി ഭരണഘടനയിൽ എഴുതിച്ചേർത്തത്. ബ്രസീലിന്റെ പാത പിന്തുടർന്ന് വെനസ്വേലയും ഹോണ്ടുറാസും ഇതിനുള്ള നിയമനിർമ്മാണത്തിന് തുടക്കം കുറിച്ചുകഴിഞ്ഞു. ലോകത്ത് ഏറ്റവും കൂടുതൽ പട്ടിണിക്കാരുള്ള, പട്ടിണിയുടെ ലോക തലസ്ഥാനമായ ഇന്ത്യ എന്തുകൊണ്ട് ഇത്തരം നീക്കം നടത്തിയില്ല. സ്വാതന്ത്ര്യം നേടി ആറര പതിറ്റാണ്ട് പൂർത്തിയാക്കിയിട്ടും ഭക്ഷണത്തെ ജനങ്ങളുടെ ഭരണഘടനാദത്തമായ മൗലികാവകാശമായി പ്രഖ്യാപിക്കാൻ എന്തുകൊണ്ട് ഇന്ത്യൻ ഭരണാധികാരികൾ ഇതുവരെ തയ്യാറായില്ലെ? ഭക്ഷണത്തിനുള്ള അവകാശം നിയമപരമായി ഉറപ്പാക്കും എന്ന് പ്രകടനപത്രികയിൽ എഴുതിച്ചേർത്ത രാഷ്ട്രീയ കക്ഷിയുടെ നേതാക്കൾക്ക് ജനങ്ങളോട് ഇത് വിശദീകരിക്കാനുള്ള ബാദ്ധ്യതയുണ്ട്.

ഭക്ഷ്യസുരക്ഷാനിയമത്തിന്റെ ഏറ്റവും വലിയ പരിമിതി സമൂഹത്തിലെ ഒരു വലിയ വിഭാഗം ജനങ്ങളെ പൊതുവിതരണ ശൃംഖലയുടെ പരിധിയിൽനിന്നും എന്നെന്നേക്കുമായി അടർത്തിമാറ്റുന്നു എന്നുള്ളതാണ്. ഇന്ത്യയിലെ 24 കോടി കുടുംബങ്ങളിൽ 9 കോടി കുടുംബങ്ങളിൽപ്പെടുന്ന നാല്പതു കോടിയില്പരം ഗുണഭോക്താക്കൾക്ക് പുതിയ നിയമം 'ക്രീമിലെയർ' മുദ്രകുത്തി റേഷൻ നിഷേധിക്കുന്നു. ഇത് ഇന്ത്യൻ സമ്പദ്ഘടനയിൽ ഗുരുതരമായ പ്രത്യാഘാതങ്ങളുണ്ടാക്കും. കാരുണ്യലേശമില്ലാതെ പുറംകമ്പോളത്തിലേക്ക് ആട്ടിയോടിക്കപ്പെടുന്ന നിർഭാഗ്യവാന്മാരുടെ കൂട്ടത്തിൽ വീടും കൂടുമില്ലാത്ത അഗതികളും, ഊരും പേരുമി

ല്ലാത്ത അനാഥരും വീട്ടുനമ്പരോ റേഷൻകാർഡോ ഇല്ലാത്ത ചേരിനിവാസികളും അക്ഷരാഭ്യാസമില്ലാത്ത ആദിവാസികളും ദളിതരും അലഞ്ഞു നടക്കുന്ന യാചകരും തെരുവുതെണ്ടികളും സബ്സിഡിക്കനിവിൽ മാത്രം ജീവിതം തള്ളിനീക്കാൻ കഴിയുന്ന നിസ്സഹായരും തെറ്റായ കണക്കെടുപ്പിന്റെ ഇരകളായ പട്ടിണിപ്പാവങ്ങളും ധാരാളമായി ഉണ്ടായെന്നുവരാം. ഇത്തരം വ്രണിത വിഭാഗങ്ങൾക്ക് പ്രത്യേക പരിഗണന നല്കി 'പൊതു അടുക്കള' (community kitchen)യിലൂടെ പാചകം ചെയ്ത ഭക്ഷണം സൗജന്യമായി നല്കാൻ ദേശീയ ഉപദേശകസമിതി മുന്നോട്ടുവച്ച നിർദ്ദേശം ബില്ലിൽ ഇടം നേടിയിട്ടുമില്ല. ആയിരം കുറ്റവാളികൾ രക്ഷപ്പെട്ടാലും ഒരു നിരപരാധിപോലും ശിക്ഷിക്കപ്പെടരുത് എന്നാണല്ലോ തെളിവുനിയമം? ദാരിദ്ര്യരേഖകൾപോലും തലവരകളായി മാറുന്ന സവിശേഷ സാഹചര്യത്തിൽ തെറ്റായ കണക്കെടുപ്പിന്റെ രക്തസാക്ഷികളാകാൻ നിരപരാധികളെ വിട്ടുകൊടുക്കുന്നത് എങ്ങനെ നീതീകരിക്കാനാവും? ഇന്ത്യയിലെ യഥാർത്ഥ ദരിദ്ര കുടുംബങ്ങളിൽ വെറും 39 ശതമാനം മാത്രമാണ് ബി പി എൽ ലിസ്റ്റിൽ സ്ഥാനം നേടിയിട്ടുള്ളത് എന്ന് കണ്ടെത്തിയത് ദേശീയ ഉപഭോക്തൃ കമീഷനാണ്. അതേസമയം ദാരിദ്ര്യത്തിന്റെ ലിറ്റ്മസ് പരിശോധനയിലൂടെ ബി പി എൽ ലിസ്റ്റിൽ കടന്നുകൂടിയ ഗുണഭോക്തൃ കുടുംബങ്ങളിൽ ഏതാണ്ട് നാലിൽ ഒരു ഭാഗമെങ്കിലും യാതൊരു സൗജന്യത്തിനും അർഹതയില്ലാത്ത സമ്പന്ന കുടുംബങ്ങളാണെന്ന് സർവ്വേ കണക്കുകൾ ചൂണ്ടിക്കാട്ടുന്നു. ഇത് സൂചിപ്പിക്കുന്നത് ചങ്ങലയ്ക്ക് ഭ്രാന്തുപിടിച്ചാലുണ്ടാകുന്ന അവസ്ഥയാണ് രാജ്യം നേരിട്ടുകൊണ്ടിരിക്കുന്നതെന്നാണ്.

ഗവൺമെന്റിന്റെ ദാരിദ്ര്യക്കണക്കുകളുടെ വിശ്വാസ്യത ഒട്ടുമുക്കാലും ചോർന്നുപോയിക്കഴിഞ്ഞിരിക്കുന്നു. ഭക്ഷ്യസുരക്ഷാബില്ലിലെ വ്യവസ്ഥ അനുസരിച്ച് ദാരിദ്ര്യത്തൊപ്പികൾ ചാർത്താൻ മുഴുപ്പുള്ള തലകളെ കണ്ടെത്താനുള്ള ദൗത്യം ഏറ്റെടുക്കേണ്ടത് സംസ്ഥാന ഗവൺമെന്റുകളാണ്. എന്നാൽ അതിനുള്ള മുഴക്കോലും കോൽക്കണക്കും തയ്യാറാക്കുന്നത് കേന്ദ്രസർക്കാരാണ്. രസകരമായ കാര്യം ബില്ല് ഓർഡിനൻസായി വേഷം മാറിയിട്ടും മുഴക്കോലിലെ രഹസ്യങ്ങൾ പുറത്തുപറയാൻ സർക്കാർ ഇതുവരെ തയ്യാറായിട്ടില്ല എന്നുള്ളതാണ്. ഇത് അളവും കണക്കും ഇല്ലാഞ്ഞിട്ടോ, മൂത്ത ആശാരിയെ കിട്ടാഞ്ഞിട്ടോ? വിശപ്പളക്കാൻ കണക്കുണ്ടെങ്കിൽ അതിന്റെ സൂത്രവാക്യം? ക്രൂരവും മനുഷ്യത്വരഹിതവുമായ മാനദണ്ഡങ്ങളാണ് കഴിഞ്ഞ കുറെക്കാലമായി ദാരിദ്ര്യനിർണ്ണയത്തിന് ഇന്ത്യയിൽ അവലംബിച്ചുവരുന്നത്. ഇതിനെതിരെ സുപ്രീംകോടതി തന്നെ പലതവണ വിരൽ ചൂണ്ടിയിട്ടുണ്ട്. ഒരാൾ ദരിദ്രനായാൽ മാത്രം പോരാ ഉടുതുണിക്ക് മറുതുണിയില്ലാത്ത പട്ടിണിപ്പാവമാണെന്ന് സർക്കാരിനെ ബോദ്ധ്യപ്പെടുത്താൻ അയാൾക്ക് കഴിഞ്ഞാൽ മാത്രമേ സബ്സിഡിക്ക് അർഹതയുള്ളൂ എന്ന സ്ഥിതിയാണ് ഇന്നുള്ളത്. ഓർഡിനൻസ് പുറത്തിറങ്ങിയിട്ടും ദാരിദ്ര്യ വിവേചന മാനദണ്ഡങ്ങ

ളിൽ മാറ്റം വരുത്താൻ യു പി എ സർക്കാർ തയ്യാറായിട്ടില്ല. 2012 ഫെബ്രുവരിയിൽ ഛത്തിസ്ഗഢ് സംസ്ഥാന സർക്കാർ പുറത്തിറക്കിയ ഭക്ഷ്യസുരക്ഷാനിയമം ഇക്കാര്യത്തിൽ ഒരു വഴികാട്ടിയാണ്. വിവാദക്കുരുക്കിൽപ്പെട്ട ദാരിദ്ര്യ രേഖയ്ക്കുപകരം സമൂഹത്തിലെ സമ്പന്നരെ അഭിജ്ഞാനം ചെയ്ത് പൊതുവിതരണ ശൃംഖലയുടെ പരിധിയിൽനിന്നും ഒഴിവാക്കുകയാണ് ഛത്തീസ്ഗഢ് സർക്കാർ ചെയ്തത്. ആദായനികുതി ദാതാക്കൾ, വൻകിട ഭൂവുടമകൾ, വൻവ്യവസായികൾ, ഒരു നിശ്ചിത പരിധിയിൽ കൂടുതൽ തറവിസ്തീർണ്ണമുള്ള ബംഗ്ലാവുകളിൽ താമസിക്കുന്നവർ, വൻകിട ഓഹരി ഉടമകൾ, ആഡംബരക്കാറുള്ളവർ, സ്വത്ത് നികുതി കൊടുക്കുന്നവർ തുടങ്ങി സമൂഹത്തിന്റെ ഉന്നതശ്രേണിയിൽ പെടുത്താവുന്ന 10 ശതമാനം പേരെയാണ് ഛത്തീസ്ഗഢ് സർക്കാർ ഭക്ഷ്യസുരക്ഷാ നിയമത്തിന്റെ പരിധിയിൽനിന്നും പുറംതള്ളിയത്. ലളിതസുന്ദരമായ ഈ മാതൃക എന്തുകൊണ്ട് ഇന്ത്യയിലെ റേഷൻ വിതരണം ചിട്ടപ്പെടുത്താൻ ഉപയോഗിച്ചുകൂടാ?

ഇവിടെ മറ്റൊരു കാര്യംകൂടി സാന്ദർഭികമായി സൂചിപ്പിക്കാനുണ്ട്. ജനങ്ങൾക്ക് ഭക്ഷണത്തിനുള്ള അവകാശം നിയമപരമായി ഉറപ്പാക്കണമെങ്കിൽ സാർവ്വത്രിക പൊതുവിതരണ സമ്പ്രദായത്തിലേക്ക് മടങ്ങാൻ സർക്കാർ തയ്യാറാകണം. 1962 ലെ വരൾച്ചയെത്തുടർന്ന് 1963 ൽ നിലവിൽ വന്ന സാർവ്വത്രിക പൊതുവിതരണ സമ്പ്രദായം ലക്ഷ്യാധിഷ്ഠിത പൊതുവിതരണ സമ്പ്രദായത്തി (Jarged Public Distribution System-JPDS) ലേക്ക് ചുവടുമാറ്റം നടത്തിയത് 1979 ലാണ്. റേഷൻ ദുരുപയോഗം തടയാനെന്ന പേരിൽ ആരംഭിച്ച ലക്ഷ്യാധിഷ്ഠിത പൊതുവിതരണ സമ്പ്രദായം റേഷൻ ചോർച്ചയ്ക്ക് ആക്കം കൂട്ടിയതായി നിരവധി പഠനങ്ങൾ സൂചിപ്പിക്കുകയുണ്ടായി. 2004 ൽ ആസൂത്രണകമീഷൻ നടത്തിയ സർവ്വേയിൽ ഇന്ത്യയിലെ 5 ലക്ഷത്തോളം വരുന്ന റേഷൻകടകളിലൂടെ വിതണംചെയ്യുന്ന ഭക്ഷ്യധാന്യങ്ങളുടെ 42 ശതമാനവും യഥാർത്ഥ ഉപഭോക്താക്കൾക്ക് കിട്ടുന്നില്ലെന്ന് നിരീക്ഷിക്കുകയുണ്ടായി. റേഷൻ വിതരണത്തിന്റെ നല്ലൊരു പങ്ക് (32%) ചെന്നെത്തുന്നത് തുറന്ന വിപണിയിലാണെന്നും പഠനം തെളിയിച്ചു. സാർവ്വത്രിക റേഷൻ വിതരണം നിലവിലുള്ള തമിഴ്നാട്ടിൽ ഗുണഭോക്താക്കളിൽ 92 ശതമാനവും പതിവായി റേഷൻ വാങ്ങുമ്പോൾ ലക്ഷ്യാധിഷ്ഠിത പൊതുവിതരണ സമ്പ്രദായം നിലവിലുള്ള കേരളത്തിൽ പതിവായി റേഷൻ വാങ്ങുന്ന ഗുണഭോക്താക്കൾ വെറും 70 ശതമാനം മാത്രം. പുതിയ നിയമത്തിൽ നിലവിലുള്ള പൊതുവിതരണ സമ്പ്രദായത്തെ പരിഷ്കരിക്കുന്നതിനോ പൊളിച്ചെഴുതുന്നതിനോ യാതൊരു ശ്രമവും നടത്തിയിട്ടില്ല. ഇന്ത്യയിൽ ഭക്ഷ്യസുരക്ഷാനിയമം നടപ്പിലാക്കാൻ വർഷംപ്രതി സർക്കാർ ചെലവിടുന്ന തുകയുടെ ഇരുപതോ മുപ്പതോ ശതമാനം അധികവ്യയം അനുവദിക്കാൻ തയ്യാറായാൽ സമൂഹത്തിലെ 80 ശതമാനം ജനങ്ങൾക്കും ഭക്ഷണത്തിനുള്ള അവകാശം നിയമപരമായി ഉറപ്പാക്കാനാകുമെന്ന് പ്രശസ്ത

കാർഷിക ശാസ്ത്രജ്ഞൻ ഡോ. എം എസ് സ്വാമിനാഥൻ ചൂണ്ടിക്കാട്ടുന്നു. ഇതിന് ഏകദേശം ഒന്നരലക്ഷം കോടി രൂപ വാർഷികച്ചെലവു വരുമെന്ന് എം എസ് സ്വാമിനാഥൻ ഫൗണ്ടേഷനിലെ ശാസ്ത്രജ്ഞന്മാർ കണക്കുകൂട്ടുന്നു. ഇത് ഇന്ത്യൻ ജി ഡി പിയുടെ 1.39 ശതമാനം മാത്രമാണ്. ഇതു വലിയ സാമ്പത്തിക ബാദ്ധ്യത വരുത്തിവയ്ക്കും എന്നു വാദിക്കുന്നവർ മറ്റു ചില കണക്കുകൾ കൂടി കേൾക്കാൻ ബാദ്ധ്യതപ്പെട്ടവരാണ്. 2–ജി സ്പെക്ട്രം അഴിമതിയിലൂടെ 1.76 ലക്ഷം കോടിരൂപ ഒഴുക്കിക്കളഞ്ഞ യു പി എ സർക്കാർ കല്ക്കരിപ്പാടം അഴിമതിയിലൂടെ നഷ്ടപ്പെടുത്തിയത് 1.80 ലക്ഷം കോടി രൂപയാണ്. കഴിഞ്ഞ മൂന്നു വർഷക്കാലയളവിൽ കോർപ്പറേറ്റ് സ്ഥാപനങ്ങൾക്കു മൊത്തം അനുവദിച്ച നികുതിയിളവ് 16 ലക്ഷം കോടി രൂപയാണ്. 3.72 ലക്ഷം കോടി രൂപയുടെ കസ്റ്റംസ്, എക്സൈസ്– തീരുവ ഇളവാണ് വൻകിട വ്യവസായികൾക്ക് കഴിഞ്ഞ വർഷം ഗവൺമെന്റ് അനുവദിച്ചത്. ഇതെല്ലാമായി തട്ടിച്ചുനോക്കുമ്പോൾ ഇന്ത്യയിലെ വിശക്കുന്നവന് ആഹാരം നല്കാൻ നാം ചെലവിടുന്ന തുക എത്രയോ ചെറുത്!

ഇന്ത്യയിൽ ഭക്ഷ്യസുരക്ഷ ഉറപ്പാക്കുക എന്ന ലക്ഷ്യത്തോടെ രൂപം കൊടുത്ത ഭക്ഷ്യസുരക്ഷ നിയമം പ്രയോഗതലത്തിൽ ഭക്ഷ്യസുരക്ഷ എന്ന അടിസ്ഥാനാശയത്തിനു തന്നെ കനത്ത വെല്ലുവിളിയാണ് ഉയർത്തുന്നത്. ഇന്ത്യയെപ്പോലുള്ള ഒരു കാർഷികരാജ്യത്ത് ഭക്ഷ്യസുരക്ഷ യാഥാർത്ഥ്യമാകണമെങ്കിൽ കാർഷികോല്പാദനവർദ്ധനവിനും തൊഴിൽ ആഗിരണ വ്യാപനത്തിനും അനുപേക്ഷണീയമായ അടിസ്ഥാന ഭൗതിക സാഹചര്യങ്ങൾ സമൂഹത്തിൽ സൃഷ്ടിക്കപ്പെടണം. കാർഷിക വിളകളുടെ ഉല്പാദനക്ഷമത വർദ്ധിപ്പിക്കുകയും കൂടുതൽ സ്ഥലത്ത് കൃഷി വ്യാപിപ്പിക്കുകയും വേണം. കാർഷികവിപണന രംഗത്തും കാർഷികോല്പന്ന സംസ്കരണരംഗത്തും പൊതുമേഖലയുടെ ശക്തമായ സാന്നിദ്ധ്യമുണ്ടാകണം. എന്നാൽ അത്ഭുതമെന്നു പറയട്ടെ പ്രഖ്യാപിത ഭക്ഷ്യസുരക്ഷാനിയമം ഇത്തരം പ്രശ്നങ്ങളെക്കുറിച്ച് തികഞ്ഞ മൗനം പാലിക്കുന്നു. ഇന്ത്യയിൽ ഓരോ വർഷവും ഏകദേശം 26,000 കർഷകരാണ് കാർഷികവൃത്തിയോട് വിടവാങ്ങുന്നത്. കഴിഞ്ഞ 20 വർഷക്കാലയളവിൽ 44 ലക്ഷം ഹെക്ടർ ഭൂമിയാണ് വൻകിട വ്യവസായാവശ്യങ്ങൾക്കും റിയൽ എസ്റ്റേറ്റ് മാഫിയക്കും വേണ്ടി തിരിമറി നടത്തിയത്. ഈ പ്രവണത മാറ്റമില്ലാതെ തുടർന്നാൽ രാജ്യത്ത് റേഷൻ ഉല്പന്നങ്ങൾ മതിയായ തോതിൽ സംഭരിക്കാനോ വിലയ്ക്കെടുക്കാനോ കഴിയാത്ത അവസ്ഥയുണ്ടാകും. ഇത്തരം ഘട്ടങ്ങളിൽ അന്താരാഷ്ട്ര ധാന്യക്കരാറുകാരിൽനിന്നോ കോർപ്പറേറ്റ് സ്ഥാപനങ്ങളിൽ നിന്നോ വൻകിട സ്വകാര്യ വ്യാപാരികളിൽ നിന്നോ ധാന്യം ശേഖരിക്കേണ്ടി വന്നേക്കാം. ഓർക്കാപ്പുറത്ത് സംഭവിക്കുന്ന കാലാവസ്ഥക്കെടുതികളും പ്രകൃതിദുരന്തങ്ങളും സ്ഥിതിവിശേഷം കൂടുതൽ രൂക്ഷതരമാക്കും. ഗത്യന്തരമില്ലാതെ ഭക്ഷ്യധാന്യ ഇറക്കുമതിയിലൂടെ പ്രശ്നം പരിഹരിക്കാനും സർക്കാർ

ശ്രമിച്ചുകൂടെന്നില്ല. ഭക്ഷ്യസുരക്ഷ എന്ന പരിപ്രേക്ഷ്യത്തെപ്പോലും കാലാന്തരത്തിൽ തുരങ്കം വയ്ക്കുന്ന പ്രവൃത്തിയാകും ഇത്. രാജ്യത്ത് ഉയർന്നുവരുന്ന പണപ്പെരുപ്പവും വിലക്കയറ്റവും പൂഴ്ത്തിവയ്പും ഊഹക്കച്ചവടവും ഫലപ്രദമായി നിയന്ത്രിക്കാതെ ഭക്ഷ്യസുരക്ഷ ഉറപ്പാക്കാൻ കഴിയും എന്നു ചിന്തിക്കുന്നതും മൗഢ്യമാണ്. ഭക്ഷ്യോല്പന്നങ്ങളുടെ വില കഴിഞ്ഞ 3 വർഷങ്ങൾക്കുള്ളിൽ 36 ശതമാനം കണ്ടാണ് ഉയർന്നത്. നിയമം പ്രാബല്യത്തിലായാൽ ഈ പ്രവണതയ്ക്ക് ആക്കം കൂടും. റേഷൻ സബ്സിഡിയിലൂടെ ഉപഭോക്താവിന്റെ പോക്കറ്റിൽ എത്തിച്ചേരുന്ന അധികപണം വിലക്കയറ്റത്തിന്റെ പ്രളയത്തിൽ പാടേ ഒലിച്ചുപോകാനിടയുണ്ടെന്നാണ് ഇത് സൂചിപ്പിക്കുന്നത്.

ഇന്ത്യയെ സംബന്ധിച്ചിടത്തോളം ഭക്ഷ്യസുരക്ഷയേക്കാൾ പ്രധാനം പോഷക സുരക്ഷിതത്വമാണ്. ആരോഗ്യ ജീവനത്തിന് അത്യന്താപേക്ഷിതമായ സമീകൃതാഹാരം ഇന്ത്യയിലെ സാധാരണക്കാരന് അന്യമാണ്. പോഷകാഹാരക്കുറവുകൊണ്ട് ഇന്ത്യയിൽ ഓരോ മണിക്കൂറിലും ഇരുനൂറ് കുട്ടികളെങ്കിലും അഞ്ചാം പിറന്നാൾ ആഘോഷിക്കാൻ ഭാഗ്യമുണ്ടാകാതെ അകാലചരമമടയുന്നു എന്നാണ് യൂനിസെഫ് (UNICEF) കണക്ക്. ഇന്ത്യയിലെ കുട്ടികളിൽ 42 ശതമാനവും പോഷകാഹാരക്കുറവ് അനുഭവിക്കുന്നവരാണെന്ന് 2012 ലെ ഹംഗാമ (HUNGAMA) സർവ്വേ ചൂണ്ടിക്കാട്ടുന്നു. രാജ്യം അഭിമുഖീകരിക്കുന്ന പോഷകാഹാരപ്രശ്നം രാജ്യത്തെ മുഴുവൻ നാണം കെടുത്തുന്ന 'ദേശീയാപമാന'മാണെന്ന് പ്രധാനമന്ത്രി തന്നെ തുറന്ന് സമ്മതിക്കുകയുമുണ്ടായല്ലോ. എന്നിട്ടും എന്തുകൊണ്ടാണ് ഭക്ഷ്യസുരക്ഷാനിയമം മർമ്മപ്രധാനമായ ഈ പ്രശ്നത്തെ വേണ്ടവിധത്തിൽ ഗൗരവതരമായി അഭിസംബോധന ചെയ്യാൻ വൈമുഖ്യം കാണിക്കുന്നത്? വാങ്ങാൻശേഷിയില്ലാത്ത ഇന്ത്യയിലെ സാധാരണക്കാരന് നല്ല ഭക്ഷണം ലഭ്യമാക്കാനുള്ള അവസരമൊരുക്കുന്നതിനുപകരം വയറുനിറയ്ക്കുന്നവന്റെ വേദാന്തമായി ഭക്ഷ്യസുരക്ഷാ നിയമത്തെ ലളിതവല്ക്കരിക്കുന്നത് ഖേദകരമാണ്. ഭക്ഷണം എന്ന പദംകൊണ്ട് ഭക്ഷ്യസുരക്ഷാ ബില്ല് അർത്ഥമാക്കുന്നത് ഭക്ഷ്യധാന്യങ്ങളോ, പാചകം ചെയ്ത ധാന്യഭക്ഷണമോ ധാന്യപ്പൊടികളോ മാത്രമാണ്. ഗ്രാമീണ ജനതയുടെ ദൈനംദിന ജീവിതാവശ്യങ്ങളുമായി ബന്ധപ്പെട്ട പയറുവർഗ്ഗ ഉല്പന്നങ്ങളോ എണ്ണ, പാൽ, മുട്ട, പച്ചക്കറി എന്നിവയോ ബില്ലിന്റെ പരിധിയിൽ വരുന്നില്ല. ഇത്തരം അവശ്യപോഷകവസ്തുക്കളെ പൊതുവിതരണ ശൃംഖലയിൽ ഉൾപ്പെടുത്തി നിലവിലുള്ള റേഷൻ സമ്പ്രദായത്തെ ശക്തിപ്പെടുത്താൻ എന്തുകൊണ്ട് സർക്കാർ തയ്യാറാകുന്നില്ല? ഛത്തീസ്ഗഢ് സർക്കാർ റേഷൻ കടകളിലൂടെ ഭക്ഷ്യധാന്യങ്ങൾക്കൊപ്പം പയറും പരിപ്പും എണ്ണയും റേഷൻ വിലയ്ക്ക് വിതരണം ചെയ്യുന്നുണ്ട്. പഞ്ചാബിലും സദൃശമായ ഒരു പദ്ധതി നിലവിലുണ്ട്. എന്നാൽ മാധ്യമങ്ങൾ കൊട്ടിഘോഷിക്കുന്ന സോണിയാഗാന്ധിയുടെ സ്വപ്നപദ്ധതി എന്തുകൊണ്ട് മർമ്മപ്രധാനമായ പോഷകാഹാര പ്രശ്നത്തെ അഭിസംബോ

ധന ചെയ്യാതെ മുഖം തിരിക്കുന്നു? ഇന്ത്യൻ കാർഷിക സമ്പദ്ഘടനയുടെ നട്ടെല്ലായ കർഷകന്റെ ഉപജീവനത്തെക്കുറിച്ച് യാതൊരുറപ്പും നല്കാത്ത നിയമനിർമ്മാണമാണ് ഭക്ഷ്യസുരക്ഷാ നിയമം. ബില്ലിലെ പല വ്യവസ്ഥകളും അത്യന്തം പ്രതിലോമകരവും കർഷക വിരുദ്ധവുമാണെന്ന് സമാജ്‌വാദി പാർട്ടി നേതാവ് മുലായംസിങ് യാദവ് അഭിപ്രായപ്പെടുകയുമുണ്ടായി. ഇത് നൂറുശതമാനവും ശരിയാണ്. കാർഷികോല്പാദനം വർദ്ധിപ്പിക്കുന്നതിനുള്ള പ്രോത്സാഹനാനുകൂല്യം, മിനിമം താങ്ങുവില, വികേന്ദ്രീകൃത ധാന്യ സംഭരണവും ധാന്യശേഖരണവും കാർഷിക ഇൻഷ്വറൻസ്, കാർഷികാശ്വാസ പദ്ധതികൾ ഇവയെക്കുറിച്ചൊന്നും ബില്ലിൽ പരാമർശമില്ല. ഉല്പാദനച്ചെലവിന്റെ 3 ൽ 2 ഭാഗമാണ് സാധാരണയായി താങ്ങുവിലയായി നിശ്ചയിക്കാറുള്ളത്. താങ്ങുവില കാലോചിതമായി പരിഷ്കരിക്കണം എന്നുള്ളത് കർഷക സംഘടനകളുടെ ദീർഘകാലത്തെ ആവശ്യമാണ്. കഴിഞ്ഞ പത്തുവർഷക്കാലയളവിൽ ഗോതമ്പിന്റെ താങ്ങുവിലയിൽ 10.92 ശതമാനം വാർഷിക വർദ്ധനവും അരിയുടെ താങ്ങുവിലയിൽ 8.9 ശതമാനം വാർഷിക വർദ്ധനവുമാണ് രേഖപ്പെടുത്തപ്പെട്ടത്. അതേസമയം കഴിഞ്ഞ മൂന്നു വർഷക്കാലയളവിൽ കൃഷിച്ചെലവിലുണ്ടായ വർദ്ധനവ് ഏതാണ്ട് 40 ശതമാനമാണ്. ഭക്ഷ്യപദ്ധതി പ്രാബല്യത്തിലാകുന്നതോടെ താങ്ങുവില കൃഷിച്ചെലവിന് ആനുപാതികമായി വർദ്ധിപ്പിക്കാൻ സർക്കാർ തയ്യാറാകുമോ എന്ന കാര്യത്തിൽ കർഷകർക്ക് ആശങ്കയുണ്ട്. താങ്ങുവില വർദ്ധനവ് സ്വാഭാവികമായും റേഷൻ വില വർദ്ധനവിന് പ്രേരകമാകും. ഇതിന് സർക്കാർ തയ്യാറാകുമോ എന്ന ഉൽക്കണ്ഠയാണ് കർഷകർക്കും കർഷക സംഘടനകൾക്കുമുള്ളത്. ബില്ല് നിയമമായാൽ സംഭരണരംഗത്തുനിന്നും സ്വകാര്യവ്യാപാരികൾ പിൻവാങ്ങും. ഇതോടെ സർക്കാർ നിശ്ചയിക്കുന്ന വിലയ്ക്ക് ഉല്പന്നം വില്ക്കാൻ കൃഷിക്കാർ നിർബ്ബന്ധിതരാകും. കർഷകന്റെ വിലപേശൽ ശേഷി നഷ്ടപ്പെടുന്നതോടെ കൃഷി ഒരു നഷ്ടക്കച്ചവടമാകും. ഇതെല്ലാം കണക്കിലെടുത്താണ് ഭക്ഷ്യസുരക്ഷാനിയമം ഇന്ത്യയിലെ കർഷകരെ സംബന്ധിച്ചിടത്തോളം ആസന്നമരണചിന്താശതകമായി മാറുമെന്നു കർഷകസംഘടനകൾ മുന്നറിയിപ്പു നല്കുന്നത്.

അഴിമതിയുടെ ആഗോള പ്രഭവകേന്ദ്രമായ ഇന്ത്യയിൽ അഴിമതിയുടെ പര്യായമായ ഒരു ഭരണയന്ത്രം നടപ്പാക്കുന്ന ഈ നിയമം അഴിമതിക്കു ശക്തി പകരും എന്ന കാര്യത്തിൽ സംശയം വേണ്ട. പ്രശസ്ത മാനേജ്മെന്റ് വിദഗ്ദ്ധനായ സുർജിത്ത് ബല്ല അഭിപ്രായപ്പെടുന്നത് വർഷം പ്രതി 50,000 കോടി രൂപയുടെ അഴിമതിക്ക് ഈ നിയമം കളമൊരുക്കുമെന്നാണ്. 2009–10 ലെ ദേശീയ സാമ്പിൾ സർവ്വേ കണക്കനുസരിച്ച് റേഷൻ കടകളിലൂടെ വിതരണംചെയ്ത 48.9 ലക്ഷം ടൺ ഭക്ഷ്യധാന്യങ്ങളിൽ വെറും 25.3 ദശലക്ഷം ടൺ ഭക്ഷ്യധാന്യങ്ങൾ മാത്രമാണ് യഥാർത്ഥ ഗുണഭോക്താക്കൾക്ക് ലഭ്യമായത്. റേഷൻ വ്യാപാരികളും അഴിമതിക്കാരായ ഉദ്യോഗസ്ഥരും തമ്മിലുള്ള അവിശുദ്ധ ബന്ധമാണ്

ഇതിനു കാരണം. നിയമം പ്രാബല്യത്തിലാകുന്നതോടെ അഴിമതിയുടെ വ്യാപ്തിയും വർദ്ധിക്കും. ഭക്ഷ്യവിതരണരംഗത്തെ അപാകതകളും അഴിമതിയും തടയുന്നതിന് യാതൊരു വിധ പ്രതിരോധ സംവിധാനവും ബില്ല് വിഭാവനം ചെയ്യുന്നില്ല. ജില്ലാതലത്തിൽ രൂപീകരിക്കുന്ന പരാതി പരിഹാരഫോറങ്ങൾ ഫലത്തിൽ നോക്കുകുത്തികളായി മാറും. ബില്ലിൽ തിരുകിക്കയറ്റിയ പരിഷ്കരണ നിർദ്ദേശങ്ങൾ നിലവിലുള്ള സ്ഥിതിവിശേഷം കൂടുതൽ സങ്കീർണ്ണമാക്കും. സബ്സിഡിപ്പണം ഉപഭോക്താവിന്റെ ബാങ്ക് അക്കൗണ്ടിൽ നിക്ഷേപിക്കാനുള്ള നിർദ്ദേശം കാലാന്തരത്തിൽ നിലവിലുള്ള റേഷൻ സമ്പ്രദായത്തിന്റെ കടയ്ക്കൽ കോടാലി വയ്ക്കും. ബാങ്കു ശാഖകളില്ലാത്ത ഗ്രാമങ്ങളും ബാങ്ക് അക്കൗണ്ടുകളില്ലാത്ത ഗ്രാമീണരും ഇന്ത്യയിൽ ഒരു പതിവുകാഴ്ചയാണ്. ബാങ്ക് സബ്സിഡി വാങ്ങാൻ ഗുണഭോക്താവ് യാത്രച്ചെലവിനത്തിൽ ചെലവിടേണ്ടിവരുന്ന തുക പലപ്പോഴും ആനുകൂല്യത്തേക്കാൾ അധികമാകാനും മതി. പുരുഷ കേന്ദ്രീകൃത ഇന്ത്യൻ സമൂഹത്തിൽ ക്യാഷ് സബ്സിഡി കൈയിൽ വാങ്ങുന്ന കുടുംബനാഥൻ അതെങ്ങനെ ചെലവിടും എന്ന കാര്യത്തിൽ ആർക്കും തീർപ്പു കല്പിക്കാനാവില്ല. സ്വാഭാവികമായും അതിൽ നല്ലൊരു പങ്ക് മദ്യപാനത്തിനും മറ്റ് അനാശാസ്യ നടപടികൾക്കും ചെലവഴിച്ചുകൂടെന്നില്ല. നാട്ടിൽ തീപ്പുക കാണാത്ത വീടുകളുടെ എണ്ണം ശതഗുണീഭവിക്കും എന്നതായിരിക്കും ഇതിന്റെ ആത്യന്തികഫലം.

ഇന്ത്യയിലെ ദരിദ്രജനങ്ങളുടെ കണ്ണീരൊപ്പാൻ ആവിഷ്കരിച്ച ഈ നിയമം സാധാരണക്കാരന് ജീവസന്ധാരണത്തിന് ആവശ്യമായ മിനിമം ഭക്ഷണംപോലും ഉറപ്പു നല്കുന്നില്ല എന്നുള്ളതാണ് ഏറെ വിസ്മയകരം. ഓർഡിനൻസിലെ വ്യവസ്ഥ അനുസരിച്ച് പ്രായപൂർത്തിയായ ഒരാൾക്ക് പ്രതിമാസം അഞ്ച് കിലോഗ്രാം ഭക്ഷ്യധാന്യം റേഷൻ വിലയ്ക്ക് നല്കാനാണ് ശുപാർശ ചെയ്തിരിക്കുന്നത്. അതായത് ഒരാൾക്ക് പ്രതിദിനം 90 ശതമാനം സബ്സിഡി നിരക്കിൽ ഗവൺമെന്റ് അനുവദിക്കുന്നത് 166 ഗ്രാം അരിയോ ഗോതമ്പോ മാത്രമാണ്. ഇത് രണ്ടു ചപ്പാത്തിക്കോ ഒരു നേരത്തെ കഞ്ഞിക്കോ പോലും തികയില്ലെന്ന് ആർക്കാണറിഞ്ഞു കൂടാത്തത്? പട്ടിണി മരണം ഒഴിവാക്കാൻ ദരിദ്രർക്ക് ‘കോഴിറേഷൻ’ നല്കുന്ന ഈ പദ്ധതിയെയാണോ മഹാസംഭവമായി മാധ്യമങ്ങൾ കൊണ്ടാടുന്നത്? പ്രായപൂർത്തിയായ ഒരാൾക്ക് പ്രതിമാസം 14 കിലോഗ്രാം ഭക്ഷ്യധാന്യവും കുട്ടികൾക്ക് പ്രതിമാസം 7 കിലോഗ്രാം ഭക്ഷ്യധാന്യവും ലഭ്യമാക്കണമെന്നാണ് ഐ സി എം ആർ ശുപാർശ. 2001 ലെ സുപ്രീം കോടതി വിധിയാകട്ടെ ആളോഹരി 2 കിലോഗ്രാം നിരക്കിൽ ഒരു കുടുംബത്തിന് പ്രതിമാസം 35 കിലോഗ്രാം റേഷൻ അനുവദിക്കണമെന്ന് ഉത്തരവിട്ടിരുന്നു. ഇതൊന്നും കണക്കിലെടുക്കാതെയാണ് സബ്സിഡിപ്പണം ലാഭിക്കാൻ നിലവിലുള്ള റേഷൻ വിഹിതത്തിൽ യു പി എ സർക്കാർ വൻവെട്ടിക്കുറവ് വരുത്തിയിരിക്കുന്നത്. തെരുവുതെണ്ടിയുടെ പിച്ചപ്പാത്രത്തിൽ കൈയിട്ടുവാരുന്നതുപോലെ നെറികെട്ട പ്രവൃ

ത്തിയാണിത്. ഇതിന് സർക്കാർ കണ്ടെത്തിയ തൊടുന്യായം 2012 ലെ രംഗരാജൻ കമ്മിറ്റി റിപ്പോർട്ടിലെ ചില പരാമർശങ്ങളാണ്. വസ്തുതാ വിരുദ്ധമായ ഒരബദ്ധപ്പഞ്ചാംഗം ഉയർത്തിക്കാട്ടി ജനങ്ങളോട് മുണ്ടുമുറുക്കി ഉടുക്കാനാണ് യു പി എ സർക്കാർ ആവശ്യപ്പെടുന്നത്. ഭക്ഷ്യസുരക്ഷാനിയമം ദരിദ്രന്റെ മാഗ്നാകാർട്ട ആണെന്ന് വിളിച്ചു കൂവുന്നവർ ഏറ്റവും മിതമായ ഭാഷയിൽ പറഞ്ഞാൽ ജനങ്ങളെ ചെണ്ട കൊട്ടിക്കുകയാണ്.

ദേശാഭിമാനി വാരിക, 2013 ആഗസ്ത്.

വാൾമാർട്ടിനെ എങ്ങനെ പേടിക്കാതിരിക്കും

ഇനി വെറും പതിനെട്ട് മാസങ്ങൾ മാത്രം. സൂപ്പർ മാർക്കറ്റുകളും ഷോപ്പിങ് മാളുകളും ബിഗ്ബസാറുകളും നിറഞ്ഞാടിയ ഇന്ത്യൻ ചില്ലറ വില്പന മേഖലയിലേക്ക് ഹൈപ്പർ മാർക്കറ്റുകളുടെ കൂട്ട എഴുന്നള്ളത്ത്!

ചുവപ്പുപരവതാനി വിരിച്ച് വിദേശ കച്ചവടക്കാരെ സ്വീകരിച്ചാനയിക്കാൻ യു പി എ സർക്കാർ ഒരുക്കങ്ങൾ ആരംഭിച്ചിരിക്കുന്നു.

ആദ്യം വാൾമാർട്ട്, പിറകിൽ ടെസ്കോ, അതിനുപിന്നിൽ കാരെഫോർ, മെട്രോ..... ആഗോള ഭീമന്മാരുടെ നീണ്ട നിര.

ഇന്ത്യ ഗാന്ധിസത്തിൽനിന്ന് വാൾമാർട്ടിസത്തിലേക്കു കാലുമാറി ചവിട്ടുകയാണ്. ചരിത്രകാരന്മാർക്ക് സംശയം വിട്ടുമാറിയിട്ടില്ല— പഴയ ഈസ്റ്റിന്ത്യാ കമ്പനിയുടെ മുഖത്ത് ദർശിച്ച അതേ ദംഷ്ട്രകൾ തന്നെയല്ലേ വാൾമാർട്ടിനുള്ളത്?

ഇന്ത്യക്കാരന്റെ വാങ്ങൽ ശീലത്തിലും അഭിരുചിയിലും മാറ്റം വരുമെന്ന കാര്യത്തിൽ കുത്തകകൾക്ക് അഭിപ്രായ വ്യത്യാസമില്ല.

1991 ൽ നവലിബറൽ പരിഷ്കാരങ്ങൾക്ക് തുടക്കം കുറിച്ചുകൊണ്ട് ഇന്ത്യൻ പാർലമെന്റിൽ ചെയ്ത പ്രസംഗത്തിൽ അന്നത്തെ ധനകാര്യമന്ത്രി ഡോ. മൻമോഹൻ സിങ് പറഞ്ഞു: “കാലം ആവശ്യപ്പെടുന്ന മാറ്റങ്ങളെ തടുത്തുനിർത്താൻ ഒരു ശക്തിക്കുമാവില്ല.”

ആ വാചകം വെറുമൊരു നാക്കുപിഴയാണെന്ന് ജനം തിരിച്ചറിഞ്ഞത് ഇരുപത്തൊന്നു വർഷങ്ങൾക്കു ശേഷമാണ്. കാലം, സാമ്രാജ്യത്വം എന്നീ പദങ്ങൾ പരസ്പരം മാറിപ്പോയിരിക്കുന്നു. വി കെ എൻ കഥയിലെ കഥാപാത്രം ഉരുവിട്ടപോലെ “തമ്പാന്റെ ഇഷ്ടം..... അടിയന്റെയും ഇഷ്ടം....” സാമ്രാജ്യത്വം കല്പിക്കുന്നു. നാം അനുസരിക്കുന്നു. റാൻ..... ശാന്തം പാപം!

ഇന്ത്യക്കാർക്ക് യു പി എ സർക്കാരിന്റെ നവവത്സരസമ്മാനമാണിതെന്ന് അഭിപ്രായപ്പെട്ടത് വാണിജ്യമന്ത്രി ആനന്ദശർമ്മ. നിത്യോപയോഗ സാധനങ്ങൾ തേടി ആരും ഇനി നാടുചുറ്റി അലയണ്ട. ഉപ്പുതൊട്ടു കർപ്പൂരം വരെ എല്ലാ സാധനങ്ങളും ഒരേ മേല്ക്കൂരയ്ക്കു കീഴിൽ.... മരുന്നായാലും മന്ത്രമായാലും കല്ഹാര പുഷ്പമായാലും നിങ്ങളൊന്നു കൈഞൊടിച്ചാൽ മതി അറബിക്കഥയിലെ ജാലവിദ്യപോലെ പുതുമ വിട്ടുമാറാതെ അവ മുന്നിലെത്തും. കൈയുറയും കാൽസരായിയും ധരിച്ച സുന്ദരിമാർ നിറഞ്ഞ ചിരിയോടെ നിങ്ങളെ സ്വീകരിക്കും. ഉല്പന്ന വൈവിദ്ധ്യത്തിന്റെ വസന്തോത്സവം നിങ്ങളെ അത്ഭുതപ്പെടുത്തും. ഓരോ ഉല്പന്നത്തിന്റെയും ഡസൻക്കണക്കിന് ബ്രാൻഡുകൾ..... അതിവിശാലമായ കോൺക്രീറ്റ് മേലാപ്പിനുകീഴെ എണ്ണമറ്റ വ്യാപാരശാലകളെ നെഞ്ചേറ്റിയ അംബരചുംബികളായ നിരവധി കെട്ടിടങ്ങൾ.... അവയിൽ നിറഞ്ഞുതുളുമ്പുന്ന വിപണിസൗന്ദര്യം.... ഓരോ വ്യാപാര സ്റ്റോറിലും തട്ടുതട്ടായി കെട്ടിയുയർത്തിയ വാഹനപാർക്കിങ് സൗകര്യം – റെസ്റ്റോറന്റ് – സിനിമാതിയേറ്റർ – ബാങ്ക് – എ ടി എം കൗണ്ടർ – കാസിനോ.... നീന്തൽക്കുളം.... അമ്യൂസ്മെന്റ് പാർക്ക് – ആനന്ദലബ്ധിക്കിനി എന്തു വേണം?

കാലം മാറുകയാണ്.

ആഗോള ഗ്ലാമറോ, ഡോളർ തിളക്കമോ തൊട്ടു തീണ്ടിയിട്ടില്ലാത്ത പഴയ പാണ്ടികശാലകളെ, തട്ടുകട സാധനങ്ങൾ വില്ക്കുന്ന പെട്ടിക്കടകളെ, തെരുവുമൂലയിലെ പഴയ നാടൻ 'കിരാണക്കട'കളെ, നാട്ടിൻപുറത്തെ പച്ചക്കറിക്കടകളെ.... ചന്തകളെ.... മത്സ്യമാർക്കറ്റുകളെ..... നിങ്ങൾക്കിനി മറക്കാം. നാളെ അവ പുരാവസ്തുക്കളോ ചരിത്രസ്മാരകങ്ങളോ ആയി മാറാം....

വർത്തമാനകാലം... വാൾമാർട്ടിന്റേതാണ്....

മാറ്റം എത്തിപ്പിടിക്കുന്നത് റീട്ടെയിൽ വ്യാപാരരംഗത്തു മാത്രമാണെന്നു ധരിക്കരുത്. വിദ്യാഭ്യാസം, ടൂറിസം, റിയൽ എസ്റ്റേറ്റ്, മൈനിങ്, എയർപോർട്ട് എന്നുവേണ്ട സാമ്പത്തിക ജീവിതത്തിന്റെ എല്ലാ മേഖലകളിലും ഇനി കുത്തകകളുടെ കൈയൊപ്പുവേണം. നിങ്ങളുടെ ചെറുമകൻ വാൾമാർട്ടിന്റെ സ്വാശ്രയ കോളേജിൽ പഠിച്ച് എം ബി എ ഡിഗ്രി നേടുന്ന കാലം വിദൂരമല്ല.

വാൾമാർട്ട് അതിന്റെ ആദ്യത്തെ ഹൈപ്പർമാർക്കറ്റ് 2014 ജൂണിലോ ജൂലൈയിലോ ഇന്ത്യയിലെ ഏതെങ്കിലും വൻനഗരത്തിൽ തുടങ്ങുമെന്നാണ് സൂചന. ഹൈദരാബാദിലും മുംബൈയിലും ഇതുമായി ബന്ധപ്പെട്ട് അണിയറ പ്രവർത്തനങ്ങൾ ആരംഭിച്ചുകഴിഞ്ഞു. അതേസമയം വാൾമാർട്ടിന്റെ ആദ്യത്തെ കട തലസ്ഥാന നഗരിയിൽ തന്നെ വേണമെന്ന് ഷീല ദീക്ഷിത്തിന് നിർബ്ബന്ധമുണ്ടെന്നും റിപ്പോർട്ടുണ്ട്.

ഇന്ത്യൻ സാഹചര്യവുമായി ഇണങ്ങിപ്പോകുന്ന വേറിട്ട വിപണനതന്ത്രം ആവിഷ്കരിക്കാനാണത്രെ വാൾമാർട്ട് ഉദ്ദേശിക്കുന്നത്. കിലോ

മീറ്ററുകൾ വ്യാപിച്ചുകിടക്കുന്ന കൂറ്റൻ ഹൈപ്പർ ബസാറുകളേക്കാൾ താരതമ്യേന വലുപ്പം കുറഞ്ഞ സൂപ്പർസ്റ്റോറുകളുടെ ശൃംഖല ഇന്ത്യയിൽ കെട്ടിപ്പൊക്കാനാണത്രെ അവർ ലക്ഷ്യമിടുന്നത്.

അമേരിക്കൻ വാൾമാർട്ട് കടയുടെ തറ വിസ്തീർണ്ണം ഏകദേശം ഒരു ലക്ഷം ചതുരശ്ര അടിയാണെങ്കിൽ ഇന്ത്യയിലത് അയ്യായിരം ചതുരശ്ര അടിക്കും അമ്പതിനായിരം ചതുരശ്ര അടിക്കും ഇടയിൽ ഒതുക്കാനാണത്രെ മാനേജ്മെന്റ് ശ്രമിക്കുന്നത്. വേണ്ടത്ര മത്സരശേഷിയില്ലാത്ത ഇന്ത്യയിലെ പരമ്പരാഗത ചില്ലറ വ്യാപാരികളെ കാലക്രമേണ വ്യാപാര രംഗത്തുനിന്ന് തുടച്ചു നീക്കുകയാണ് ഇതിന്റെ ആത്യന്തികലക്ഷ്യം.

ആഗോള വാണിജ്യയുദ്ധങ്ങളുടെ സംഗമഭൂമിയായ ഇന്ത്യൻ കമ്പോളം വാൾമാർട്ടിന്റെ വരവോടെ പുതിയൊരു സംസ്കാരത്തിന് വിത്തു പാകുകയാണ്. അഭിജിത്ത് സെൻ ചൂണ്ടിക്കാട്ടിയ പോലെ ഇന്ത്യയിലെ ജനങ്ങൾക്ക് കച്ചവടം തൊഴിലല്ല. ജീവിതരീതിയും സംസ്കാരവുമാണ്. സത്യജിത് റേയുടെ *ചാരുലത*യിലെ ഏകാകിയായ വീട്ടമ്മ ഉണർന്നെണീക്കുന്നതുതന്നെ ബഹളമയമായ തെരുവിലെ പതിവുശബ്ദങ്ങളിലേക്കാണ്: തള്ളുവണ്ടിയിലും മിനിലോറിയിലും കാർഷികോല്പന്നങ്ങൾ ശേഖരിച്ച് ചന്തയിലെത്തിക്കുന്ന വെണ്ടർമാർ, കാർഷികോല്പന്നങ്ങൾ ചാക്കിൽനിന്ന് ട്രക്കിലേക്കും ലോറിയിലേക്കും അട്ടിയിടുന്ന പോർട്ടർമാർ, അങ്ങാടിത്തിരക്കിലെ ലേലംവിളിക്കാർ, വഴിവാണിഭക്കാർ, തെരുവുവില്പനക്കാർ, വിയർത്ത് പണി ചെയ്യുന്ന കർഷകർ ഇവരെല്ലാം ചേർന്ന് അതിമനോഹരമായ ഒരു സംഘനൃത്തംപോലെ ചടുലവും ആകർഷകവുമാണ് ഇന്ത്യൻ വ്യാപാരരംഗം. ഈ താളക്രമം നമുക്ക് നഷ്ടമാവുകയാണ്. ഇനി, നമ്മുടെ ആവശ്യങ്ങളും അഭിരുചികളും നിർണ്ണയിക്കുന്നത് വാൾമാർട്ടോ മറ്റേതെങ്കിലും വിദേശ കച്ചവടക്കാരനോ ആകാം. വിപണിയുടെ തള്ളിക്കയറ്റത്തിൽ നാം തന്നെ നമുക്ക് ചുറ്റും മതിൽ തീർക്കുകയാണ്. അമേരിക്കയിൽ ഒരു ചൊല്ലുണ്ട്. “വാൾമാർട്ട് ഒരു സാധനം ഉപഭോക്താവിന് വില്ക്കുകയല്ല മറിച്ച് ഉപഭോക്താവിനെ സാധനത്തിന് വില്ക്കുകയാണ്” ചെയ്യുന്നതെന്ന്. ഇന്ത്യയിലും ഇത് സംഭവിക്കാം. നാം നമ്മെത്തന്നെ വാൾമാർട്ടിന് വിറ്റ് ഊറ്റംകൊള്ളുകയാണ്.

ചില്ലറ വ്യാപാരമേഖലയിൽ 51 ശതമാനം വിദേശനിക്ഷേപം അനുവദിച്ചുകൊണ്ടുള്ള ബില്ല് ഏതാനും രാഷ്ട്രീയ മലക്കംമറിച്ചിലുകളെത്തുടർന്ന് ലോകസഭ അംഗീകരിച്ചത് കഴിഞ്ഞ ഡിസംബറിലാണ്. 2013 ഫെബ്രുവരിയിൽ ആരംഭിക്കുന്ന ബജറ്റ് സെഷനിൽ ബില്ല് രാജ്യസഭയിൽ ചർച്ചയ്ക്കു വരും. രാജ്യസഭയും ബില്ല് അംഗീകരിച്ചുകഴിഞ്ഞാൽ വിദേശ വൻകിട വ്യാപാരികൾക്ക് ഇന്ത്യയിൽ കച്ചവടം നടത്താനുള്ള അവസാനത്തെ കടമ്പയും കടന്നുകിട്ടും. ബമ്പർ ലോട്ടറി അടിച്ചവന്റെ സന്തോഷമാണ് ഇതവർക്കുണ്ടാക്കുക. സാമ്പത്തികമാന്ദ്യത്തിന്റെ പിടിയിൽപ്പെട്ടുഴലുന്ന വിദേശ വ്യാപാരികൾക്ക് പുതിയ കമ്പോളങ്ങൾ വെട്ടിപ്പിടിക്കുക നിലനില്പിന്റെ ഭാഗംതന്നെയാണ്. അതിവിപുലവും വൈവി

ദ്ധ്യപൂർണ്ണവുമായ ഇന്ത്യൻ കമ്പോളം അവർക്കൊരു അക്ഷയഖനിയാണ്. ഏറെ നാളത്തെ കാത്തിരിപ്പിനു ശേഷം വലിയ മുതൽമുടക്കില്ലാതെ ഇതു സാദ്ധ്യമാകും എന്നതിലാണ് അവർ ആശ്വാസംകൊള്ളുന്നത്. പുതിയ നിബന്ധന അനുസരിച്ച് 10 കോടി ഡോളറിന്റെ വിദേശ നിക്ഷേപമൊഴുക്കിയാൽ ഏത് വിദേശ സംരംഭകനും ഇന്ത്യയിൽ ഭാഗ്യം പരീക്ഷിക്കാം. ഡോക്ടർ എസ് ഈശ്വരൻ ഈയിടെ ഒരു ലേഖനത്തിൽ ചൂണ്ടിക്കാണിച്ചപോലെ മൊത്തം 2000 കോടി രൂപ സ്ഥിരനിക്ഷേപമായി മുടക്കാൻ തയ്യാറായാൽ 25 ലക്ഷം കോടി രൂപയുടെ വാർഷിക വരുമാനമുള്ള അതിബൃഹത്തായ വിപണന സാമ്രാജ്യമാകും കുത്തകകൾക്കു തുറന്നുകിട്ടുക. ബഷീറിന്റെ 'മുച്ചീട്ടുകളിക്കാരന്റെ മകൾ' എന്ന കഥയിലെ ഒറ്റക്കണ്ണൻ പോക്കറുടെ മനോഭാവത്തോടെ ലാഭക്കളി നടത്തുന്ന ബഹുരാഷ്ട്ര ഭീമന്മാർക്ക് ഇതിലും വലിയ ഓഫർ ലോകത്ത് എവിടെയാണ് കിട്ടുക?

ലോബിയിങ് ചാർജ്ജായി 125 കോടി രൂപ ചെലവിടാൻ വാൾമാർട്ട് തയ്യാറായത് വിപണിയുടെ വൈപുല്യവും വികസന സാദ്ധ്യതയും കണക്കിലെടുത്തുതന്നെയാണ്. 13 കോടി ഉപഭോക്താക്കളുള്ള ഇന്ത്യൻ ചില്ലറ വ്യാപാരവിപണി വലുപ്പത്തിൽ ലോകത്തിലെ നാലാമത്തേതാണ്. രണ്ടായിരത്തി ഇരുപതോടെ ഇന്ത്യൻ ചില്ലറ വ്യാപാരവിപണിയിലെ വിറ്റുവരവ് 600 ബില്യൻ ഡോളർ (33 ലക്ഷം കോടി രൂപ) ആയി ഉയരുമെന്നു കണക്കാക്കുന്നു. പ്രതിവർഷം 8 ശതമാനം വളർച്ചയാണ് ചില്ലറ വില്പന മേഖലയ്ക്ക് ഇപ്പോഴുള്ളത്. ഇത് 16 ശതമാനം ആക്കാൻ കഴിയുമെന്നാണ് കുത്തകകൾ പ്രതീക്ഷിക്കുന്നത്. സാമ്പത്തികമായി തടിച്ചുകൊഴുക്കുന്ന അതിവിപുലമായ മദ്ധ്യവർഗ്ഗം ഇന്ത്യയിലുണ്ട്. വാൾമാർട്ടിന്റെ തന്നെ കണക്കനുസരിച്ച് പ്രതിവർഷം 30,000 അമേരിക്കൻ ഡോളർ (1.65 ലക്ഷം രൂപ) ചെലവിടാൻ ബുദ്ധിമുട്ടില്ലാത്ത ഒരു കോടി കുടുംബങ്ങൾ ഇന്ത്യയിലുണ്ട്. 2001 ൽ ജനസംഖ്യയുടെ നാലിലൊന്ന് (22%) കൈയാളിയ മദ്ധ്യവർഗ്ഗത്തിന്റെ വ്യാപ്തി 2011 ൽ ജനസംഖ്യയുടെ ഏകദേശം 3 ൽ ഒരു ഭാഗം (33%) എന്ന നിലയിലേക്ക് ഉയർന്നിരിക്കുന്നു. മൊത്തം ജനസംഖ്യാ വർദ്ധനവിന്റെ 7 മടങ്ങാണ് സമൂഹത്തിലെ ഇടത്തരക്കാരുടെ എണ്ണപ്പെരുപ്പം. 2005 ലെ ദേശീയ സാമ്പിൾ സർവ്വേ കണക്കനുസരിച്ചും പ്രതിവർഷം 2.4 ലക്ഷത്തിനും 7.5 കോടിക്കും ഇടയിൽ ചെലവിടാൻ തക്ക വരുമാനമുള്ള 5 കോടി കുടുംബങ്ങൾ ഇന്ത്യയിലുണ്ട്. ഇത്തരക്കാരെ ആകർഷിക്കാൻ തങ്ങൾക്കു കഴിയും എന്ന കാര്യത്തിൽ തികഞ്ഞ വിശ്വാസമാണ് വിദേശ കച്ചവടക്കാർക്കുള്ളത്. ചാനൽപരസ്യങ്ങളുടെ ദൃശ്യപ്പൊലിമയിൽ മയങ്ങിവീണ് മാളുകളിലെത്തുന്നവരും അപൂർവ്വമാകാനിടയില്ല. സമൂഹത്തിലെ ദരിദ്രനാരായണന്മാരെ ആകർഷിക്കാൻ 'സഹായവില്പനയുടെ' തുറുപ്പുചീട്ട് ഇറക്കിക്കളിക്കാനും കുത്തകകൾക്കു മടിയില്ല. മറ്റൊരിടത്തും കിട്ടാത്തത്ര കുറഞ്ഞ വിലയ്ക്ക് ഹൈപ്പർമാളിൽ സാധനങ്ങൾ കിട്ടുമ്പോൾ ഒരു സാധാരണ ഉപഭോക്താവ്

വിദേശക്കടയിലെ സ്ഥിരം സന്ദർശകനാകാതിരുന്നാലേ അത്ഭുതമുള്ളൂ. അതിനാൽ ജനസംഖ്യയുടെ വലിയ പങ്കും പരിഷ്കാരങ്ങളോട് മുഖം തിരിച്ചുനിന്നാലും കുത്തകകൾക്ക് പടർന്നുകയറാൻ പ്രതലങ്ങളേറെ.

ഗാന്ധിസത്തിൽനിന്ന് വാൾമാർട്ടിസത്തിലേക്കുള്ള മടക്കയാത്രയിൽ യു പി എ സർക്കാരിന് ദിശാസൂചകമായത് അമേരിക്കൻ വിധേയത്വമാണോ അഴിമതിയാണോ എന്ന് ആർക്കും ഉറച്ചു പറയാനാവില്ല. കോഴ നല്കുന്നത് വാൾമാർട്ടിനെ സംബന്ധിച്ച് പുതിയ കാര്യമല്ല. സെന്റർ ഫോർ റെസ്പോൺസിബിൾ പൊളിറ്റിക്സിന്റെ കണക്കനുസരിച്ച് 2011 ൽ രാഷ്ട്രീയ ലോബിയിങ്ങിനുവേണ്ടി വാൾമാർട്ട് ചെലവിട്ടത് 7.8 ബില്യൻ ഡോളറാണ്. വിപണി പ്രവേശം ഉറപ്പാക്കാൻ ഏതറ്റംവരെപോകാനും വാൾമാർട്ട് ഒരുക്കമാണ് എന്നതിന്റെ തെളിവാണ് മെക്സിക്കൻ കോഴ വിവാദം. പിരമിഡുകൾക്കും ടൂറിസത്തിനും പേരുകേട്ട എൽസ നഗരത്തിൽ പിനസെ എന്ന മെക്സിക്കൻ കൃഷിക്കാരന്റെ വയലിൽ വാൾമാർട്ടിന്റെ സൂപ്പർ മാർക്കറ്റ് കെട്ടിപ്പൊക്കാൻ അവിഹിത രീതിയിൽ സാം വാൾട്ടനും കുടുംബവും ചെലവിട്ടത് ശതകോടികൾ. *ന്യൂയോർക്ക് ടൈംസ്* പത്രം നടത്തിയ അന്വേഷണമാണ് സത്യം പുറത്തു കൊണ്ടുവന്നത്. എന്നാൽ ലോകത്തിലെ ഏറ്റവും വലിയ ജനാധിപത്യ രാജ്യത്തിൽ സത്യത്തിന്റെ പകൽവെളിച്ചത്തിൽ വാൾമാർട്ടിനെ വിസ്തരിക്കാൻ ഏത് മുഖ്യധാരാ മാധ്യമത്തിനു കഴിയും?

മുതലാളിത്ത ആഗോളവല്ക്കരണത്തിന്റെ ഏറ്റവും വലിയ ഗുണഭോക്താവാണ് വാൾമാർട്ട്. ആഗോളവല്ക്കരണം സൃഷ്ടിച്ച തകർച്ചയുടെ വാരിക്കുഴികളിലാണ് വാൾമാർട്ട് വികസനത്തിന്റെ വിത്തുകൾ പാകിമുളപ്പിച്ചത്. 1962 ൽ സാം വാൾട്ടൺ സ്ഥാപിച്ച ചെറുകിട വ്യാപാര സ്ഥാപനമാണ് വളർന്നു പന്തലിച്ച് അമേരിക്കൻ ഭരണകൂടത്തെപ്പോലും കടപുഴക്കാൻ കെല്പുള്ള അതിബൃഹത്തായ ബിസിനസ് സാമ്രാജ്യമായി മാറിയത്. ഇന്ന് ലോകപച്ചക്കറി വ്യാപാരത്തിന്റെ 20 ശതമാനവും ലോക പലചരക്കുവ്യാപാരത്തിന്റെ 30 ശതമാനവും വാൾമാർട്ടിന്റെ കൈപ്പിടിയിലാണ്. 1990 ൽ അമേരിക്കയിൽ 9 സൂപ്പർമാർക്കറ്റുകൾ മാത്രം സ്വന്തമായുണ്ടായിരുന്ന വാൾമാർട്ടിന് ഇന്ന് 65 രാജ്യങ്ങളിലായി ഇരുപതിലധികം വ്യത്യസ്ത പേരുകളിൽ എണ്ണായിരത്തിലധികം വ്യാപാര സ്ഥാപനങ്ങളുണ്ട്. 2010 ലെ കണക്കനുസരിച്ച് വാൾമാർട്ടിന്റെ വാർഷിക വിറ്റുവരവ് 428 ബില്യൻ ഡോളറായിരുന്നു. 2013 ൽ ഇത് 447 ബില്യൻ ഡോളറായി ഉയർന്നു. 2012 ൽ പ്രതീക്ഷിക്കുന്ന വരുമാനം 472 ബില്യൻ ഡോളർ (25.96 ലക്ഷം കോടി രൂപ) ആണ്. ഇത് ലോകത്തിലെ 170 രാജ്യങ്ങളുടെ ജിഡി പി യേക്കാളും ഇന്ത്യയുടെ വാർഷിക ബജറ്റിനേക്കാളും കൂടിയ തുകയാണ്. വാൾമാർട്ട് ഒരു രാജ്യമായിരുന്നുവെങ്കിൽ ലോകത്ത് ഏറ്റവും കൂടുതൽ ധനസ്ഥിതിയുള്ള രാജ്യങ്ങളിൽ 23–ാമത് സ്ഥാനം അവർക്ക് ലഭിക്കുമായിരുന്നു. സ്വീഡനും പാകിസ്ഥാനും വിയത്നാമുമൊക്കെ വാൾമാർട്ടിനു വെറും പൂച്ചക്കുട്ടികൾ!

ലോകത്ത് ഏറ്റവും തൊഴിൽ ചൂഷണം നടക്കുന്ന സ്ഥാപനമാണ് വാൾമാർട്ട്. 2005 ൽ കാലിഫോർണിയ ഹൈക്കോടതി വാൾമാർട്ടിന് വൻതുക പിഴയിട്ടത് ഭക്ഷണം കഴിക്കാൻ ഇടവേളപോലും അനുവദിക്കാതെ തൊഴിലാളികളെ ദീർഘനേരം നിർബ്ബന്ധിച്ചു പണിയെടുപ്പിച്ചതിനായിരുന്നു. ഇരുപത്തിമൂന്നുലക്ഷം തൊഴിലാളികളാണ് വാൾമാർട്ടിൽ പണിയെടുക്കുന്നത്. ക്രൂരവും മനുഷ്യത്വരഹിതവുമായ സമീപനമാണ് തൊഴിൽ പ്രശ്നങ്ങളിൽ മാനേജുമെന്റ് വച്ചുപുലർത്തുന്നത്. തൊഴിലാളികൾക്ക് സംഘടിക്കാനോ അവകാശങ്ങൽക്കുവേണ്ടി ശബ്ദമുയർത്താനോ സ്വാതന്ത്ര്യമില്ല. യൂണിയനുണ്ടാക്കാൻ ശ്രമിച്ച ജീവനക്കാരെ നേരിടാൻ വാൾമാർട്ട് കട അടച്ചുപൂട്ടുകയും സമരക്കാർക്കുനേരെ നിറയൊഴിക്കുകയും ചെയ്തതാണ് ചരിത്രം. 18–ാം നൂറ്റാണ്ടിലെ അടിമത്ത സമ്പ്രദായത്തിന്റെ പരിഷ്കരിച്ച പതിപ്പാണ് വാൾമാർട്ടിലെ തൊഴിൽഘടന. വിവിധരാജ്യങ്ങളിലെ തൊഴിൽ നിയമങ്ങളെല്ലാം വാൾമാർട്ടിനു മുമ്പിൽ വഴിമാറുന്നു. തൊഴിൽസ്ഥലത്ത് ലിംഗവിവേചനം പാടില്ലെന്നാണ് അലിഖിത നിയമമെങ്കിലും വാൾമാർട്ടിന് അതൊന്നും ബാധകമല്ല. പുരുഷതൊഴിലാളികളേക്കാൾ വളരെ കുറഞ്ഞ വേതനമാണ് വാൾമാർട്ട് സ്ത്രീ തൊഴിലാളികൾക്ക് നല്കുന്നത്. തൊഴിൽ സുരക്ഷ ഉറപ്പാക്കാനോ മിനിമംവേതനം നല്കാനോ അവർ തയ്യാറല്ല. ചൈനയിൽ തൊഴിലാളിയുടെ മിനിമംകൂലി മണിക്കൂറിൽ 21 സെന്റ്. എന്നാൽ ചൈനയിലെ വാൾമാർട്ട് സ്റ്റോറിലെ തൊഴിലാളിക്ക് കിട്ടുന്നത് മണിക്കൂറിൽ 13 സെന്റ്. വാൾമാർട്ടിലെ മുൻ തൊഴിലാളി റൊബിന അക്തർ എന്ന ബംഗ്ലാദേശുകാരൻ ഒരു ചാനൽ അഭിമുഖത്തിൽ പറഞ്ഞത് വാൾമാർട്ടിൽ ദിവസം 14 മണിക്കൂർ തുടർച്ചയായി ജോലി ചെയ്താലേ അമേരിക്കയിൽ ഒരു മണിക്കൂറിലെ മിനിമം വേതനത്തിനു തുല്യമായ തുക സമ്പാദിക്കാൻ കഴിയൂ എന്നാണ്. വാൾമാർട്ടിൽ നടക്കുന്നത് നഗ്നമായ തൊഴിൽക്കൊള്ളയാണ്. മറ്റൊരു കാതലായ പ്രശ്നം വേതനത്തിലെ അന്തരമാണ്. വാൾമാർട്ടിലെ നിർവ്വഹണോദ്യോഗസ്ഥന്റെ (സി ഇ ഒ) ഒരു മണിക്കൂറിലെ ശമ്പളം തൊഴിലാളിയുടെ (അസോസിയേറ്റ്) ഒരു വർഷത്തെ വേതനത്തിന് ഏകദേശം തുല്യമാണ്. ഭൂമുഖത്ത് എവിടെ വാൾമാർട്ടോ, ടെസ്കോയോ, മെട്രോയോ, കാരെ ഫോറോ ചുവടുറപ്പിക്കുമ്പോൾ അതിനുപിന്നിൽ ലക്ഷക്കണക്കിന് തൊഴിലാളി കുടുംബങ്ങളുടെ തകർക്കപ്പെട്ട ജീവിതങ്ങളുടെ ശിഥില ചിത്രങ്ങളുണ്ട് എന്ന് നാം ഓർക്കേണ്ടതാണ്. ചില്ലറ വ്യാപാര മേഖലയിലേക്ക് വാൾമാർട്ടിന് വരവേല്പു നല്കുമ്പോൾ ഇന്ത്യൻ സ്വകാര്യ തൊഴിൽ മേഖലയിൽ അതുണ്ടാക്കാനിടയുള്ള ദൂരവ്യാപകമായ പ്രത്യാഘാതങ്ങളെക്കുറിച്ച് വേണ്ടരീതിയിൽ വിലയിരുത്തേണ്ടതാണ്. തൊഴിലാളി–തൊഴിലുടമ ബന്ധത്തിനും, തൊഴിൽ തർക്കപരിഹാര ശ്രമങ്ങളിലും, തൊഴിലാളിയുടെ വിലപേശൽ ശേഷിയിലും ഗുരുതരമായ വിള്ളലുകൾ വീഴ്ത്തുന്നതിന് വാൾമാർട്ട് മോഡൽ വഴിവച്ചേക്കും എന്ന് സംശയം വേണ്ട. നിലവിലുള്ള തൊഴിൽസംസ്കാരത്തിന്റെ പുറത്ത്

കത്തിവയ്ക്കുന്ന ഈ പുറംവരവ് രാജ്യത്ത് അസ്വസ്ഥതകൾ ആളിക്കത്തിക്കും എന്നു ഏറെക്കുറെ ഉറപ്പാണ്.

വാൾമാർട്ട് പോലുള്ള വ്യാപാരഭീമന്മാരുടെ അതിജീവനതന്ത്രം ഇരപിടിയൻ വിലനിർണ്ണയ രീതിയാണ്. കഴുത്തറപ്പൻ മത്സരത്തിലൂടെ വിപണിയിൽ ആധിപത്യം ഉറപ്പിക്കുന്നതുവരെ നഷ്ടം സഹിച്ചും വ്യാപാരം തുടരാൻ അവർ തയ്യാറാകും. ചുരുങ്ങിയ വേതനമുള്ള രാജ്യങ്ങളിൽ നിന്ന് കുറഞ്ഞ വിലയ്ക്ക് ഉല്പന്നങ്ങൾ ശേഖരിക്കും.

ആഭ്യന്തര വിപണിയിലേക്കാൾ കുറഞ്ഞ വിലയ്ക്ക് ഉല്പന്നം വാൾമാർട്ട് സ്റ്റോറിലൂടെ വിറ്റ് വിപണി പിടിക്കുകയാണ് അവർ ചെയ്യുന്നത്. മത്സരാധിഷ്ഠിത ലോകത്തിൽ അതിജീവനശേഷിയുള്ളവയേ നിലനില്ക്കൂ എന്ന ഡാർവീനിയൻ സിദ്ധാന്തംതന്നെയാണ് വാൾമാർട്ടിന്റെ വഴികാട്ടി. കഴുത്തറുപ്പൻ മത്സരത്തിലൂടെ എതിരാളികളെ തറപ്പറ്റിച്ച് വിപണി പിടിച്ചടക്കാൻ കഴിഞ്ഞാൽ ഉല്പന്നവില ആകാശത്തോളമുയർത്തി പരമാവധി ലാഭം കൊയ്യാനും വാൾമാർട്ടിനറിയാം.

ചില്ലറവ്യാപാരരംഗത്ത് വിദേശ നിക്ഷേപം കടത്തിവിടാൻ യു പി എ സർക്കാർ തീരുമാനമെടുത്തത് ഇന്ത്യയിലെ വ്യാപാരി സമൂഹത്തിന്റെയോ കർഷകരുടെയോ ഉപഭോക്താക്കളുടെയോ ആവശ്യമോ അഭിപ്രായമോ കണക്കിലെടുത്തല്ല. ഇന്ത്യയിലെ പ്രാദേശിക സംരംഭകരുടെ എണ്ണക്കുറവോ ധനശേഷിക്കുറവോ നിഷ്ക്രിയത്വമോ ഇതിനു കാരണമായി എന്ന് ചൂണ്ടിക്കാണിക്കാനുമാവില്ല. വർത്തമാനകാല സമൂഹത്തിന് യോജിച്ച യുക്തിയാണ് പ്രത്യക്ഷ വിദേശ മൂലധനം എന്ന് ഉറക്കെ പ്രഖ്യാപിച്ചത് പ്രധാനമന്ത്രി തന്നെയാണ്. വൻകിട കച്ചവടക്കാർ കൂടെ കൊണ്ടു വരുന്ന വിദേശ നിക്ഷേപത്തിന്റെ വൈപുല്യത്തെക്കുറിച്ച് എത്രയെത്ര ഊഹക്കണക്കുകൾ നിരന്നു! എന്നിട്ട് എന്താണ് സംഭവിച്ചത്? പാർലമെന്റിൽ ബില്ല് അവതരിപ്പിച്ചപ്പോൾ മല എലിയെ പ്രസവിച്ച പരുവത്തിലായി. വിദേശ കുത്തകകൾ ഇവിടെവന്ന് കച്ചവടം നടത്തി കുന്നുകൂട്ടുന്ന ലാഭം കടൽ കടത്തിക്കൊണ്ടു പോകുമെന്ന കാര്യം ഉറപ്പായിരുന്നു. മിച്ചമൂല്യത്തിന്റെ വളരെ ചെറിയൊരംശമാണ് പശ്ചാത്തല വികസനത്തിനു ചെലവിടേണ്ടത്. 25 ലക്ഷം കോടി രൂപയുടെ വിപണി തുറന്നു കിട്ടുന്നതിന് കുത്തക ഭീമന്മാർ ചെലവിടേണ്ടത് വെറും രണ്ടായിരം കോടി! ഇതാകട്ടെ രണ്ടോ മൂന്നോ മാസത്തെ വിറ്റുവരവുകൊണ്ട് കമ്പനിക്ക് തിരിച്ചുപിടിക്കാം. തുടർന്ന് അനാദികാലം അവർക്ക് ഇന്ത്യൻ ഉപഭോക്താക്കളെ ചൂഷണം ചെയ്യാം. വെറുതെയാണോ ചില്ലറവില്പന മേഖലയിൽ വിദേശനിക്ഷേപം എന്നത് വെറും രാഷ്ട്രീയ തട്ടിപ്പാണോ എന്ന് സുപ്രീം കോടതി സംശയിച്ചത്?

ഇന്ത്യയുടെ ചില്ലറ വില്പന മേഖലയിൽ കാര്യമായ സ്വാധീനം ചെലുത്താൻ വിദേശക്കച്ചവടക്കാർക്ക് കഴിയില്ല എന്നു ചിന്തിക്കുന്ന അപൂർവ്വം ശുദ്ധാത്മാക്കൾ ഇപ്പോഴുമുണ്ട്. റിലയൻസും ടാറ്റയും ബിർളയും മറ്റും ശ്രമിച്ചിട്ടും കാര്യമായി കുലുങ്ങാത്ത ഇന്ത്യൻ ചില്ലറ

വ്യാപാരമേഖല വാൾമാർട്ടിനു മുന്നിൽ എന്തിനു മുട്ടു മടക്കണം എന്നാണവർ ചോദിക്കുന്നത്. ആദ്യമായി പറയട്ടെ സിറ്റികളിലും ചെറുനഗരങ്ങളിലും ഇടം തേടിയ ഇന്ത്യൻ സ്വകാര്യ കുത്തകകളുടെ വ്യാപാരസ്ഥാപനങ്ങൾ പരമ്പരാഗത വ്യാപാരികളുടെ വിറ്റുവരവിൽ സാർത്ഥകമായ കുറവ് ഉണ്ടാക്കിയിട്ടുണ്ട്. 'നവധന്യ' എന്ന സ്വയംസഹായസംഘം നടത്തിയ പഠനത്തിൽ ഇന്ത്യയിലെ ഏതെങ്കിലും സ്ഥലത്ത് 'റിലയൻസ്' മാൾ തുടങ്ങുമ്പോൾ തൊട്ടടുത്തുള്ള 3 പ്രാദേശിക വ്യാപാരസ്ഥാപനങ്ങളിൽ 30 ശതമാനം ബിസിനസ് കുറയുന്നതായി കണ്ടെത്തുകയുണ്ടായി. 2010 ലെ കണക്കനുസരിച്ച് ഇന്ത്യൻ ഭക്ഷ്യോല്പന്ന വിപണന മേഖലയുടെ 10 ശതമാനത്തോളം കോർപ്പറേറ്റുകൾ കൈയടക്കിക്കഴിഞ്ഞു. ഇത്തരമൊരവസ്ഥയിൽ കുറഞ്ഞത് നൂറ് റിലയൻസ് മാളുകളെ ഒറ്റ മേല്ക്കൂരക്കുള്ളിൽ ഒതുക്കുന്ന വാൾമാർട്ടിന്റെ ഹൈപ്പർ ബസാർ എത്ര കൊച്ചുകടകളെ വിഴുങ്ങും എന്ന് ഊഹിക്കാവുന്നതേയുള്ളൂ. ചിലിയിൽ വാൾമാർട്ട് കാലു കുത്തിയതിന്റെ മൂന്നാംവർഷം ചില്ലറ വ്യാപാരമേഖലയുടെ മൂന്നിലൊരുഭാഗം (34%) വാൾമാർട്ടിന്റെ കൈപ്പിടിയിലായി. ഇത്തരമൊരവസ്ഥ ഇന്ത്യയിലും സംഭവിച്ചുകൂടെന്നില്ല. അർജന്റീനയിൽ വാൾമാർട്ടിന്റെ വരവോടെ ഭക്ഷ്യോല്പന്ന വിപണനരംഗത്തു പ്രവർത്തിച്ചിരുന്ന പ്രാദേശിക വ്യാപാരികളിൽ നാലിൽ ഒരു ഭാഗം ഉപഭോക്താക്കളെക്കിട്ടാതെ കട പൂട്ടി സ്ഥലം വിടേണ്ടിവന്നു. തായ്‌ലൻഡിൽ വിദേശ നിക്ഷേപത്തിന്റെ കുത്തൊഴുക്ക് പാരമ്പര്യ വ്യാപാരവ്യവസ്ഥയുടെ തായ് വേരറുത്തു. 90 കളിൽ വാൾമാർട്ടും ടെസ്കോയും തായ്‌ലൻഡിന്റെ ചില്ലറ വ്യാപാര മേഖലയിൽ സ്വാധീനമുറപ്പിച്ചതോടെ നാട്ടിൻപുറത്തെ ചില്ലറ-ഇടത്തരം വ്യാപാരികളിൽ 60 ശതമാനവും തൊഴിൽരഹിതരായി. ചെറുകിടക്കാരുടെ മുന്നിൽ വാതിൽ കൊട്ടിയടയ്ക്കുന്ന നവലിബറൽ പരിഷ്കാരങ്ങൾ സമൂഹത്തിന് ആപല്ക്കരമാണെന്ന് സുപ്രീംകോടതി അഭിപ്രായപ്പെട്ടത് ഈ പശ്ചാത്തലത്തിലാണ്.

അതിവേഗത്തിൽ വളരുന്ന ഇന്ത്യൻ സമ്പദ്ഘടനയ്ക്ക് വിദേശ ഹൈപ്പർ മാർക്കറ്റുകളെ ഉൾക്കൊള്ളാൻ കഴിയും എന്ന അവകാശവാദവും വസ്തുതകൾക്ക് നിരക്കുന്നതല്ല. വളർച്ചയും സാമൂഹിക വികസനവുമായി കാര്യമായ ബന്ധമൊന്നുമില്ല. ആകാശം എത്തിപ്പിടിക്കാൻ കോപ്പു കൂട്ടുന്ന കോർപ്പറേറ്റ് ഭീമന്മാർക്ക് ലക്ഷ്യം സഫലീകരിക്കാൻ പൊന്മുട്ടയിടുന്ന താറാവുകളെ കൊല്ലാതെ തരമില്ലല്ലോ. അനൗദ്യോഗിക കണക്കനുസരിച്ച് 1.3 കോടി പ്രാദേശിക റീട്ടെയിൽ സ്ഥാപനങ്ങളാണ് ഇന്ത്യയിലുള്ളത്. ഇവയിലെല്ലാം കൂടി 2.3 കോടി തൊഴിലാളികൾ പണിയെടുത്തുവരുന്നു. ഏതാണ്ട് 90 പേർക്ക് ഒരു കട എന്ന രീതിയിൽ പ്രാദേശിക ചില്ലറ വ്യാപാര സ്ഥാപനങ്ങൾ ഇന്ത്യയിലുണ്ട്. ദേശീയ വരുമാനത്തിന്റെ 13 ശതമാനം സംഭാവന ചെയ്യുന്ന സാമ്പത്തികമേഖലയാണിത്. സുപ്രീംകോടതി അഭിപ്രായപ്പെട്ടതുപോലെ വൻകിട വിദേശ കച്ചവടക്കാരുടെ വരവ് ഇന്ത്യയിലെ ചെറുകിട വ്യാപാര സംരംഭകർക്ക് ശക്ത

മായ ഭീഷണിയാണ് ഉയർത്തുന്നത്. ലോകപ്രസിദ്ധ ബ്രാൻഡഡ് ഉല്പന്നങ്ങൾ ഏറ്റവുംകുറഞ്ഞ വിലയ്ക്ക് വില്ക്കാൻ വാൾമാർട്ട് തയ്യാറാകുമ്പോൾ ആകർഷകത്വം കുറഞ്ഞ പ്രാദേശിക ഉല്പന്നങ്ങൾ ആവശ്യക്കാരില്ലാതെ പ്രാദേശിക വിപണിയിൽ നിന്നും പുറന്തള്ളപ്പെടും.

വാൾമാർട്ടിന്റെ തൊഴിൽ ദാനശേഷിയെ പെരുപ്പിച്ചു കാണിക്കാൻ തെറ്റായ അവകാശവാദങ്ങളാണ് യു പി എ സർക്കാർ മുന്നോട്ടുവയ്ക്കുന്നത്. രാജ്യത്ത് ഒരു കോടി തൊഴിലവസരങ്ങൾ വാൾമാർട്ട് കൊണ്ടുവരുമെന്നാണ് വാണിജ്യമന്ത്രി ആനന്ദശർമ്മ പ്രസ്താവിച്ചത്. ഇത് അസംബന്ധമാണെന്ന് മനസ്സിലാക്കാൻ സാമാന്യബുദ്ധി മതിയാകും. വിയത്നാമിൽ നടത്തിയ പഠനം തെളിയിക്കുന്നത് മെഗാസ്റ്റോറുകൾ 12 തൊഴിലാളികളെ വച്ച് ഒരു ടൺ തക്കാളി വില്ക്കുമ്പോൾ പാരമ്പര്യ വിപണന ശൃംഖല ഏകദേശം 29 തൊഴിലാളികളെ ഇതിനായി വിനിയോഗിക്കുന്നുവെന്നാണ്. തൊഴിലാളികളുടെ എണ്ണം കുറച്ചും ഉള്ളവരെക്കൊണ്ട് കഠിനമായി ജോലി ചെയ്യിപ്പിച്ചുമാണ് വിദേശ കച്ചവടക്കാർ കീശ വീർപ്പിക്കുന്നത്. മെഗാസ്റ്റോറുകൾ സൃഷ്ടിക്കുന്ന തൊഴിലവസരങ്ങളേക്കാൾ എത്രയോ അധികമാണ് അവർ നഷ്ടപ്പെടുത്തുന്ന തൊഴിലവസരങ്ങൾ! വാൾമാർട്ട് ഒരു കട തുറക്കുമ്പോൾ സമീപപ്രദേശങ്ങളിൽ വ്യാപാരരംഗത്ത് പ്രവർത്തിച്ചിരിക്കുന്ന ഏകദേശം 50 പേർക്ക് പിഴപ്പ് മുട്ടുന്നതായി അഞ്ചുവർഷം മുമ്പ് തായ്‌ലൻഡിൽ നടന്ന പഠനം സൂചിപ്പിക്കുകയുണ്ടായി. തൊഴിൽക്കമ്പോളത്തിൽനിന്ന് ഇങ്ങനെ പുറന്തള്ളപ്പെടുന്നവരിൽ ഭൂരിപക്ഷവും വേണ്ടത്ര വിദ്യാഭ്യാസ യോഗ്യതയോ സാങ്കേതികത്തികവോ ഇല്ലാത്ത സാധാരണക്കാരാണെന്നതാണ് ഇതിലേറെ ദയനീയം. വിദേശ കുത്തകകൾ വലിച്ചെറിയുന്ന അപ്പക്കഷണങ്ങൾക്കുവേണ്ടി മുറവിളി കൂട്ടുന്നവർ അവർ തകർക്കുന്ന ജീവിതങ്ങളെക്കുറിച്ചോർത്ത് എന്തുകൊണ്ട് വ്യാകുലപ്പെടുന്നില്ല? പെൻസിൽവേനിയ യൂണിവേഴ്സിറ്റിയിലെ സാമ്പത്തികവിഭാഗം പ്രൊഫസറായ സ്റ്റീഫൻ ജെ ഗേറ്റ്സ് ഈയിടെ ഒരു ലേഖനത്തിൽ എഴുതിയത് വാൾമാർട്ട് പ്രാദേശിക സംരംഭകരെ നശിപ്പിക്കുക മാത്രമല്ല പ്രാദേശിക നേതൃഗുണത്തേയും ഇല്ലായ്മ ചെയ്യുന്നുവെന്നാണ്. ഗേറ്റ്സും റിസർച്ച് സ്കോളർ ഹേമ സ്വാമിനാഥനും ചേർന്നു നടത്തിയ മറ്റൊരു പഠനം വിരൽചൂണ്ടുന്നത് വാൾമാർട്ടിന്റെ സാന്നിദ്ധ്യം ദാരിദ്ര്യവല്ക്കരണത്തിന് ആക്കം കൂട്ടുന്നുവെന്നാണ്. എൺപതുകളിൽ വാൾമാർട്ടിന്റെ സാന്നിധ്യം ഉണ്ടായിരുന്ന അമേരിക്കൻ കൗണ്ടുകളിലെ കുടുംബദാരിദ്ര്യനിരക്ക് വാൾമാർട്ട് കാലുകുത്താത്ത കൗണ്ടുകളിലെ ദാരിദ്ര്യ നിരക്കിനേക്കാൾ ഉയർന്നതാണെന്ന് പഠനത്തിൽ കണ്ടെത്തി. ഇങ്ങനെ, നാട്ടിൽ അസമത്വവും തൊഴിലില്ലായ്മയും സൃഷ്ടിച്ച് വറുതിക്ക് വേഗം പകരുന്ന സ്ഥാപനത്തെയാണോ അരിയും പൂവുമിട്ട് സ്വീകരിക്കാൻ തിടുക്കം കൂട്ടുന്നത്?

ചില്ലറ വ്യാപാരരംഗത്തെ വിദേശ കുത്തകകളെ വെള്ളപൂശാൻ ഗവൺമെന്റ് മുന്നോട്ടുവയ്ക്കുന്ന മറ്റൊരു ന്യായവാദം പ്രത്യക്ഷ വിദേ

ശനിക്ഷേപം കാർഷികമേഖലയിൽ ഗുണപരമായ മാറ്റമുണ്ടാക്കുമെന്നാണ്. എന്നാൽ ഇത്തരമൊരു വിതണ്ഡവാദം ഉന്നയിക്കുന്നവർ അമേരിക്കയും യൂറോപ്യൻ യൂണിയനും മറ്റു വികസിത രാജ്യങ്ങളും എന്തുകൊണ്ട് കൃഷിക്കാർക്ക് വാരിക്കോരി സബ്സിഡി നല്കുന്നു എന്നു വ്യക്തമാക്കണം. വാൾമാർട്ടിന്റെ വരവ് കൃഷിക്കാർക്ക് ഗുണകരമായിരുന്നുവെങ്കിൽ അവരുടെ പിതൃഭൂമിയായ അമേരിക്ക എന്തുകൊണ്ടാണ് ഉല്പാദനച്ചെലവിനേക്കാൾ ഉയർന്ന തുക സബ്സിഡി നല്കി ധനിക കൃഷിക്കാരെപ്പോലും സംരക്ഷിക്കുന്നത്? വാൾമാർട്ടൈസേഷനു വളരെ മുമ്പുതന്നെ ഇന്ത്യൻ കാർഷികമേഖല കോർപ്പറോക്രസിക്കു മുന്നിൽ തുറന്നിട്ടത് യു പി എ സർക്കാരാണ്. ഇന്തോ–അമേരിക്കൻ കാർഷിക വിജ്ഞാന സമാരംഭക്കരാറാണ് ഇതിന് അവസരമൊരുക്കിയത്. ഈ കരാറനുസരിച്ച് രൂപവല്ക്കരിക്കപ്പെട്ട മാനേജ്മെന്റ് ബോർഡിൽ ഉദ്യോഗസ്ഥർക്കും ഗവേഷകർക്കുമൊപ്പം മൊൺസെന്റോ, കൊൺ–അഗ്ര, വാൾമാർട്ട് എന്നീ ബഹുരാഷ്ട്ര കോർപ്പറേഷനുകളുടെ പ്രതിനിധികളും അംഗങ്ങളായിരുന്നു. കരാറിനെത്തുടർന്ന് ഇന്ത്യയിൽ ജനിതക സാങ്കേതിക വിദ്യയുടെ നിയന്ത്രണം ഗവൺമെന്റ് ദുർബ്ബലമാക്കി. തുടർന്നാണ് രണ്ടാം ഹരിത വിപ്ലവത്തിന്റെ ആചാരവെടി മുഴങ്ങിയത്. ഇന്ത്യൻ കാർഷികരംഗത്ത് ആഗോളക്കുത്തകകൾക്കുവേണ്ടി ഗവൺമെന്റ് നടത്തിയ ഇത്തരം ഇടപെടലുകളാണ് കാർഷികത്തകർച്ചയുടെ കനലുകൾ ഇന്ത്യയിൽ ആളിക്കത്തിച്ചത്. പുതിയ പരിഷ്കരണം നിലവിലുള്ള സ്ഥിതിവിശേഷം കൂടുതൽ രൂക്ഷമാക്കും എന്ന കാര്യം ഏറെക്കുറെ ഉറപ്പാണ്.

വൻകിട വിദേശകച്ചവടക്കാർ കൃഷിക്കാരിൽനിന്ന് ഉല്പന്നങ്ങൾ നേരിട്ടുസംഭരിക്കുന്നതുകൊണ്ട് ഇടത്തട്ടുകാരുടെ ചൂഷണത്തിൽനിന്ന് കർഷകരെ മോചിപ്പിക്കുന്നതിനും കർഷകർക്ക് ന്യായവില ഉറപ്പാക്കുന്നതിനും സഹായിക്കുന്നു എന്നൊരു പ്രചാരണം ചില കേന്ദ്രങ്ങൾ അഴിച്ചുവിട്ടിട്ടുണ്ട്. ഇതിനും യാഥാർത്ഥ്യവുമായി പുലബന്ധം പോലുമില്ല. ആദ്യമായി കാർഷിക മാർക്കറ്റിങ് ആക്ടിൽ ഭേദഗതി വരുത്തി നിലവിലുള്ള നിയമങ്ങൾ പരിഷ്ക്കരിക്കാതെ ഇതിനുള്ള സാദ്ധ്യത വിരളമാണ്. മറ്റൊന്ന് മദ്ധ്യവർത്തികളെ പൂർണ്ണമായി ഒഴിവാക്കാൻ ബിസിനസിന്റെ ആരംഭഘട്ടത്തിൽ കോർപ്പറേറ്റുകൾ തയ്യാറാകും എന്നുറച്ചു പറയാനാകില്ല. ഇടത്തട്ടുകാരെ പൂർണ്ണമായി ഒഴിവാക്കിയാൽത്തന്നെ അതിന്റെ നേട്ടം കർഷകനോ ഉപഭോക്താവിനോ കിട്ടണമെന്നുമില്ല. പഴയ പാരമ്പര്യ വെണ്ടർമാർക്കു പകരം ഹൈടെക്ക് വെണ്ടർമാർ ഇന്ത്യൻ കാർഷിക മേഖലയുടെ ഭാഗമാകും. ഇടത്തട്ടുകാരന്റെ കൈയിലൂടെയുള്ള ചൂഷണം കോർപ്പറേറ്റ് ചൂഷണത്തിന് വഴിമാറിയതുകൊണ്ട് കർഷകന്റെ സ്ഥിതി മെച്ചപ്പെടണമെന്നില്ല, കോൺട്രാക്റ്റ് ഫാമിങ്ങിന്റെ കുരുക്കിൽ തലവച്ചുകൊടുക്കുന്ന കൃഷിക്കാർക്ക് കുത്തകകൾ പറയുന്ന വിലയ്ക്ക് ഉല്പന്നം കൊടുക്കാതിരിക്കാൻ കഴിയാത്ത അവസ്ഥയുണ്ടാകും. പെപ്സിക്കമ്പനിയുടെ വാക്കുകേട്ട് പഞ്ചാബിൽ തക്കാളിക്കൃഷിക്ക് ഇറങ്ങിത്തിരിച്ച

ഗ്രാമീണ കർഷകരുടെ അനുഭവം ആർക്കും പാഠമാകേണ്ടതാണ്. തുടക്കത്തിൽ ആകർഷകമായ വിലയ്ക്ക് തക്കാളി സംഭരിച്ച കമ്പനി മാർക്കറ്റിൽ കുത്തകാവകാശം ഉറപ്പാക്കിയതോടെ വില കുത്തനെ ഇടിച്ചു. കിലോക്ക് ഒരു രൂപപോലും വിലയില്ലാത്ത അവസ്ഥയിൽ ടൺകണക്കിന് തക്കാളിയാണ് പഞ്ചാബിലെ പാതയോരങ്ങളിൽ ആർക്കും വേണ്ടാതെ ചീഞ്ഞളിഞ്ഞുപോയത്. ഇതേ അവസ്ഥയിലേക്കാണ് വാൾമാർട്ടൈസേഷൻ നമ്മളെ എത്തിക്കുന്നത്. ആഗോള ഉല്പന്നങ്ങൾ ആഗോള ഉല്പാദകരിൽനിന്ന് ഏറ്റവും കുറഞ്ഞ വിലയ്ക്ക് ശേഖരിച്ച് വിപണിയിലെത്തിക്കുന്ന വാൾമാർട്ട് പ്രാദേശിക കർഷകന്റെ ബന്ധുവോ സഹായിയോ ആണെന്ന് കരുതുന്നത് തികഞ്ഞ ബുദ്ധിശൂന്യതയാണ്. ഉല്പന്നം വാങ്ങാൻ ഉപഭോക്താവ് ചെലവിടുന്ന തുകയുടെ നാലിൽ ഒരംശമെങ്കിലും കർഷകനുമായി പങ്കുവയ്ക്കാൻ ലോകത്ത് ഒരിടത്തും വാൾമാർട്ട് സന്നദ്ധമായിട്ടില്ല. മാത്രമല്ല ഗുണമേന്മയുടെ വ്യാപാരതന്ത്രം ഉയർത്തിക്കാട്ടി അവർ പ്രാദേശിക ഉല്പാദകരെ ഭീഷണിപ്പെടുത്തുകയും വിഷമവൃത്തത്തിലാക്കുകയും ചെയ്യുന്നു. കാലക്രമേണ കൃഷിക്കാരുടെ ഉല്പന്നങ്ങൾ ചില്ലറവ്യാപാരിക്കു നല്കുന്ന മണ്ടികൾ അടച്ചുപൂട്ടിക്കാൻ അവർ വിതരണരംഗത്ത് പിടിമുറുക്കും. ഇതോടെ മൊത്തക്കച്ചവടക്കാരും ചന്തയിൽ പതിവു ജോലിക്കാരും തൊഴിൽരഹിതരാകും. ഇരപിടിയൻ വിലനയവും പൂഴ്ത്തിവയ്പും, കുത്തകസംഭരണവും, ഊഹക്കച്ചവടവും നിയന്ത്രിക്കാൻ നിയമങ്ങൾ ആവിഷ്കരിക്കാതെ, കുത്തകകളെ യഥേഷ്ടം കയറൂരി വിട്ടാൽ ഇന്ത്യയിലെ കർഷകന്റെ സ്ഥിതി ഇതിലും ദയനീയമാകും.

ദേശാഭിമാനി വാരിക 2013, മാർച്ച്

അടുക്കളകൾ തിരിച്ചുപിടിക്കാനാവുമോ?

ഭക്ഷണം വർത്തമാനകാല സമൂഹത്തിലെ ഏറ്റവും വലിയ പ്രഹേളികയായി മാറിക്കൊണ്ടിരിക്കുന്നു. എന്താണ് ഭക്ഷിക്കുന്നതെന്നോ ആരാണ് വച്ചുവിളമ്പിത്തരുന്നതെന്നോ കൃത്യമായി ആർക്കും അറിയാനാവാത്ത ഒരവസ്ഥ സംജാതമാവുകയാണ്. ലഞ്ചും ബ്രേക്ക്ഫാസ്റ്റും ഡിന്നറും ഹോട്ട്ഡ്രിങ്ക്സുമൊക്കെ ഫാക്ടറിയിൽ ഉല്പാദിപ്പിക്കപ്പെട്ട് യഥാസമയം ഉപഭോക്താവിന്റെ മുന്നിലെത്തുമെന്ന് വന്നാൽ ഭക്ഷണത്തെക്കുറിച്ച് ചിന്തിച്ച് വെറുതെ വ്യാകുലപ്പെടുന്നതെന്തിന്?

നവലിബറൽ പരിഷ്കാരങ്ങൾ കെട്ടഴിച്ചുവിട്ട മാറ്റത്തിന്റെ കാറ്റ് ആഞ്ഞുവീശുന്നത് നമ്മുടെയെല്ലാം അടുക്കളത്തളങ്ങളിലൂടെയാണ്. കരിയും പുകയും നെടുവീർപ്പും പെണ്ണിന്റെ കണ്ണീരും ഇടനെഞ്ചിലെ ചൂടും ഏറ്റുവാങ്ങി വിറങ്ങലിച്ച നമ്മുടെ പഴയ അടുക്കളകൾ ചരിത്രസ്മാരകങ്ങളായി മാറുന്നു. പുതിയ കെട്ടിടങ്ങൾക്കും എടുപ്പുകൾക്കും ഫ്ളാറ്റുകൾക്കും അടുക്കളകൾ ധൂർത്തും അനാവശ്യവുമാണ് എന്നൊരു സാമാന്യബോധം നാമ്പിട്ടു വരുന്നു. ഉല്പന്നങ്ങളും ഊണുമേശയും തമ്മിലുള്ള ദൂരം കാര്യമാക്കാനില്ലെന്നും ഭക്ഷണത്തിന്റെ രുചിയും ആസ്വാദ്യതയും രസാനുഭൂതിയും നിർണ്ണയിക്കുന്നത് ഏതാനും കെമിക്കലുകളാണെന്നും പെണ്ണിന്റെ സ്ഥാനം വിപണിയിലാണെന്നും പുതിയ ധനശാസ്ത്രം നമ്മെ പഠിപ്പിക്കുന്നു. ജീവിതം പടിയിറങ്ങിപ്പോയ നമ്മുടെ പഴയ അടുക്കളകൾ തിരിച്ചുപിടിക്കണമെങ്കിൽ നമ്മുടെ മനോഭാവത്തിലെങ്കിലും കാതലായ മാറ്റങ്ങൾ വരുത്തിയേ മതിയാവൂ.

ഫ്യൂഡൽ കൊളോണിയൽ മൂല്യവ്യവസ്ഥയുടെ കടന്നാക്രമണം പ്രാദേശിക ഭക്ഷ്യവ്യവസ്ഥയുടെ നിലനില്പിനെപ്പോലും അപകടപ്പെടുത്തിയിരിക്കുന്നു. *അർത്ഥശാസ്ത്ര*ത്തിൽ കൗടില്യൻ ധനപ്രമത്തരായ

വൻകിട വ്യാപാരികളെ വലിയ മീനുകൾ എന്നാണ് വിശേഷിപ്പിച്ചത്. പുതിയ ലോകത്തിലെ വലിയ മീനുകൾ കുത്തക കോർപ്പറേഷനുകളും മൂലധന വ്യവസായികളുമാണ്. വികസ്വരരാജ്യങ്ങളിലെ ദരിദ്രജനവിഭാഗങ്ങളുടെ ഭക്ഷണപ്പാത്രത്തിലാണ് അവ പിടിമുറുക്കിയിരിക്കുന്നത്. ഭക്ഷണ നിഷേധത്തോടൊപ്പം പ്രാദേശിക ഭക്ഷ്യവ്യവസ്ഥക്കെതിരെ ശക്തമായ ഒരവബോധം സൃഷ്ടിച്ചെടുക്കാനും അവ തന്ത്രങ്ങൾ മെനയുന്നു. നാടൻ ഭക്ഷണം അപരിഷ്കൃതവും അശ്രീകരവും അനാരോഗ്യകരവുമാണെന്നും അവ കഴിക്കുന്നവർ അന്തസ്സില്ലാത്തവരാണെന്നും പ്രചരിപ്പിക്കാൻ കുത്തകകൾ പത്രങ്ങളെയും ദൃശ്യമാധ്യമങ്ങളെയും കൂട്ടുപിടിച്ചിരിക്കുന്നു. അതേസമയം പഞ്ചനക്ഷത്ര ഹോട്ടലുകളിലും കോർപ്പറേറ്റ് കയോസ്കുകളിലും ഷോപ്പിങ് മാളുകളിലും വില്ക്കുന്ന പൊള്ളുന്ന വിലയുള്ള ഫാസ്റ്റ് ഫുഡും പാക്കറ്റ് ഫുഡും ശുദ്ധവും സുരക്ഷിതവുമാണെന്ന് അവ നാടൊട്ടുക്ക് തമ്പേറടിച്ച് വാഴ്ത്തുന്നു. ഉയർന്ന വാങ്ങൽശേഷിയുള്ള സമ്പന്നരെയും ഇടത്തരക്കാരെയുമാണ് കോർപ്പറേറ്റ് മാഫിയ ലക്ഷ്യമിടുന്നത്. എന്നാൽ ഒരു കാര്യം സൂചിപ്പിക്കാതിരിക്കാനാവില്ല. നാടൻ ഭക്ഷണം വൃത്തിഹീനവും മലിനവുമാണെന്ന് പെരുമ്പറയടിക്കുന്നവർ പഞ്ചനക്ഷത്രഹോട്ടലുകളുടെ പിന്നാമ്പുറങ്ങൾ കാണാത്തവരാണ്. ഏത് വൃത്തികേടും തേച്ചുമിനുക്കി വർണ്ണക്കൂട്ടിലൊതുക്കി സുഗന്ധം പുരട്ടി കണ്ണഞ്ചിപ്പിക്കുന്ന പരസ്യങ്ങളുടെ അകമ്പടിയോടെ വിപണിയിലവതരിപ്പിച്ചാൽ അത് മഹത്തരമായി മാറുന്നു. വിപണിയിൽനിന്നും പുറംതള്ളപ്പെടുന്നതിനുപകരം അത് വിപണിയെ ചലനാത്മകമാക്കും. ഭക്ഷണത്തിന്റെ നിറത്തിനും മണത്തിനും രുചിക്കും പിറകിലുള്ള നിഗൂഢരസതന്ത്ര സമവാക്യങ്ങളെക്കുറിച്ചറിഞ്ഞാൽ ഞെട്ടിപ്പോകും എന്നിരിക്കലും ഗൃഹാതുരത്വം ചുരത്തുന്ന നാടൻ ഭക്ഷണത്തിന്റെ ശാലീനതയേക്കാൾ പാക്കറ്റ് ഫുഡിന്റെ ത്രസിപ്പിക്കുന്ന ലഹരിയാണ് നിങ്ങളെ കീഴടക്കുന്നതെങ്കിൽ കോർപ്പറേറ്റ് തന്ത്രങ്ങൾ വിജയം വരിക്കുന്നുവെന്ന് ഉറപ്പിക്കാം. നാടൻ കരിക്കിനേക്കാൾ കോള ഇഷ്ടപ്പെടുന്നവർ നമുക്കിടയിലും ധാരാളമുണ്ടല്ലോ.

അടുത്ത കാലത്ത് പാർലമെന്റിൽ അവതരിപ്പിച്ച് പാസാക്കിയെടുത്ത ഭക്ഷ്യ-സുരക്ഷ-ഗുണമേന്മാ (Food Safety and Standards Act) നിയമം ഭക്ഷ്യോല്പാദന വിപണന രംഗത്ത് ശ്രദ്ധേയമായ കാൽവയ്പാണെന്നാണ് യു പി എ ഭരണകൂടം അവകാശപ്പെടുന്നത്. എന്നാൽ എന്താണ് യാഥാർത്ഥ്യം? ഇന്ത്യയിലെ പ്രാദേശിക ഭക്ഷണ വ്യവസ്ഥയെ അട്ടിമറിക്കുന്ന ഈ നിയമം ഇന്ത്യൻ ഭക്ഷ്യമേഖലയിൽ കോർപ്പറേറ്റ് സർവ്വാധിപത്യം അരക്കിട്ടുറപ്പിക്കുന്നു. ഭക്ഷ്യ സുരക്ഷയുടെ കനത്ത താഴുകൾ ആഗോളീകരണത്തിന്റെ സ്വർണ്ണത്താക്കോലിട്ടു തുറക്കാൻ ഈ നിയമം കുത്തകകൾക്ക് അവസരമൊരുക്കുന്നു. ഭക്ഷ്യസംസ്കരണം, ഫുഡ് പാക്കിങ്, ഭക്ഷ്യോല്പാദനം, ഡയറി, ബേക്കറി, ഭക്ഷ്യവിപണനം എന്നുവേണ്ട ഭക്ഷ്യവ്യവസ്ഥയുമായി ബന്ധപ്പെട്ട എല്ലാതലങ്ങളിലും വിദേശ

മൂലധനത്തിന്റെ തള്ളിക്കയറ്റം ശക്തമാക്കുകയാണ് നിയമത്തിന്റെ നിഗൂഢ ലക്ഷ്യം. വിദേശഭക്ഷണത്തെയും പാക്കറ്റ് ഫുഡിനെയും കണക്കറ്റ് പ്രോത്സാഹിപ്പിക്കുന്ന ഈ നിയമം നമ്മുടെ ഭക്ഷണസംസ്കാരത്തെയും രുചിഭേദങ്ങളെയും അന്യമാക്കുന്നതിന് പുറമെ ഭക്ഷ്യോല്പാദന–സംസ്കരണ വിപണന രംഗത്ത് പ്രവർത്തിക്കുന്ന ലക്ഷക്കണക്കിന് അവിദഗ്ദ്ധ തൊഴിലാളികളെ തെരുവാധാരമാക്കുകയും ചെയ്യുന്നു. പ്രതിവർഷം 126 ബില്യൻ ഡോളറിന്റെ വിറ്റുവരവുള്ള യൂണിലിവറും 117 ബില്യൻ ഡോളറിന്റെ ബിസിനസ് കൈയാളുന്ന നെസ്‌ലെയും ഇന്ത്യ മുഴുവൻ വിലയ്ക്ക് വാങ്ങാൻ കെല്പ്പുള്ള വാൾമാർട്ടും മക്ഡോണാൾഡും ക്രാഫ്റ്റും കൊക്കൊകോളയും കോടികളുടെ ആസ്തിയുടെ സ്വദേശി കമ്പനികളും ഇന്ത്യൻ ഗ്രാമങ്ങൾ കീഴടക്കുമ്പോൾ സാധാരണ ഹോട്ടൽ ബിസിനസുകാരനും ധാന്യം പൊടിക്കുന്നവനും ആക്രിവ്യാപാരിക്കും പിടിച്ചു നില്ക്കാൻ കഴിയുന്നതെങ്ങനെ?

ഈ ബില്ലിൽ പതിയിരിക്കുന്ന അപകടങ്ങൾ മുൻകൂട്ടി കണ്ടതുകൊണ്ടാവാം കൃഷിമന്ത്രാലയത്തിന്റെ പാർലമെന്ററി സ്റ്റാന്റിങ്കമ്മിറ്റി ഈ ബിൽ ആരോഗ്യമന്ത്രാലയത്തിന്റെ പരിഗണനയ്ക്ക് വിടണമെന്ന് നിർദേശിച്ചത്. കീടനാശിനികളോ മറ്റു മാലിന്യങ്ങളോ അടങ്ങിയ ഭക്ഷ്യവസ്തുക്കളെ 'സുരക്ഷിതമല്ലാത്തത്' എന്ന് ലേബൽ ചെയ്യണമെന്നും 'വെള്ളം' ഭക്ഷണത്തിന്റെ പരിധിയിൽ ഉൾപ്പെടുത്താവുന്ന ഉല്പന്നമാണെന്നും കൂടുതൽ ശാസ്ത്രജ്ഞന്മാരെ ഉപദേശക സമിതിയിൽ ഉൾക്കൊള്ളിക്കണമെന്നും പ്രസ്തുത കമ്മിറ്റി നിർദ്ദേശിച്ചിരുന്നു. എന്നാൽ ഈ നിർദ്ദേശങ്ങൾക്കൊന്നും കാര്യമായ പരിഗണന നല്കാതെയാണ് ഭക്ഷ്യസംസ്കരണ മന്ത്രി സുബോധ്കാന്ത് സഹായി ബിൽ പാർലമെന്റിൽ അവതരിപ്പിച്ചത്. ബിൽ പാസായതിന് ശേഷമാണ് കോള വിവാദം പുറത്തുവന്നത്. ശീതളപാനീയങ്ങൾ നിരോധിക്കണമെന്ന് ആവശ്യപ്പെട്ട് പാർലമെന്റ് അംഗങ്ങൾ സഭയിൽ ശബ്ദമുണ്ടാക്കി. പുതിയ നിയമത്തിലെ വകുപ്പുകൾ അതിന് സഹായകരമായിരുന്നില്ല. അതുകൊണ്ടാണ് അവശ്യവസ്തു നിയമം ഉപയോഗിച്ച് നിരോധനം നടപ്പാക്കാമെന്ന് മന്ത്രി സൂചിപ്പിച്ചത്. അപ്പോൾ പിന്നെ എന്തിനായിരുന്നു ഇങ്ങനെയൊരു നിയമം ധൃതിപ്പെട്ട് പടച്ചുണ്ടാക്കിയത്? ഭക്ഷ്യ സുരക്ഷയും ഉല്പന്ന ഗുണമേന്മയും ദേശീയ തലത്തിൽ ഉറപ്പുനല്കുന്ന ഒരു നിയമനിർമാണം എന്ന നിലയിൽ സാധാരണക്കാരന്റെ പ്രതീക്ഷകൾക്ക് മങ്ങലേല്പിക്കുന്നവയാണ് ഈ നിയമത്തിലെ പല വ്യവസ്ഥകളും. ഭക്ഷ്യവ്യാപാരരംഗത്ത് നിലവിലുള്ള നിരവധി നിയമങ്ങളിലെ അപാകതകൾ ഒഴിവാക്കി സമഗ്രവും ഏകീകൃതവുമായ ഒരു നിയമനിർമ്മാണം നടപ്പാക്കുകയാണ് ഗവൺമെന്റിന്റെ ലക്ഷ്യമെന്ന് ബിൽ അവതരണഘട്ടത്തിൽ ബന്ധപ്പെട്ട മന്ത്രി വ്യക്തമാക്കിയിരുന്നു. എന്നാൽ ഭക്ഷ്യോല്പാദന സംസ്കരണ വിപണനരംഗത്ത് പ്രവർത്തിക്കുന്ന ഇന്ത്യയിലെ ലക്ഷക്കണക്കിന് ചെറുകിട സംരംഭകർക്കും സ്ഥാപനങ്ങൾക്കും എതിരെ ശക്തമായ വെല്ലുവിളികളാണ്

പുതിയ നിയമം ഉയർത്തുന്നത്. ഭക്ഷ്യസുരക്ഷിതത്വം ഉറപ്പുവരുത്തുമെന്ന് അവകാശപ്പെടുന്ന ഈ നിയമം പരോക്ഷമായെങ്കിലും ഉറപ്പുവരുത്തുന്നത് കുത്തക കമ്പനികളുടെ സുരക്ഷിതത്വമാണ്.

ഈ പുതിയ നിയമത്തിന്റെ ഇതിവൃത്തം മാത്രമല്ല നിർമ്മാണവും സംവിധാനവും കൈയാളിയതും ഇന്ത്യൻ വ്യവസായ ലോബിയിലെ ഉന്നതന്മാരാണ്. 1998 ൽ എൻ ഡി എ ഭരണകാലത്ത് ഇത്തരമൊരാശയം ഭരണതലത്തിൽ ബീജാവാപം ചെയ്തത്. നുസ്ലീവാഡിയ എന്ന വ്യാപാര പ്രമുഖനെയാണ് അന്നത്തെ എൻ ഡി എ ഭരണകൂടം ഈ ദൗത്യം ഏല്പിച്ചത്. അദ്ദേഹത്തെ സഹായിക്കാൻ പ്രസിദ്ധ വ്യവസായികളായ രത്തൻ ടാറ്റയും എ സി മുത്തയ്യയും രംഗത്തുവന്നു. ഇവർ സമർപ്പിച്ച നിർദ്ദേശങ്ങളെത്തുടർന്നാണ് മുൻ ധനകാര്യമന്ത്രി യശ്വന്ത്സിൻഹ ഒരേകീകൃത ഭക്ഷ്യസുരക്ഷിതത്വ നിയമം കരുപ്പിടിപ്പിക്കാൻ നീക്കങ്ങളാരംഭിച്ചത്. ഇന്ത്യൻ വ്യവസായികളുടെ സംഘടനയായ കോൺഫെഡറേഷൻ ഓഫ് ഇന്ത്യൻ ഇൻഡസ്ട്രി (സി ഐ ഐ)യെയാണ് ഇതു സംബന്ധമായ നിയമത്തിന്റെ കരടുരൂപം തയ്യാറാക്കാൻ മന്ത്രി ചുമതലപ്പെടുത്തിയത്. പുതിയ തെരഞ്ഞെടുപ്പ് രാജ്യത്തിന്റെ രാഷ്ട്രീയ സാമ്പത്തിക കാലാവസ്ഥയിലും ഭരണത്തിലും മാറ്റമുണ്ടാക്കിയെങ്കിലും അതൊന്നും ഗവൺമെന്റിന്റെ നയസമീപനങ്ങളിലോ നിലപാടുകളിലോ കാര്യമായി പ്രതിഫലിച്ചുകണ്ടില്ല. എൻ ഡി എ ഭരണകാലത്ത് വ്യവസായ ലോബി മുന്നോട്ടുവച്ച അതേ ആശയങ്ങൾതന്നെയാണ് അല്പം ചില മിനുക്കുപണികളോടെ പുതിയ ബില്ലായി യു പി എ സർക്കാർ അവതരിപ്പിച്ചത്. വ്യവസായ ലോബിയുടെ മാനസ സന്താനമായ ബിൽ അവരുടെ താല്പര്യങ്ങൾ സംരക്ഷിച്ചില്ലെങ്കിലല്ലേ അത്ഭുതപ്പെടേണ്ടതുള്ളൂ.

ബില്ലിന്റെ ആമുഖത്തിൽ പറയുന്നത് ഭക്ഷ്യവസ്തുക്കളുടെ ഗുണനിലവാരവും മികവും ശാസ്ത്രീയാടിസ്ഥാനത്തിൽ നിജപ്പെടുത്തുമെന്നാണ്. ആരോഗ്യാധിഷ്ഠിതമായ പ്രമാണമാത്രകളല്ല ശാസ്ത്രീയാടിസ്ഥാനത്തിലുള്ള പ്രമാണമാത്രകളാണ് ഭക്ഷണത്തിന്റെ ഗുണനിലവാരം നിർണ്ണയിക്കാൻ ബില്ലിൽ വിഭാവനം ചെയ്തിരിക്കുന്നത്. ഇവിടെയാണ് യഥാർത്ഥ പ്രശ്നം. മനുഷ്യാരോഗ്യത്തിന് ഹാനികരമാകുമെന്ന് സംശയിക്കപ്പെടുന്ന ഏത് വസ്തുവിന്റെയും വിപണനം ഉടനടി നിരോധിക്കാൻ നിയമത്തിലെ വ്യവസ്ഥകൾ പ്രയോജനപ്പെടുന്നില്ല. ജനിതക ഭക്ഷ്യോല്പന്നങ്ങളുടെ സാന്നിദ്ധ്യം അഭിജ്ഞാനം ചെയ്യാനുള്ള ശാസ്ത്രീയ സംവിധാനംപോലും ഇന്ന് ഇന്ത്യയിലില്ല. സാമ്പിളുകളെ അടിസ്ഥാനമാക്കിയുള്ള പഠനങ്ങളിൽ മതിപ്പു(Estimates)കളെക്കുറിച്ചും ശാസ്ത്രീയ മാനദണ്ഡങ്ങളെക്കുറിച്ചും തർക്കങ്ങളുണ്ടാകാം. ഇവയെല്ലാം ആത്യന്തികമായി കുത്തകകളെയാണ് രക്ഷപ്പെടുത്തുന്നത്. യഥാർത്ഥത്തിൽ നിർമ്മിത വസ്തുക്കളുടെ സുരക്ഷിതത്വം ഉറപ്പാക്കേണ്ട ചുമതല നിർമ്മാതാവിനാണ്; ഉപഭോക്താവിനല്ല. ശാസ്ത്രത്തിന്റെ പരിമിതിയും നിലവിലുള്ള പരിശോധനാ സംവിധാനങ്ങളുടെ അപര്യാപ്തതയും ലബോറട്ട

റികളുടെ എണ്ണക്കുറവും നിയമം നടപ്പിലാക്കുന്നതിന് തടസ്സമാകരുത്. ജനതയുടെ ആരോഗ്യത്തിനും ജീവിതസുരക്ഷിതത്വത്തിനും പരമപ്രാധാന്യമാണ് ഭരണകൂടം കല്പിക്കുന്നതെങ്കിൽ ആരോഗ്യ സുരക്ഷിതത്വം ശാസ്ത്രീയമായി തെളിയിക്കപ്പെട്ടിട്ടില്ലാത്ത ഒരുല്പന്നവും ഉപഭോക്താവിന്റെ ഭക്ഷണശൃംഖലയിൽ ഉൾപ്പെടുത്തിക്കൂടാ. എന്നാൽ ഇന്ത്യയിൽ ഇന്ന് നിലവിലുള്ള സാഹചര്യം കണക്കിലെടുക്കുമ്പോൾ അതിനുള്ള സാദ്ധ്യത വിരളമാണ്. മായംചേർക്കൽ നിരോധന (P F A) നിയമം ഒരു നിശ്ചിത അളവിലധികം മായംചേർത്ത ഭക്ഷണത്തെ 'ഭക്ഷണയോഗ്യമല്ലാത്തത്' എന്നോ 'സുരക്ഷിതമല്ലാത്തത്' എന്നോ വിശേഷിപ്പിച്ചിരിക്കുന്നു. അത്തരം ഭക്ഷ്യവസ്തുക്കൾ ഉല്പാദിപ്പിക്കുന്നതും കൈവശംവയ്ക്കുന്നതും വിപണനം ചെയ്യുന്നതും ക്രിമിനൽ കുറ്റമായി കണക്കാക്കിയിരുന്നു. എന്നാൽ പുതിയ ബില്ലിൽ അത്തരം ഭക്ഷ്യവസ്തുക്കളെ 'തരംതാണത്' എന്നാണ് വിശേഷിപ്പിക്കുന്നത്. ഇത് ആരെ രക്ഷപ്പെടുത്താനാണ്? കീടനാശിനികളുടെ അവശിഷ്ടങ്ങളോ രാസമാലിന്യങ്ങളോ അടങ്ങിയ ഭക്ഷ്യവസ്തുക്കൾ പുതിയ നിയമത്തിന്റെ നിർവ്വചന പരിധിക്കകത്ത് അപകടകാരികളല്ല! 'മലിന' ഭക്ഷണം ഉല്പാദിപ്പിക്കുന്നവർക്കും വില്ക്കുന്നവർക്കും നല്കേണ്ട ശിക്ഷയെക്കുറിച്ചും നിയമം നിശ്ശബ്ദമാണ്.

ഈ നിയമത്തിന്റെ ഏറ്റവും പ്രധാന ന്യൂനത ഇത് ചെറുകിട ഭക്ഷ്യോല്പാദകരുടെയോ ചെറുകിട ഭക്ഷ്യവ്യാപാരികളുടെയോ അവകാശങ്ങൾ സംരക്ഷിക്കുന്നില്ല എന്നതാണ്. സങ്കീർണ്ണവും വൈവിദ്ധ്യപൂർണ്ണവും അത്യന്തം ഭിന്നാത്മകവുമായ ഇന്ത്യയിലെ ഭക്ഷ്യോല്പാദന –വിപണന പ്രക്രിയയെ ഈ നിയമം അത്യന്തം ലളിതവല്ക്കരിച്ചിരിക്കുന്നു. നമ്മുടെ നാട്ടിൽ വലിയ മുതൽമുടക്കില്ലാതെ ഏത് സാധാരണക്കാരനും തുടങ്ങാവുന്ന സംരംഭമാണ് ഭക്ഷണവിപണനം. ഒറ്റതിരിഞ്ഞ വ്യക്തികൾ മുതൽ സ്വയംസഹായസംഘങ്ങൾവരെ ഈ രംഗത്ത് പ്രവർത്തിക്കുന്നുണ്ട്. ഉപജീവനത്തിനുവേണ്ടി ചോറും കറികളും ചായയും പലഹാരങ്ങളും ബേക്കറി സാധനങ്ങളും പഴങ്ങളും പാനീയങ്ങളും വില്ക്കുന്ന സാധാരണക്കാരെ ഗുണമേന്മയുടെ പേരിൽ നിയമക്കുരുക്കിൽപ്പെടുത്തി ജയിലഴികൾക്കകത്താക്കാൻ ഈ നിയമത്തിനു കഴിയും. അന്നന്നത്തെ അഷ്ടിക്കു വഴിതേടി തട്ടുകട നടത്തുന്നവനെയും മക്ഡൊണാൾഡിന്റെ റീജിയണൽ ചീഫ് എക്സിക്യൂട്ടീവിനെയും ഒരേ ത്രാസിൽ തൂക്കിനോക്കുന്നത് ശരിയായ നടപടിയല്ല.

കേരളത്തെ സംബന്ധിച്ചിടത്തോളം 'കുടുംബശ്രീ', 'സ്ത്രീശക്തി' തുടങ്ങിയ സന്നദ്ധ സംഘടനകൾ ദാരിദ്ര്യനിർമ്മാർജ്ജനരംഗത്ത് നടത്തിക്കൊണ്ടിരിക്കുന്ന നിശ്ശബ്ദ വിപ്ലവത്തെ ആർക്കും തള്ളിപ്പറയാനാവില്ല. നിർഭാഗ്യവശാൽ ഭക്ഷണോല്പാദന വിപണനരംഗത്ത് സ്തുത്യർഹമായി പ്രവർത്തിക്കുന്ന നൂറുകണക്കിന് സന്നദ്ധ സംഘടനകളുടെ പ്രവർത്തനത്തെ തളർത്തുന്നതിനും തകർക്കുന്നതിനും പര്യാപ്തമാണ് പുതിയ

നിയമത്തിലെ പല വ്യവസ്ഥകളും. ഭക്ഷണവസ്തു തരംതാണതാണ് എന്ന കുറ്റംചുമത്തി അത്തരം വസ്തുക്കൾ വിപണനംചെയ്യുന്ന വ്യക്തിയുടെ പേരിലോ സ്ഥാപനത്തിന്റെ പേരിലോ കേസ് ചാർജ്ജുചെയ്യാൻ പുതിയ നിയമം ഫുഡ് ഇൻസ്പെക്ടർക്ക് അധികാരം നല്കുന്നു. പക്ഷേ രസകരമായ കാര്യം ചെറുമീനുകളെ പിടിക്കാൻ വലക്കണ്ണികൾ മുറുക്കുമ്പോൾ വലഭേദിച്ച് വമ്പൻ സ്രാവുകൾ പുറത്തുചാടും എന്നുള്ളതാണ്. ബില്ലിലെ വ്യവസ്ഥ അനുസരിച്ച് 'മോശപ്പെട്ട' ഭക്ഷണം വില്ക്കുന്ന സ്ഥാപനത്തിന് നല്കാവുന്ന പരമാവധി പിഴശിക്ഷ 10 ലക്ഷം രൂപയാണ്. ഒരു ബഹുരാഷ്ട്രക്കുത്തകയ്ക്കോ വൻകിട സ്വകാര്യ കമ്പനിക്കോ ഇത് ഒരു നിസ്സാര തുകയാണ്. വല്ലപ്പോഴും സംഭവിക്കാനിടയുള്ള ഇത്തരമൊരത്യാഹിതത്തിന്റെ പേരിൽ അല്പം തുക നീക്കിവയ്ക്കാൻ അത്തരം സ്ഥാപനങ്ങൾ തയ്യാറായാൽ അവയ്ക്ക് ബില്ലിലെ അപകടവര മുറിച്ചുകടക്കാം. എന്നാൽ ചെറുകിട-നാമമാത്ര ഭക്ഷ്യോല്പാദകരുടെയും വ്യാപാരികളുടെയും കഥ തികച്ചും വ്യത്യസ്തമാണ്. ബില്ലിൽ വിഭാവനം ചെയ്തിരിക്കുന്ന ഏറ്റവും കുറഞ്ഞ ശിക്ഷ ഒരുലക്ഷം രൂപയാണ്. ഇത് അവരെ സംബന്ധിച്ചിടത്തോളം ഒരു വലിയ തുകയാണ്. നാട്ടിൻപുറത്തെ ഒരു ചായക്കടക്കാരനോ നഗരത്തിലെ ഒരു തട്ടുകടക്കാരനോ ഒരു വഴിവാണിഭക്കാരനോ ഒരു സന്നദ്ധ സംഘടനയ്ക്കോ ഈ തുക സ്വരൂപിച്ചെടുക്കുക എളുപ്പമല്ല. മാത്രമല്ല ഇത്തരം സംഭവങ്ങൾ അഴിമതിക്ക് ആക്കംകൂട്ടുകയും ചെയ്യുന്നു. തരംതാണ ഭക്ഷണം കണ്ടെത്തി എന്ന കുറ്റം ആരോപിച്ച് ഫുഡ് ഇൻസ്പെക്ടർക്ക് ആരുടെ പേരിലും എപ്പോൾ വേണമെങ്കിലും കേസെടുക്കാം. ഇതിനാകട്ടെ നിയതമായ വ്യവസ്ഥകളുമില്ല. ഇൻസ്പെക്ടറുടെ 'ഉത്തമ വിശ്വാസ'മനുസരിച്ചാണ് വിധിതീർപ്പ്. കുറ്റക്കാരുടെ മേൽ ചുമത്താവുന്ന പിഴയുടെ കാര്യത്തിൽ യുക്തിസഹമായ വിധത്തിൽ നീക്കുപോക്കുണ്ടായേ മതിയാവൂ. ചെരുപ്പിന് അനുസൃതമായി കാലുമുറിക്കുന്ന രീതിക്ക് മാറ്റംവരണം. നാമമാത്ര വ്യാപാരികളെ ഈ ബില്ലിന്റെ പരിധിയിൽനിന്നും ഒഴിവാക്കാവുന്നതാണ്. അതിനു തയ്യാറാകാത്തപക്ഷം വിവിധ സ്ലാബുകളിലായി പിഴയടവ് തരംതിരിക്കാവുന്നതാണ്. ഏറ്റവും താഴ്ന്ന സ്ലാബിൽ ചുമത്താവുന്ന പരമാവധി പിഴ 10,000 രൂപയായി വെട്ടിച്ചുരുക്കണം.

ജനിതകപരിഷ്കരണം വരുത്തിയ ഭക്ഷ്യവസ്തുക്കൾ മനുഷ്യാരോഗ്യത്തിനു നേരെ ഉയർത്തുന്ന വെല്ലുവിളികൾ ചെറുത്തുതോല്പിക്കാനുള്ള ഒരു നടപടിയും നിയമത്തിൽ വിഭാവനം ചെയ്തിട്ടില്ല. രണ്ടാം ഹരിതവിപ്ലവത്തിന്റെ പ്രതീക്ഷയുടെ നിഴലിൽ പ്രത്യേക സാമ്പത്തിക മേഖലകൾ രൂപീകരിച്ച് കോർപ്പറേറ്റുകൾക്ക് തുച്ഛമായ വിലയ്ക്ക് ഭൂമി നല്കാൻ ഗവൺമെന്റ് തലത്തിൽ നീക്കങ്ങൾ നടക്കുന്നു. അമേരിക്കയിൽനിന്നും സോയാബീൻ എണ്ണ ഇറക്കുമതിചെയ്യാൻ ഈയിടെ ഗവൺമെന്റ് തീരുമാനിച്ചത് നിലവിലുള്ള ചട്ടങ്ങളെപ്പോലും മറികടന്നാണ്. ഇറക്കുമതിച്ചരക്കിൽ ജനിതക ഭക്ഷ്യവസ്തുവില്ലെന്നോ ഉണ്ടെ

ങ്കിൽത്തന്നെ അതെത്രമാത്രം എന്നോ കാണിക്കുന്ന ഒരു സാക്ഷ്യപത്രം ഹാജരാക്കാൻ കഴിഞ്ഞാൽ ഏത് വ്യാപാരിക്കും സോയാബീൻ എണ്ണ ഒരു തുടർപരിശോധനയും കൂടാതെ ഇറക്കുമതിചെയ്യാം എന്നാണ് പുതിയ വ്യവസ്ഥ. ഇത് അമേരിക്കയിലെ കുത്തകകളെ സന്തോഷിപ്പിക്കാനല്ലേ? ഭവനഭേദനം നടത്തി വിലപ്പെട്ടതെല്ലാം കട്ടെടുത്ത മോഷ്ടാവിനോട് മോഷണവസ്തുക്കളുടെ ലിസ്റ്റ് ആവശ്യപ്പെടുന്ന പൊലീസ് ഉദ്യോഗസ്ഥന്റെ ദയനീയ ചിത്രമാണ് ഇത്തരം നടപടികൾ ഓർമ്മപ്പെടുത്തുന്നത്. ജനിതകഭക്ഷ്യവസ്തുക്കൾ ലേബൽചെയ്യണമെന്ന് കഴിഞ്ഞ ഏപ്രിലിൽ മന്ത്രിസഭാതലത്തിൽ തീരുമാനമായതാണ്. അതിനായി ഒരു കമ്മിറ്റിയും രൂപീകരിച്ചു. അതിലപ്പുറം ഇക്കാര്യത്തിൽ എന്തെങ്കിലും ചെയ്യാൻ ഗവൺമെന്റിന് കഴിഞ്ഞിട്ടില്ല. അതേസമയം കൊറിയയും ഇന്തോനേഷ്യയും ശ്രീലങ്കയും ലേബലിങ് വ്യവസ്ഥ നിർബ്ബന്ധമാക്കി. മനുഷ്യവികസന സൂചികയുടെ അടിസ്ഥാനത്തിൽ വിലയിരുത്തിയാൽ ഇന്ത്യയേക്കാൾ ഏറെ പിന്നിൽ നില്ക്കുന്ന സാംബിയപോലും ജനിതകവിളകൾക്ക് നിരോധനം ഏർപ്പെടുത്തിക്കഴിഞ്ഞു. അറിയാനുള്ള അവകാശം നിയമമാക്കിയ ഒരു രാജ്യത്ത് മറ്റൊന്നും അറിഞ്ഞില്ലെങ്കിലും താൻ കഴിക്കുന്ന ഭക്ഷണത്തിന്റെ ചേരുവയും ആരോഗ്യസുരക്ഷിതത്വവും അറിയാനുള്ള അവകാശമെങ്കിലും ഉപഭോക്താവിന് നല്കേണ്ടതല്ലേ?

2005 നവംബർ മാസത്തിൽ നെസ്‌ലെ എന്ന ബഹുരാഷ്ട്ര കുത്തകകമ്പനിക്ക് അഞ്ച് യൂറോപ്യൻ രാഷ്ട്രങ്ങളിൽ നിന്നും ദ്രവരൂപത്തിലുള്ള ഒരുതരം ക്ഷീരോല്പന്നം (ബേബിഫുഡ്) പിൻവലിക്കേണ്ടിവന്നു. ചില പാക്കറ്റുകളിൽ അടക്കം ചെയ്ത ദ്രവോല്പന്നത്തിൽ പൊതിയാനുപയോഗിച്ച കടലാസിലെ അച്ചടിമഷി കലർന്നിരുന്നു എന്നു ആരോപണത്തെതുടർന്നാണിത്. ഐസോപ്രോപിൽ തയോക്സിൻ തോറ് (Iso Propyl Thioxan thore) എന്ന രാസപദാർത്ഥമായിരുന്നു മഷിയിലെ പ്രധാന ഘടകം. ഇത് ആരോഗ്യത്തിന് ഹാനികരമാണ് എന്ന ചില മെഡിക്കൽ റിപ്പോർട്ടുകൾ ഉയർത്തിപ്പിടിച്ചാണ് ഇതിനെതിരെ ഉപഭോക്തൃ സംഘടനകൾ പ്രതിഷേധിച്ചത്. ഭക്ഷ്യസുരക്ഷിതത്വവുമായി ഇതിന് ബന്ധമില്ലെന്ന് കമ്പനി വാദിച്ചെങ്കിലും അതപ്പാടെ അംഗീകരിക്കാൻ ഭരണകൂടങ്ങൾ തയ്യാറായില്ല. ജപ്പാനിൽ കൊക്കോകോള കമ്പനി വില്പനയ്ക്കു വച്ചിരുന്ന 5.7 ലക്ഷം കുപ്പികളിലെ പാനീയമാണ് 2006 മെയ് 14 ന് ഓടകളിൽ ഒഴുക്കിക്കളഞ്ഞത്. സുരക്ഷാ ഉദ്യോഗസ്ഥൻ നടത്തിയ പരിശോധനയിൽ ഏതാനും കുപ്പികളിലെ പാനീയത്തിൽ ഇരുമ്പുപൊടി കലർന്നിരുന്നു എന്ന കണ്ടെത്തലിനെത്തുടർന്നായിരുന്നു ഇത്.

എന്നാൽ ഇന്ത്യയിലെ സ്ഥിതിയോ? കൊക്കോകോളയും പെപ്സിയും അടക്കമുള്ള ശീതളപാനീയങ്ങളിൽ അപകടകരമായ അളവിൽ കീടനാശിനികളുടെ സാന്നിദ്ധ്യമുണ്ടെന്ന് സെന്റർ ഫോർ സയൻസ് ആന്റ് എൻവയോൺമെന്റ് (സി എസ് ഇ) കണ്ടെത്തിയതായി വ്യക്തമായിട്ടും അവ നിരോധിക്കാൻ കേന്ദ്രഗവൺമെന്റ് തയ്യാറായിട്ടില്ല. ബ്യൂറോ ഓഫ്

ഇന്ത്യൻ സ്റ്റാന്റേർഡ്സ് (ബി ഐ എസ്) നിശ്ചയിച്ചിട്ടുള്ള അനുവദനീയ പരിധിയിലും 24 മടങ്ങ് അധികമാണ് കോളകളിലെ കീടനാശിനി സാന്നിദ്ധ്യമെന്ന് സി എസ് ഇ ഡയറക്ടർ സുനിതാ നാരായണൻ പ്രസ്താവിക്കുകയുണ്ടായി. എന്നാൽ ബ്രിട്ടീഷ് ലബോറട്ടറിയുടെ നിഗമനങ്ങളിൽ ഉറച്ചുനിന്ന് കോളക്കമ്പനികൾക്ക് 'ഗുഡ് സർവ്വീസ് എൻട്രി' തരപ്പെടുത്തിക്കൊടുക്കുന്ന തിരക്കിലാണ് ഇന്ത്യൻ ഭരണകൂടം. സി എസ് ഇയുടെ കണ്ടെത്തൽ സ്ഥിരീകരിക്കാനാവുമോ എന്ന് പരിശോധിക്കാൻ കേന്ദ്രഗവൺമെന്റിന് കീഴിലുള്ള ഗവേഷണസ്ഥാപനങ്ങളെ ചുമതലപ്പെടുത്തുന്നതിനും ഗവൺമെന്റ് ഒരുക്കമല്ല. ബ്രിട്ടീഷ് ലബോറട്ടറികളുടെ ക്ലീൻ സർട്ടിഫിക്കറ്റ് ആധികാരികമായി അംഗീകരിക്കുകയാണ് ഗവൺമെന്റ് ചെയ്തത്.

അതേസമയം ബൽജിയം, ഹോളണ്ട്, ആസ്ട്രേലിയ തുടങ്ങിയ രാജ്യങ്ങൾ കോള നിരോധിച്ചിട്ടുണ്ട്. അമേരിക്കയിൽപോലും ചില സ്റ്റേറ്റുകളിൽ വിദ്യാലയ പരിസരങ്ങളിൽ കോള വില്ക്കാൻ അനുവാദമില്ല. പുതിയ ഭക്ഷ്യനിയമം ഈ അവസ്ഥയ്ക്ക് മാറ്റം വരുത്തുമെന്ന് കരുതുന്നത് മൗഢ്യമാണ്. ഒരു കടലാസുനിയമം കൊണ്ടൊന്നും ഈ സ്ഥിതിവിശേഷത്തെ മറികടക്കാനാവില്ല. ദർശനവ്യക്തതയും ഇച്ഛാശക്തിയുമുള്ള ഒരു ഭരണകൂടത്തിനു മാത്രമേ ഇക്കാര്യത്തിൽ എന്തെങ്കിലും ചെയ്യാനാകൂ. കൊക്കോകോളയും പെപ്സിയുമടക്കമുള്ള എല്ലാ ശീതളപാനീയങ്ങളും നിരോധിക്കാനും മാരക കീടനാശിനികളോടെ അവ വില്ക്കുന്ന കമ്പനികൾക്കെതിരെ നടപടിയെടുക്കാനും കോൺഗ്രസിതര രാഷ്ട്രീയകക്ഷികൾ ഗവൺമെന്റിനോട് ആവശ്യപ്പെട്ടിട്ടുണ്ട്. എന്നാൽ യു പി എ സർക്കാരിൽനിന്നും ഇക്കാര്യത്തിൽ ഒരനുകൂല തീരുമാനമുണ്ടാകുമെന്ന് പ്രതീക്ഷിക്കുന്നത് വങ്കത്തമാണ്.

1973 ൽ ജോർജ് ഓർവെൽ എഴുതി: "വരുംകാലത്ത് ടിന്നിലടച്ച ഭക്ഷണം യന്ത്രത്തോക്കിനേക്കാളും അപകടകരമാവും." ആ കാലം ഇതാ എത്തിക്കഴിഞ്ഞു.

ദേശാഭിമാനി വാരിക, 2006 സെപ്തംബർ

ഇന്ത്യൻ ഭക്ഷ്യവിപണി കുത്തകകൾ കീഴടക്കുന്നു

ആഗോള ഭക്ഷണഭീമന്മാർ കെട്ടിപ്പൊക്കിയ ഉദാരീകരണത്തിന്റെ കാഴ്ചച്ചന്തയിൽ വാങ്ങാൻ കിട്ടാത്ത വസ്തുക്കളില്ല. തേങ്ങാച്ചമ്മന്തി മുതൽ ഹോട്ട്സോഗുവരെ ഏത് ഭക്ഷ്യോല്പന്നവും മൗസിന്റെ ഒരു ക്ലിക്കിൽ ഉപഭോക്താവിന്റെ മുന്നിലെത്തും. തീൻമേശയും രസനാഗ്രവും തമ്മിലുള്ള ദൂരക്കൂടുതൽ മാത്രമേ ഇനി പരിഗണിക്കാനുള്ളൂ. വിവിധോദ്ദേശ്യ റോബോട്ടുകൾ സുലഭമാകുന്നതോടെ അതിനും പരിഹാരമാകും. ഓർഡർ പ്ലേസ് ചെയ്തു കഴിഞ്ഞാൽ ഉപഭോക്താവ് വെറുതെ അല്പ നേരം വാപൊളിച്ചിരുന്നാൽ മതി ഭക്ഷണം ഐന്ദ്രജാലിക കൃത്യതയോടെ രസനാഗ്രത്തിലെത്തും...... ഫാക്ടറികൾ ഉരുട്ടിനല്കുന്ന ഉരുള അല്പാല്പമായി ചവച്ചരച്ച് വിഴുങ്ങുന്ന പണി മാത്രമേ ഇനി ഉപഭോക്താവിനുള്ളൂ. ആനന്ദലബ്ധിക്കിനിയെന്തു വേണം?

തദ്ദേശീയ ഭക്ഷണശീലത്തിൽ വിപണി ഇടപെടുമ്പോഴുണ്ടാകുന്ന മാറ്റങ്ങൾ സുവിദിതങ്ങളാണ്. മുംബൈ നിവാസികളുടെ ഭക്ഷണശീലം മാറ്റി മറിച്ചത് ഇറാനിയൻ റസ്റ്റോറന്റുകളാണ്. ദില്ലി നിവാസികൾക്ക് ദക്ഷിണേന്ത്യൻ വിഭവങ്ങൾ സ്വീകാര്യമായത് മദ്രാസ് കഫേകളുടെ വരവോടുകൂടിയാണ്. കേരളത്തിൽ പൊറോട്ടയും തട്ടുദോശയും ജനകീയ വിഭവങ്ങളായത് ഫാസ്റ്റ് ഫുഡ് സംസ്കാരത്തിന്റെ കടന്നുവരവോടെയാണ്. ഒരു കാലത്ത് മോരുംവെള്ളവും കരിക്കും അതിഥികൾക്ക് പ്രിയങ്കരമായിരുന്നുവെങ്കിൽ പിന്നീടത് ചായയിലേക്കും ബൂസ്റ്റിലേക്കും ചുവടുമാറ്റം നടത്തിയത് വിപണിയുടെ സ്വാധീനത്താലാണ്. നാട്ടിൻപുറത്തെ കള്ളുഷാപ്പുകൾ വിദേശമദ്യഷാപ്പുകൾക്ക് വഴിമാറിക്കൊടുത്തപോലെ നാടൻ ചായക്കടകളും ഭോജനശാലകളും കോർപ്പറേറ്റ് കയോസ്കുകൾക്കും ഫുഡ്പ്ലാസകൾക്കും ഇടം കൊടുത്ത് ക്രമേണ

അപ്രത്യക്ഷമാകും. ഒരിറക്ക് ചായ കുടിക്കാൻ വെമ്പുന്ന ഗ്രാമീണന് മൈലുകൾതാണ്ടി നെസ്‌ലെയുടെയോ യൂണിലിവറിന്റെയോ ഷോപ്പിങ്മാളിലെത്തി ഒരു കെട്ട് നോട്ടും കൊടുത്ത് ഹോട്ട്ഡ്രിങ്ക്സിന് ഓർഡർ ചെയ്ത് കാത്തിരിക്കേണ്ട ഗതികേടുണ്ടാകും. ഇന്ത്യക്കാരന്റെ ഭക്ഷണശീലത്തിലും രുചിഭേദത്തിലും ആശാസ്യമായ മാറ്റങ്ങൾ ഉണ്ടാക്കാൻ തങ്ങൾക്ക് കഴിയുമെന്നാണ് കുത്തകകൾ അവകാശപ്പെടുന്നത്. നാലഞ്ചു വർഷങ്ങൾക്കുള്ളിൽ രാജ്യത്തിന്റെ ജനൽ കോർപ്പറേറ്റ് രുചികളുടെ ആകാശത്തിലേക്ക് പൂർണ്ണമായി തുറക്കപ്പെടും എന്നവർ കണക്ക് കൂട്ടുന്നു. ഇപ്പോൾത്തന്നെ ദേശീയ സാമ്പിൾ സർവ്വെ കണക്കനുസരിച്ച് ഇന്ത്യയിലെ ഗ്രാമീണ കുടുംബങ്ങൾ മൊത്തം ഭക്ഷണച്ചെലവിന്റെ പത്തുശതമാനം പാക്കറ്റ് ഭക്ഷണം വാങ്ങാനാണ് ചെലവഴിക്കുന്നത്. സംസ്കരിച്ച ഭക്ഷ്യോല്പന്നങ്ങൾക്കായി ഇന്ത്യൻ കുടുംബങ്ങൾ പ്രതിവർഷം 10 ബില്യൻ രൂപയോളം ചെലവാക്കുന്നുണ്ടത്രെ. ഇതാകട്ടെ ഓരോവർഷവും ശരാശരി പതിനഞ്ച് ശതമാനം കണ്ട് വർദ്ധിക്കുന്നു. ചൈന കഴിഞ്ഞാൽ ലോകത്തിലെ ഏറ്റവും വലിയ ഭക്ഷ്യമാർക്കറ്റാണ് ഇന്ത്യയുടേത്. ഇന്ത്യൻ ഗ്രാമീണ കുടുംബങ്ങൾ മൊത്തം ഉപഭോഗച്ചെലവിന്റെ 57 ശതമാനം ഭക്ഷണാവശ്യങ്ങൾക്കാണ് ഉപയോഗിക്കുന്നത്. അതിവിശാലവും വിപുലവും വികസനോന്മുഖവുമായ ഇന്ത്യൻ ഭക്ഷ്യമാർക്കറ്റിൽ പിടിമുറുക്കാനാണ് ആഗോളകുത്തകകളോടൊപ്പം ഇന്ത്യൻ കമ്പനികളും ശ്രമിക്കുന്നത്. റിലയൻസ് മുതൽ ഭാരതീ ഗ്രൂപ്പുവരെ നിരവധി ഇന്ത്യൻ കമ്പനികൾ ഇന്ത്യയിലെ ഭക്ഷ്യസംസ്കരണ വിപണന രംഗത്ത് സ്ഥാനം പിടിച്ചുകഴിഞ്ഞു. 'സുവർണ്ണ ചതുഷ്കോണ'ത്തിൽ ഉൾപ്പെടുന്ന പെട്രോൾ ബങ്കുകളെ ഫാസ്റ്റ്ഫുഡ് പോയിന്റുകളാക്കാൻ റിലയൻസ് പദ്ധതി ആവിഷ്കരിച്ചു വരുന്നു. ഇപ്പോൾത്തന്നെ ഇന്ത്യയിൽ പല സ്ഥലങ്ങളിലായി നൂറിലധികം പെട്രോൾ ബങ്കുകളിൽ ഭോജനശാലകൾ പ്രവർത്തിക്കുന്നുണ്ട്. ഐ ടി സി എന്ന ഇന്ത്യൻ സ്വകാര്യക്കമ്പനിയാകട്ടെ ഇന്ത്യയിലെ എല്ലാ ഗ്രാമങ്ങളിലും ഷോപ്പിങ്മാളുകൾ നിർമ്മിക്കാൻ പദ്ധതി തയ്യാറാക്കിയിരിക്കുന്നു. ഇത്തരം ബിസിനസ് കേന്ദ്രങ്ങളിൽ സ്റ്റേഷനറിയോടൊപ്പം സോഫ്റ്റ് ഡ്രിങ്ക്സും ഫാസ്റ്റ്ഫുഡും ലഭിക്കാൻ അവർ നീക്കങ്ങളാരംഭിച്ചിരിക്കുന്നുവത്രെ. ഒരു ദശാബ്ദകാലയളവിൽ ഇന്ത്യയിലെ ഭക്ഷ്യവ്യവസ്ഥയ്ക്കുണ്ടാകാനിടയുള്ള മാറ്റത്തിന്റെ ഒരേകദേശ ചിത്രം ഇത്തരം സംഭവങ്ങളിൽനിന്നും നമുക്ക് സങ്കല്പിച്ചെടുക്കാം.

ദേശാഭിമാനി വാരിക, 2006 സെപ്തംബർ

ഭക്ഷണം വിഷമായിത്തീരുമ്പോൾ

ഭക്ഷണത്തിൽ വിഷം കലർത്തുന്നവർക്ക് മരണശിക്ഷ നല്കാൻ പുരാതന ഗ്രീസിൽ നിയമമുണ്ടായിരുന്നുവത്രെ. കൗടില്യന്റെ *അർത്ഥ ശാസ്ത്ര*ത്തിലും ഇത്തരം പരാമർശങ്ങളുണ്ട്. ഭക്ഷണമാണ് മനുഷ്യന്റെ വ്യക്തിസത്തയെ നിർണ്ണയിക്കുന്നത് എന്ന കാര്യത്തിൽ കൺഫ്യൂഷ്യ സിന് സംശയമുണ്ടായിരുന്നില്ല. "നീ കഴിക്കുന്ന ഭക്ഷണമാണ് നിന്റെ ജീവനും ആത്മാവും" എന്ന് കൺഫ്യൂഷ്യസ് പറഞ്ഞു. കാലമേറെക്കഴി ഞ്ഞിട്ടും ഭക്ഷണ സങ്കല്പങ്ങൾക്ക് കാര്യമായ മാറ്റങ്ങളുണ്ടായിട്ടില്ല. ശുദ്ധവും സുരക്ഷിതവും ആരോഗ്യദായകവുമായ ഭക്ഷണം ഒരു ജനാ ധിപത്യ ക്രമത്തിൽ ജനങ്ങളുടെ അവകാശമാണ്. ശുദ്ധജലംപോലെ, ശുദ്ധവായുപോലെ സുരക്ഷിതവും കലർപ്പില്ലാത്തതും ആരോഗ്യകരവു മായ ഭക്ഷണം ജനങ്ങൾക്ക് ലഭ്യമാക്കാൻ ഭരണകൂടത്തിന് ചുമതലയു ണ്ട്. എന്നാൽ എന്താണ് ഇന്ത്യയിലെ അവസ്ഥ? ആരാന്റെ പെഴപ്പുമുട്ടി ക്കുന്നവരും കുടിവെള്ളത്തിൽ പാഷാണം കലർത്തുന്നവരും നമുക്ക് ചുറ്റും വളർന്നുവികസിക്കുന്നു. വർഷങ്ങൾക്ക് മുമ്പ് അമേരിക്കൻ യാത്ര ക്കാരിയായ കാതറിൻ മേയോ ഇന്ത്യ വലിയ ഒരു കക്കൂസാണെന്ന് പറ ഞ്ഞപ്പോൾ പ്രതിഷേധിച്ചവരാണ് നമ്മളെല്ലാം. എന്നാൽ സത്യത്തിന്റെ ആൾക്കണ്ണാടിയിലേക്ക് വീണ്ടുമൊന്ന് പിന്തിരിഞ്ഞു നോക്കുമ്പോൾ മേയോയുടെ ഉദ്ഗീരണം ഒരു ചാട്ടുളിപോലെ ഇപ്പോഴും ഇന്ത്യയുടെ ആത്മാ വിനെ കീറിമുറിക്കുന്നില്ലേ? പരിഷ്കൃതലോകം തിരസ്കരിക്കുന്ന ഏത് വൃത്തികേടും ഡമ്പുചെയ്യാനുള്ള വെളിസ്ഥലമായി ഇന്ത്യ മാറിയിരിക്കു ന്നു. പടിഞ്ഞാറൻ നാടുകൾ പുറന്തള്ളിയ പാഷാണവിളകൾക്കും അന്ത കവിത്തുകൾക്കും ചുവപ്പ് പരവതാനി വിരിച്ച് വരവേല്പു നല്കുന്ന തിര ക്കിലാണ് ഇന്ത്യൻ ഭരണകൂടം. ജനിതക വ്യതികരണം വരുത്തിയ വഴു

തന വിപുലമായ ഫീൽഡ് പരീക്ഷണങ്ങൾക്ക് തയ്യാറായി വരുന്നു. 2007 ൽ വിഷജീനുകളെ നെഞ്ചിലേന്തിയ പുതിയ ഇനം വഴുതനങ്ങ ഇന്ത്യക്കാരന്റെ ഭക്ഷണപ്പാത്രത്തിലെത്തും. ജനിതക വഴുതനയുടെ പിൻപാത പറ്റി പാഷാണവിളകളുടെ ഒരു നീണ്ട നിര തന്നെ ഗവൺമെന്റിന്റെ പച്ച വെളിച്ചവും പ്രതീക്ഷിച്ച് ക്യൂനില്ക്കുകയാണ്. അതിൽ ഉരുളക്കിഴങ്ങും കടുകും നെല്ലും വെണ്ടയും തക്കാളിയും കോളി ഫ്ളവറുമൊക്കെയുണ്ട്. മനുഷ്യാരോഗ്യത്തിന് വൻ ഭീഷണിയാണ് ഇവ ഉയർത്തുന്നത്. അലർജി മുതൽ ക്യാൻസർ വരെയുള്ള അസുഖങ്ങൾക്ക് ജനിതക ഭക്ഷണം കാരണമായേക്കാം. ജനിതക സാങ്കേതികവിദ്യ വഴി പ്രത്യുല്പാദിപ്പിക്കപ്പെടുന്ന ഓരോ സസ്യവും ഓരോ കീടനാശിനി ഫാക്ടറിയാണ് സസ്യങ്ങളുടെ ജീവകോശങ്ങളിൽ വിളക്കിച്ചേർക്കുന്നത്. ഈയടുത്ത കാലത്ത് ആന്ധ്രയിലെ വാറങ്കൽ ജില്ലയിലെ ഏതാനും വില്ലേജുകളിൽ ബി ടി പരുത്തി കൃഷി ചെയ്തിരുന്ന വയലുകളിൽ മേഞ്ഞു നടന്നിരുന്ന ആയിരത്തോളം ചെമ്മരിയാടുകളാണ് അജ്ഞാത കാരണങ്ങളാൽ മരണമടഞ്ഞത്. ചെമ്മരിയാടുകളെയും പശുക്കളെയും കീടങ്ങളെയും സൂക്ഷ്മജീവികളെയുമൊക്കെ വകവരുത്തുന്ന ജൈവവിഷം മനുഷ്യന് മാത്രം ഹാനികരമാവില്ലെന്ന് എങ്ങനെ പറയാനാകും? കേരളത്തിലെ കാസർകോട് ജില്ലയിലെ പെത്രഗ്രാമത്തിൽ എൻഡോസൾഫാൻ വരുത്തിവച്ച ദുരിതങ്ങൾ ചരിത്രസംഭവങ്ങളാണ്. കേരള ഗവൺമെന്റ് പ്രഖ്യാപിച്ച സാമ്പത്തിക സഹായം ഈ പ്രശ്നത്തിന് ശാശ്വത പരിഹാരമാകുന്നില്ല. ലോകമാസകലം നിരോധിച്ച എൻഡോസൾഫാൻ, ഡി ഡി ടി മുതലായ മാരക കീടനാശിനികൾ ഇന്ത്യയിൽ മാത്രം നിരോധിക്കാൻ എന്തുകൊണ്ട് ഗവൺമെന്റ് തയ്യാറാകുന്നില്ല? ലോകത്ത് കീടനാശിനികളുടെ അംശം ഏറ്റവുമധികം കണ്ടെത്തിയിട്ടുള്ളത് ഇന്ത്യക്കാരന്റെ രക്തത്തിലാണ്. കീടനാശിനികളുടെ സ്പർശമേല്ക്കാത്ത ഇലക്കറികളും പച്ചക്കറികളും ഇന്ത്യൻ വിപണിയിൽ ഒരപൂർവ്വ കാഴ്ചയാണ്. ഇന്ത്യൻ നവോഢകളുടെ മുലപ്പാലിൽപ്പോലും കീടനാശിനികളുടെ അംശം സുലഭമാണത്രെ. കിണറുവെള്ളവും ഊറ്റുവെള്ളവും മാത്രമല്ല വി ഐ പികൾ കുടിക്കുന്ന ശീതീകരിച്ച കുപ്പിവെള്ളവും ഇന്ത്യയിൽ മാലിന്യമുക്തമല്ല. രണ്ട് വർഷം മുമ്പ് ഒരു ഗവേഷണ സ്ഥാപനം ഇന്ത്യയിൽ പലയിടത്തു നിന്നും ശേഖരിച്ച 'മിനറൽ വാട്ടർ' സാമ്പിളുകൾ പരിശോധിച്ചപ്പോൾ 21 ബ്രാൻഡുകളിലെ വെള്ളത്തിൽ അനുവദനീയമായ പരിധിക്കപ്പുറം കോളിഫോം ബാക്ടീരിയ അടങ്ങിയിട്ടുണ്ടെന്ന് കണ്ടെത്തുകയുണ്ടായി.

മായം ചേർക്കൽ ഒരു വലിയ കലാവിദ്യയായി ഇന്ത്യക്കാർ വികസിപ്പിച്ചെടുത്തിരിക്കുന്നു. മായമില്ലാത്ത ഒരു വസ്തുപോലും വിപണിയിലില്ലാത്ത അവസ്ഥയാണ് ഇന്നുള്ളത്. പാലിൽ കാസ്റ്റിക് സോഡ, മുളകുപൊടിയിൽ ഇഷ്ടികപ്പൊടി, കുരുമുളകിൽ പപ്പായക്കുരു, തേനിലും മധുരപലഹാരങ്ങളിലും പ്രത്യേക നിറങ്ങൾ എന്നുവേണ്ട പരിശുദ്ധം എന്ന വാക്കിന്റെ പ്രസക്തിപോലും നഷ്ടപ്പെടുത്തുന്നവിധത്തിൽ മായ

ത്തിലെ മറിമായം ഒരു തുടർക്കഥയായി നീളുന്നു. എന്നാൽ ഇങ്ങനെയെല്ലാം സംഭവിക്കുന്നത് ഇവയ്ക്കെതിരെ ഇന്നാട്ടിൽ ഇതുവരെ നിയമങ്ങൾ ഇല്ലാത്തതുകൊണ്ടാണെന്ന് ധരിക്കരുത്. ഭക്ഷ്യരംഗത്ത് ഇന്ന് കാണുന്ന അനാശാസ്യതകൾക്കെതിരെ നടപടിയെടുക്കാൻ നിലവിലുള്ള നിയമങ്ങൾതന്നെ ശക്തമാണ്. അതിനുവേണ്ടി ഒരു പുതിയ നിയമമോ സംവിധാനമോ കരുപ്പിടിപ്പിക്കേണ്ട ആവശ്യമില്ല. 'മായം ചേർക്കൽ നിരോധന' നിയമവും 'അവശ്യവസ്തു' നിയമവും ഉപഭോക്താവിന് പൂർണ്ണ പരിരക്ഷ നല്കാൻ പര്യാപ്തമായ വ്യവസ്ഥകൾ ഉൾക്കൊള്ളുന്നവയാണ്. എന്നാൽ വേലിതന്നെ വിളതിന്നുന്ന ഇന്നത്തെ അവസ്ഥയിൽ നിയമങ്ങൾ ഏട്ടിലെ പശുക്കളാണ്. നിയമത്തിന് കൈയെത്തിപ്പിടിക്കാൻ കഴിയാത്ത കൂറ്റൻ കഴുകന്മാർ ആകാശത്ത് വട്ടമിട്ടു പറക്കുമ്പോഴാണ് പാലിൽ വെള്ളം ചേർത്തവനെയും പഴകിയ പരിപ്പുവട വിറ്റവനെയും അധികാരികൾ നിർദ്ദാക്ഷിണ്യം തുറുങ്കിലടയ്ക്കുന്നത്.

ദേശാഭിമാനി വാരിക, 2006 സെപ്തംബർ

കേരളത്തിലെ കാർഷിക പ്രതിസന്ധിയുടെ നാൾവഴികൾ

ഇന്ത്യയ്ക്കാകമാനം മാതൃകയായ ഭൂപരിഷ്കരണ നിയമത്തിന് രൂപംകൊടുത്ത സംസ്ഥാനമാണ് കേരളം. ബഹുവിള കൃഷി സമ്പ്രദായം, ഗ്രൂപ്പ് ഫാമിങ്, സംയോജിത കീടനിയന്ത്രണം, പുതിയ വിത്തിനങ്ങളുടെ നിർദ്ധാരണം തുടങ്ങി നിരവധി മേഖലകളിൽ ശ്രദ്ധേയമായ നേട്ടങ്ങളുണ്ടാക്കാൻ കേരളത്തിന് കഴിഞ്ഞിരുന്നു. എന്നാൽ കാർഷിക രംഗത്ത് കേരളം ഇതുവരെ നേടിയ പുരോഗതിയെ തകർക്കുന്ന ഒരവസ്ഥയിലേക്ക് കേരളത്തിന്റെ കാർഷിക മേഖലയെ വലിച്ചെറിയാനുള്ള ആസൂത്രിത നീക്കം നടക്കുകയാണിപ്പോൾ.

ആഗോള കുത്തകകളുടെ സമ്മർദ്ദത്തിന് വഴങ്ങി കേരളത്തിലെ കാർഷിക മേഖലയിൽ നിയമപരമായും ഭരണപരമായും മാറ്റങ്ങൾ വരുത്തി കാലഹരണപ്പെട്ട ഫ്യൂഡൽ ജന്മി വ്യവസ്ഥയെ പുതിയ രൂപത്തിൽ തിരിച്ചുകൊണ്ടുവരാനാണ് ഇപ്പോൾ ശ്രമം. കാർഷികാവകാശങ്ങളും കൈവശനിയമങ്ങളും അട്ടിമറിക്കപ്പെടുകയാണ്.

പാട്ടകൃഷി സമ്പ്രദായം പുനരുജ്ജീവിപ്പിക്കുന്നു

ഐക്യജനാധിപത്യമുന്നണി ഗവൺമെന്റിന്റെ കാർഷിക നയം ഇക്കഴിഞ്ഞ ബജറ്റ് പ്രസംഗത്തിൽ ധനകാര്യമന്ത്രി ശങ്കരനാരായണൻ വ്യക്തമാക്കുകയുണ്ടായി. ഭൂപരിഷ്കരണ നിയമംവഴി നിർത്തലാക്കിയ പാട്ടകൃഷി സമ്പ്രദായം നിയമസാധുതയോടെ പുനരുജ്ജീവിപ്പിക്കുമെന്നും പാട്ടക്കൃഷി നടത്താൻ മൂവായിരം വനിതാ സഹകരണസംഘങ്ങൾക്ക് പരിശീലനം നല്കുമെന്നും മന്ത്രി പറഞ്ഞു. ഈയാണ്ടത്തെ ബജറ്റിൽ ഇതിനായി ഇരുപത്തഞ്ച് കോടി രൂപ വിലയിരുത്തിയിട്ടുണ്ടത്രെ. പ്രത്യക്ഷത്തിൽ, നിരുപദ്രവകരമെന്ന് തോന്നുന്ന ഈ തീരുമാനം അത്യന്തം

അപകടകരമാണ്. 1957 ലെ ഇ എം എസ് മന്ത്രിസഭയുടെ കാലത്ത് കാർഷികബന്ധ ബിൽ അവതരിപ്പിച്ച് ചരിത്രം സൃഷ്ടിച്ച മന്ത്രിതന്നെയാണ് ഇപ്പോൾ കൃഷിവകുപ്പ് കൈയാളുന്നത് എന്നത് ഏറെ കൗതുകകരമായ ഒരു വിധിവൈപരീത്യമാണ്. ഉച്ചിവച്ച കൈകൊണ്ട് തന്നെ ഉദകക്രിയ ചെയ്യുക എന്ന പഴമൊഴി അന്വർത്ഥമാകത്തക്കവിധത്തിലുള്ള പ്രവൃത്തിയാണിത്.

അലസകൃഷിയും ഭൂമിയുടെ തുണ്ടുവല്ക്കരണവും മൂലം കാർഷികമേഖലയിൽ കാണുന്ന ഉല്പാദനത്തകർച്ചയ്ക്ക് മറുമരുന്നാണ് പാട്ടകൃഷിയെന്ന് മന്ത്രി പ്രസ്താവിക്കുന്നുണ്ടെങ്കിലും ഇതിന്റെ യഥാർത്ഥ പ്രണേതാക്കൾ സ്വകാര്യ കുത്തകകളും മൂലധന വ്യവസായികളുമാണെന്ന് ആർക്കാണ് അറിഞ്ഞുകൂടാത്തത്.

ഭൂനിയമം അട്ടിമറിക്കുന്നു

ഭൂപരിഷ്കരണ നയങ്ങൾ കോർപ്പറേറ്റ് മാനേജ്മെന്റിന്റെ താല്പര്യങ്ങൾക്ക് തടസ്സമാണെന്ന തിരിച്ചറിവാണ് പ്രസ്തുത നിയമത്തെ തുരങ്കം വച്ച് സ്വകാര്യ ഭൂമി ചുളുവിലയ്ക്ക് തട്ടിയെടുക്കാനുള്ള തന്ത്രങ്ങളാവിഷ്കരിക്കാൻ സ്വകാര്യ കുത്തകകളെ പ്രേരിപ്പിക്കുന്നത്. കേരളത്തിൽ കാർഷികബന്ധബിൽ നിയമമായപ്പോൾ തോട്ടമേഖലയെ ഭൂപരിധി വ്യവസ്ഥയിൽ നിന്നും ഒഴിവാക്കിയിരുന്നു. തോട്ടക്കൃഷിക്ക് ട്രസ്റ്റുകൾക്കും സഹകരണസ്ഥാപനങ്ങൾക്കും പ്രത്യേക സൗജന്യങ്ങളും ആനുകൂല്യങ്ങളും അനുവദിക്കാൻ കേന്ദ്ര ഗവൺമെന്റ് തന്നെ നിർദ്ദേശം കൊടുത്തിരുന്നു. ഭൂപരിഷ്കരണ നിയമത്തിൽ അന്തർലീനമായ ഇത്തരം പഴുതുകൾ ഉപയോഗപ്പെടുത്തി വൻകിട തോട്ടമുടമകളും വനംകൊള്ളക്കാരും അനുഭവിച്ചുവരുന്ന സൗജന്യങ്ങളും സംരക്ഷണവും ഭൂനിയമ ഭേദഗതിയിലൂടെ ഒരുളുപ്പും കൂടാതെ തട്ടിയെടുക്കാനാണ് സ്വകാര്യ കുത്തകകൾ ശ്രമിക്കുന്നത്. തരിശ്, പാഴ്നിലം, മൊട്ടക്കുന്ന്, വിളയോഗ്യമല്ലാത്ത ഭൂമി എന്നെല്ലാം ലേബലിട്ട് ഗവൺമെന്റ് ഭൂമി ചുളുവിലയ്ക്ക് പാട്ടത്തിൽ പിടിക്കാനുള്ള കെണിയും ഇതിനുള്ള നിയമഭേദഗതിയിൽ ഉൾക്കൊള്ളിച്ചിരിക്കും. നിയമനിർമ്മാണം വഴി ഭൂപരിധി കേരളത്തിൽ ഇപ്പോഴുള്ള 25 ഏക്കറിൽനിന്നും ആയിരം ഏക്കറായി ഉയർത്തണമെന്നാണ് ആഗോള കുത്തകകൾ കേന്ദ്രഗവൺമെന്റിനോടാവശ്യപ്പെട്ടുകൊണ്ടിരിക്കുന്നത്. ജീവസന്ധാരണത്തിന് വേണ്ടി മാത്രം കാർഷികവൃത്തിയിലേർപ്പെട്ടിരിക്കുന്ന ഒരു വലിയ വിഭാഗം ജനങ്ങളെ കാർഷികമേഖലയിൽനിന്നും പിഴുതെറിയാൻ മാത്രമേ ഇത്തരം പരിഷ്കരണങ്ങൾ സഹായിക്കൂ.

കുത്തകക്കമ്പനികൾക്ക് സ്വാഗതം!

ആവശ്യത്തിന് കൃഷിഭൂമിയില്ലാത്ത കർഷകരെയും കർഷകത്തൊഴിലാളികളെയും കാർഷികരംഗത്ത് പിടിച്ചുനിർത്താനുള്ള തന്ത്രമാണ്

പാട്ടക്കൃഷി എന്ന വാദഗതിയും അർത്ഥശൂന്യമാണ്. ആഗോളവല്ക്കരണത്തിന്റെ ഫലമായി ഉല്പന്നവിലയിലുണ്ടാകുന്ന ചാഞ്ചാട്ടവും കൃഷിച്ചെലവിലുണ്ടാകുന്ന വർദ്ധനവും സ്വാഭാവികമായും പാട്ടകൃഷിക്കാരന്റെ അറ്റാദായത്തിലും നിഴലിക്കും. അതുകൊണ്ടുതന്നെ വേണ്ടത്ര സാമ്പത്തികകഴിവോ വിഭവശേഷിയോ ഇല്ലാത്ത സാധാരണ കൃഷിക്കാരൻ പാട്ടക്കൃഷി വ്യവസ്ഥയിലേക്ക് എടുത്തുചാടുന്നത് തികഞ്ഞ സാഹസമാണ്. പാട്ടരീതി ഏതായിരുന്നാലും കുറഞ്ഞത് അമ്പതു ശതമാനം പലിശയ്ക്ക് ഹുണ്ടികക്കാരനിൽനിന്നും പണം കടം വാങ്ങിച്ച് കൃഷിയിറക്കുന്നതിന് തുല്യമാണ് പാട്ടവ്യവസ്ഥയെന്ന് നിരവധി പഠനങ്ങൾ സൂചിപ്പിച്ചിട്ടുണ്ട്. ജനകീയാസൂത്രണ പരിപാടികളുടെ ഭാഗമായി തിരുവനന്തപുരം ജില്ലയിലെ കുന്നത്തുകാൽ പഞ്ചായത്തിലെ പാട്ടക്കൃഷിക്കിറങ്ങിയ കർഷകരുടെ അനുഭവം ഇനിയും മറക്കാറായിട്ടില്ല.

തരിശായി കിടന്ന കൃഷിഭൂമി ഏറ്റെടുത്ത് വാഴ, പച്ചക്കറി, നെല്ല് എന്നീ വിളകൾ കൃഷിയിറക്കിയപ്പോൾ ഭൂവുടമയ്ക്ക് ഉല്പന്നവിലയുടെ 25 ശതമാനം പാട്ടമായി നല്കിയ കൃഷിക്കാർക്ക് യഥാർത്ഥത്തിൽ കിട്ടിയത് കേവലം പണിക്കൂലി മാത്രമായിരുന്നു! പാട്ടക്കൃഷി നിയമമാകുന്നതോടെ യാതൊരദ്ധ്വാനവും കൂടാതെ മിച്ചമൂല്യത്തിൽ പങ്കുപറ്റുന്ന ഒരു കൂട്ടം ഇടനിലക്കാർ കൂടി സമൂഹത്തിൽ സൃഷ്ടിക്കപ്പെടുന്നു. മാത്രമല്ല പാട്ടക്കൃഷിയുമായി ബന്ധപ്പെട്ട് ഗവൺമെന്റ് തലത്തിൽ കൈക്കൊള്ളുന്ന നടപടികളും രൂപീകരിക്കുന്ന നിയമവും ഭൂവുടമാ താല്പര്യങ്ങളെ സംരക്ഷിക്കുന്നവയും ഫ്യൂഡൽവ്യവസ്ഥയെ അരക്കിട്ടുറപ്പിക്കുന്നവയുമായിരിക്കും. പാട്ടം കൊടുക്കാൻ കഴിയാത്ത കൃഷിക്കാരിൽനിന്നും ഭൂമി തിരിച്ചുപിടിക്കുന്നതിനും പിഴ ഈടാക്കുന്നതിനും നിയമത്തിൽ വ്യവസ്ഥയുണ്ടാകും. പ്രകൃതിക്ഷോഭം മൂലമോ കാലാവസ്ഥക്കെടുതി കൊണ്ടോ രോഗകീടബാധകൊണ്ടോ മറ്റ് ആകസ്മിക കാരണങ്ങളാലോ വിളനാശം സംഭവിച്ചാൽ പാട്ടത്തുകയിൽ ഇളവ് അനുവദിക്കണമെന്നില്ല. ചുരുക്കത്തിൽ പാട്ടക്കൃഷി ചൂഷണത്തിന്റെ അപരനാമമാണ്. ദരിദ്ര കർഷകന്റെയും കർഷകത്തൊഴിലാളിയുടെയും ദാരിദ്ര്യവും തൊഴിലില്ലായ്മയും ചൂഷണം ചെയ്ത് ജന്മിവർഗ്ഗത്തിന്റെ മിച്ചമൂല്യം ഉയർത്താനുള്ള സൃഗാല തന്ത്രമാണിത്. 'കൃഷിഭൂമി കർഷകന്' എന്ന അടിസ്ഥാന സങ്കല്പത്തിൽ നിന്നും സമൂഹമനസ്സിനെ അടർത്തിയെടുത്ത് പ്രതിവിപ്ലവത്തിന്റെ പാതയിലെത്തിക്കാനുള്ള മറ്റൊരു തന്ത്രം.

വിഭവശേഷിയോ സാമ്പത്തികകഴിവോ ഇല്ലാത്ത ഉപജീവന കൃഷിക്കാരന് പാട്ടക്കൃഷി മേഖലയിൽ ഏറെ നാൾ പിടിച്ചുനില്ക്കാനാവില്ല. ഗത്യന്തരമില്ലാതെ ഉപജീവനകൃഷിക്കാരനും കർഷകക്കൂട്ടായ്മയും പിൻവാങ്ങുമ്പോൾ വട്ടിപ്പണവുമായി കൈവശഭൂമികളിലേക്ക് ആഗോള കുത്തകകളും സ്വകാര്യകമ്പനികളും ചേക്കേറുന്നു. അതോടെ കേരളത്തിലെ കൃഷിയുടെ മരണമൊഴി രേഖപ്പെട്ടുകഴിഞ്ഞിരിക്കും.

പഴയ ജന്മിത്വം പുതിയ രൂപത്തിൽ

തോട്ടം മേഖലയ്ക്ക് ഭൂപരിഷ്കരണ നിയമത്തിൽ അനുവദിച്ച സൗജന്യം മുതലെടുത്ത് ഭൂപരിധി വ്യവസ്ഥയെ അട്ടിമറിക്കാനും ഭരണ തലത്തിൽ ശ്രമം ആരംഭിച്ചിരിക്കുന്നു. റവന്യൂമന്ത്രി കെ എം മാണി ചെയർമാനായ നിയമോപദേശ സമിതി വാനില, ഔഷധസസ്യങ്ങൾ, കശുമാവ് എന്നിവ കൃഷിചെയ്യുന്ന പറമ്പുകളെ തോട്ടങ്ങളുടെ നിർവ്വചനത്തിൽപ്പെടുത്തി പരിധി വ്യവസ്ഥയിൽനിന്നും ഒഴിവാക്കണം എന്ന് ശുപാർശ ചെയ്തിരിക്കുന്നു. ഈ ശുപാർശ ഗവൺമെന്റ് അംഗീകരിച്ചാൽ ഭൂനിയമം മറികടക്കാൻ ഭൂവുടമകൾക്ക് മറ്റൊരവസരം കൂടി കിട്ടുന്നു. 1963 ൽ കശുമാവ് കൃഷിയെ ഭൂപരിധിനിയമത്തിൽ നിന്നും ഒഴിവാക്കിയിരുന്നെങ്കിലും 1970 ൽ ആ വ്യവസ്ഥ നീക്കം ചെയ്യുകയുണ്ടായി. തെങ്ങിൻതോപ്പിൽ ഇടവിളയായി വാനിലയോ ഔഷധച്ചെടിയോ കൃഷി ചെയ്താലും പരിധിവ്യവസ്ഥയിൽനിന്നും ഒഴിവാക്കാമെന്നാണ് കമ്മിറ്റിയുടെ ശുപാർശ. കേരളത്തിൽ നിർത്തലാക്കിയ ജന്മിവ്യവസ്ഥയെ സമൂഹത്തിലേക്ക് തിരിച്ചുകൊണ്ടുവരുന്നതിനാണ് ഈ നിയമം ഉപകരിക്കുക. കശുമാവിൻതോപ്പെന്നോ, തെങ്ങിൻതോപ്പിൽ വാനിലയെന്നോ റവന്യൂരേഖകളിൽ അടയാളപ്പെടുത്തിയാൽ ഒരു പഞ്ചായത്ത് പ്രദേശം മുഴുവൻ ഒരു കുടുംബത്തിന് കൈവശം വയ്ക്കാൻ ഈ നിർദ്ദേശം അധികാരം നല്കുന്നു.

കരാർകൃഷിയുടെ ജനിതകം

സാമ്രാജ്യത്വ ആഗോളവല്ക്കരണത്തിന്റെ ഭാഗമായി കൃഷിയുടെ വാണിജ്യവല്ക്കരണം ത്വരിതപ്പെടുത്താൻ കേന്ദ്രഗവൺമെന്റ് രൂപംകൊടുത്ത മറ്റൊരു നയപരിപാടിയാണ് കോൺട്രാക്ട് ഫാമിങ് അഥവാ കരാർ കൃഷി. 2003 ഡിസംബർ 12 ന് തിരുവനന്തപുരത്ത് നടന്ന ഭൂനിയമ ഭേദഗതികളെക്കുറിച്ചുള്ള ശില്പശാലയിൽ ഇതുസംബന്ധമായ കരടുരേഖ കേന്ദ്രകൃഷിവകുപ്പ് അഡീഷണൽ സെക്രട്ടറി കെ എം സിൻഹ അവതരിപ്പിക്കുകയുണ്ടായി. കേന്ദ്ര വിലനിർണ്ണയ കമ്മീഷൻ ചെയർമാൻ ഡോ. ടി ഹഖ് കരാർകൃഷി സംബന്ധമായ നിയമഭേദഗതി അനിവാര്യമാണെന്ന് പറഞ്ഞു. കേന്ദ്രഗവൺമെന്റിന്റെ ചുവടുപിടിച്ച് കേരളത്തിലും ഇതിനുള്ള നീക്കങ്ങൾ ചടുലമായിക്കൊണ്ടിരിക്കുന്നു.

ഒരു ഭാഗത്ത് കൃഷിക്കാരനും മറുഭാഗത്ത് കമ്പനിയും ചേർന്നുള്ള ദീർഘകാല കരാറിന്റെ അടിസ്ഥാനത്തിലുള്ള കൃഷിവ്യവസ്ഥയാണ് കരാർകൃഷി. ദ്വിമുഖ കരാറിന് പകരം ചിലപ്പോൾ ത്രിമുഖ കരാറുകളും ആവിഷ്കരിക്കപ്പെട്ടിരിക്കും. കമ്പനിക്കും കൃഷിക്കാരനും പുറമെ ഗവൺമെന്റോ സഹകരണസ്ഥാപനമോ ബാങ്കോ മറ്റേതെങ്കിലും ഏജൻസിയോ ആകാം ഇതിലെ മൂന്നാം കക്ഷി. കൃഷിക്കാരൻ ആവശ്യമായ വിത്ത്, വളം, കീടനാശിനി തുടങ്ങിയവ നേരിട്ടോ ഇടനിലക്കാരൻ

വഴിയോ കമ്പനി കൃഷിക്കാരനെത്തിക്കും. വിളവെടുപ്പ് കഴിഞ്ഞാൽ നിശ്ചിത വിലയ്ക്ക് ഉല്പന്നം വിറ്റ് കടം വീട്ടേണ്ട ബാദ്ധ്യത കൃഷിക്കാരനുണ്ട്. കരാർകൃഷി കൃഷിക്കാരനും കമ്പനിക്കും ഒരുപോലെ ഗുണകരമാണെന്നാണ് ഇതിന്റെ പ്രണേതാക്കൾ പറയുന്നത്. എന്നാൽ ഇതിന്റെ പൊള്ളത്തരം പകൽവെളിച്ചം പോലെ വ്യക്തമാണ്. കരാറുകൾ ഇരുപങ്കാളികൾക്കും ശ്രേയസ്കരവും നീതിപൂർവ്വകവും ആകണമെങ്കിൽ അത് തുല്യശേഷിയുള്ള പങ്കാളികൾ തമ്മിലായിരിക്കണം. കേരളത്തിലെ ദരിദ്രകർഷകനും ഒരു ഭൂഖണ്ഡം മുഴുവൻ വിലയ്ക്കുവാങ്ങാൻ ആസ്തിയുള്ള കോർപ്പറേറ്റ് മാനേജ്മെന്റും തമ്മിലുള്ള കരാർ കൃഷിക്കാരന്റെ നാശത്തിലേ കലാശിക്കൂ എന്ന് മനസ്സിലാക്കാൻ അധികമൊന്നും ആലോചിക്കേണ്ടതില്ല. 1990ൽ പഞ്ചാബിലെ ഹോഷിയാപ്പൂർ ജില്ലയിൽ ഗോതമ്പുവയലിൽ കരാർ അടിസ്ഥാനത്തിൽ തക്കാളികൃഷി നടത്താൻ കൃഷിക്കാരെ പ്രേരിപ്പിച്ച പെപ്സിക്കോ കമ്പനി വരുത്തിവച്ച ദുരന്താനുഭവങ്ങൾ ഇക്കാര്യത്തിൽ നമുക്ക് ശക്തമായ താക്കീതാണ്. പെപ്സിക്കോയുടെ സംസ്കരണ പ്ലാന്റിലേക്ക് ആവശ്യമുള്ള തക്കാളി സംഭരിക്കുകയായിരുന്നു കമ്പനിയുടെ ലക്ഷ്യം. ഇതുമായി ബന്ധപ്പെട്ട് നൂറുകണക്കിന് കൃഷിക്കാരുമായി കമ്പനി കരാറിൽ ഒപ്പുവച്ചു. കൊള്ളപ്പലിശയ്ക്ക് പണം വാങ്ങി കൃഷിയാരംഭിച്ച കൃഷിക്കാർക്ക് മാർക്കറ്റ് വിലയുടെ പകുതിപോലും നല്കാൻ കമ്പനി തയ്യാറായില്ല. ഗുണനിലവാരത്തിന്റെ കാര്യം പറഞ്ഞാണ് വിളവെടുപ്പ് സമയത്ത് കമ്പനി കളം മാറി ചവിട്ടിയത്. വാങ്ങാൻ ആളില്ലാതായപ്പോൾ ചീഞ്ഞളിഞ്ഞ തക്കാളിപ്പഴങ്ങൾ ഹോഷിയാപ്പൂർ നഗരത്തിലെ തെരുവുവീഥികളിൽ കൂടിക്കിടന്നു. രോഷാകുലരായ ജനങ്ങൾ പെപ്സിക്കോയുടെ ഓഫീസിലേക്ക് തള്ളിക്കയറി. കമ്പനിയാകട്ടെ പ്ലാന്റ് ഹിന്ദുസ്ഥാൻ ലിവറിന് കൈമാറി സ്ഥലം വിട്ടു.

കരാർകൃഷി കൃഷിക്കാരുടെ രക്ഷയ്ക്കോ കൃഷിയിടങ്ങളുടെ നാശത്തിനോ?

കർഷകരെ രക്ഷിക്കാനും കാർഷികാഭിവൃദ്ധി കൈവരിക്കാനും കരാർകൃഷി പ്രയോജനപ്പെടുന്നതായി കേന്ദ്രസർക്കാർ അവകാശപ്പെടുന്നുണ്ടെങ്കിലും ഇതിന്റെ യഥാർത്ഥ ലക്ഷ്യം ആഗോള കുത്തകഭീമന്മാർക്കു മുന്നിൽ ഇന്ത്യൻ കാർഷികമേഖല തുറന്നിടുക എന്നുള്ളതു തന്നെയാണ്. ഇന്ത്യൻ കാർഷിക മേഖലയിൽ കടന്നുകയറി ലാഭം കൊയ്യാൻ അത് കുത്തകകൾക്ക് അവസരമൊരുക്കുന്നു. ഒരിക്കൽ കരാറിന്റെ കുരുക്കിൽ വീണുപോയാൽ അതിൽനിന്നും തലയൂരുക സാധാരണ കൃഷിക്കാരനെ സംബന്ധിച്ചിടത്തോളം അസാദ്ധ്യമായിരിക്കും. കരാറിൽ പറയുന്ന വ്യവസ്ഥകൾക്ക് വിരുദ്ധമായി പ്രവർത്തിക്കുന്ന കൃഷിക്കാരെ ഭീഷണിപ്പെടുത്തുന്നതിനും നഷ്ടപരിഹാരം ഈടാക്കുന്നതിനും ഭൂമി അന്യായമായി പിടിച്ചെടുക്കുന്നതിനുപോലും നിയമത്തിൽ

വ്യവസ്ഥയുണ്ടാകാം. കമ്പനി നിശ്ചയിക്കുന്ന വിത്തിനവും പരിചരണ മുറകളുമാണ് കൃഷിക്ക് ഉപയോഗിക്കേണ്ടത്. ജനിതകമാറ്റം വരുത്തിയ വിളകളുടെ തള്ളിക്കയറ്റത്തിന് ഇത് ഇടയാക്കിയേക്കും. ഇപ്പോൾത്തന്നെ ഒരു ലക്ഷം ഹെക്ടർ സ്ഥലത്ത് ഇന്ത്യയിൽ ബി ടി പരുത്തികൃഷി ചെയ്യുന്നുണ്ട്. താമസിയാതെ നെല്ല്, ഉരുളക്കിഴങ്ങ്, തക്കാളി, കോളിഫ്ളവർ, കാബേജ് തുടങ്ങിയ നിരവധി ഭക്ഷ്യവിളകളിൽ ജി എം ഇനങ്ങൾ ഉപയോഗിച്ചുള്ള കൃഷി വ്യാപകമായിത്തീരും. ഇത് തികച്ചും അപകടകരമാണ്. ഭക്ഷ്യവസ്തുക്കളിൽ കാര്യമായ ഗുണനിയന്ത്രണമോ ശാസ്ത്രീയ ലേബലിങ് സമ്പ്രദായമോ നിലവിലില്ലാത്ത ഇന്ത്യയെപ്പോലുള്ള ഒരു രാജ്യത്ത് ജി എം കൃഷിയുടെ അനിയന്ത്രിതമായ വികാസം ജനങ്ങളുടെ ആരോഗ്യത്തിന് നേരെയുള്ള കനത്ത വെല്ലുവിളിയാണ്. കേരളത്തെ സംബന്ധിച്ചിടത്തോളം ഏകമുഖ കാർഷികരീതികളായിരിക്കും കമ്പനികൾ പ്രോത്സാഹിപ്പിക്കുക. ഇത് നിലവിലുള്ള ബഹുവിള (സമ്മിശ്ര) കൃഷി സമ്പ്രദായത്തിന്റെ അകാലചരമത്തിനും ജൈവവൈവിദ്ധ്യ ശോഷണത്തിനും വഴിവയ്ക്കും. രാസവളവും കീടനാശിനിയും യാതൊരു നിയന്ത്രണവുമില്ലാതെ പരമാവധി ഉപയോഗിച്ച് കൃഷി ചെയ്യാനായിരിക്കും കമ്പനികൾ നിർദ്ദേശിക്കുക. ഇതാകട്ടെ മണ്ണിന്റെ സ്വാഭാവിക വളസൃഷ്ടിയും നീർവാഴ്ചയും നശിപ്പിക്കും.

കമ്പനികൾ ക്യൂ നില്ക്കുന്നു

ഭൂമിയുടെ തുണ്ടുവല്ക്കരണം ചെറുക്കാനാണ് കരാർകൃഷി എന്ന വാദവും അന്തഃസാര ശൂന്യമാണ്. ഭൂമിയുടെ തുണ്ടുവല്ക്കരണവും ഉല്പാദനക്ഷമതയെ പ്രതികൂലമായി ബാധിക്കും എന്ന ധാരണയും ശരിയല്ല. യന്ത്രവല്ക്കരണം കാര്യമായി നടക്കാത്ത നാണ്യവിളകളിൽ ഭൂവിസ്തൃതി കുറയുന്നതോടെ ഉല്പാദനക്ഷമത വർദ്ധിക്കുന്നതായാണ് അനുഭവപ്പെടുന്നത്. ഭൂപരിഷ്ക്കരണം ത്വരിതപ്പെടുത്തിയ ജപ്പാൻ, കൊറിയ, ഫിലിപ്പൈൻസ് തുടങ്ങിയ രാജ്യങ്ങൾ കാർഷികരംഗത്ത് കൈവരിച്ച നേട്ടങ്ങളും നാം കാണാതിരുന്നുകൂടാ. ലാറ്റിനമേരിക്കൻ രാജ്യങ്ങളിലും സിംബാബ്‌വേയിലും മൊറോക്കോയിലുമൊക്കെ ആഗോളകമ്പനികൾ കരാർ കൃഷിയിലൂടെ നടത്തിയ തേർവാഴ്ചയുടെ ദുരന്തഫലങ്ങൾ സമീപകാല അനുഭവങ്ങളാണ്.

കരാർകൃഷിക്ക് പച്ചക്കൊടി കാട്ടാൻ ഗവൺമെന്റ് തീരുമാനമെടുത്തിട്ടുണ്ട് എന്ന വാർത്ത സ്വകാര്യ കുത്തകക്കമ്പനികളെ കുറച്ചൊന്നുമല്ല സന്തോഷിപ്പിച്ചിരിക്കുന്നത്. നിരവധി കമ്പനികൾ ഇതുമായി ബന്ധപ്പെട്ട പദ്ധതികളുമായി ഭരണസംവിധാനത്തെ സ്വാധീനിച്ചു തുടങ്ങിയിരിക്കുന്നു. പെപ്സി ഫുഡ്സ്, കെല്ലോഗ്, സ്പെൻസർ, കാർഗിൽ റാലീസ്, ഗോസ്പ്രേ, കാഡ്ബറി തുടങ്ങിയവ ഇവയിൽ പെടുന്നു. വിദേശകമ്പനികൾ എത്തിപ്പിടിക്കാത്ത മേഖലകളിലും ഉല്പന്നങ്ങളിലും ഭാഗ്യം പരീക്ഷിക്കാൻ സ്വദേശി കുത്തകകളും തയ്യാറായിക്കഴിഞ്ഞിരിക്കുന്നു.

ഭക്ഷ്യസുരക്ഷിതത്വം ഒരു കെട്ടുകഥ

കേരളത്തിലെ കാർഷികമേഖലയിൽ അടിച്ചേല്പിക്കാനുദ്ദേശിക്കുന്ന പുതിയ പരിഷ്കാരങ്ങളുടെ മറ്റൊരു പ്രത്യാഘാതം ഭക്ഷ്യക്കൃഷി മേഖലയുടെ സമ്പൂർണ്ണ നാശമായിരിക്കും. പാട്ടക്കൃഷിയും കരാർകൃഷിയും കൃഷിക്കാരെ വാണിജ്യവിളകളിലേക്ക് തിരിയുന്നതിന് പ്രേരിപ്പിക്കും. ഇതിന്റെ ഫലമായി കേരളത്തിലങ്ങിങ്ങ് അല്പാല്പമായി അവശേഷിച്ചിട്ടുള്ള നെല്കൃഷി അക്ഷരാർത്ഥത്തിൽ നാമാവശേഷമാകും.

കേരളത്തിൽ ഭക്ഷ്യസുരക്ഷിതത്വം ഇന്നൊരു കെട്ടുകഥയായി മാറിയിരിക്കുന്നു. സംസ്ഥാനം രൂപീകരിച്ചപ്പോൾ മൊത്തം കൃഷിസ്ഥലത്തിന്റെ മൂന്നിലൊന്ന് (35 ശതമാനം) ഭാഗം നെല്കൃഷിക്കു വേണ്ടി നീക്കിവച്ചിരുന്നു. എന്നാൽ ഇന്ന് നെല്കൃഷി ചെയ്യുന്ന സ്ഥലത്തിന്റെ വിസ്തീർണ്ണം മൊത്തം വിളഭൂമിയുടെ ഒമ്പതിലൊന്ന് (പതിനൊന്ന് ശതമാനം) ഭാഗം മാത്രമാണ്. 1974–75 ൽ നമുക്ക് ആവശ്യമായ അരിയുടെ ഏതാണ്ട് പകുതിയോളം ഇന്നാട്ടിൽ ഉല്പാദിപ്പിച്ചിരുന്നു. അക്കാലത്ത് കേരളത്തിന്റെ വാർഷിക അരി ഉല്പാദനം ഏതാണ്ട് 14 ലക്ഷം ടൺ ആയിരുന്നു. എന്നാൽ ഇന്ന് കേരളത്തിന് ആവശ്യമുള്ള അരിയുടെ ആറിൽ ഒരു ഭാഗം പോലും ഇവിടെ ഉല്പാദിപ്പിക്കപ്പെടുന്നില്ല. ലഭ്യമായ കണക്കുകളനുസരിച്ച് 44 ലക്ഷം ടൺ അരിയാണ് കേരളത്തിന് വർഷംപ്രതി ആവശ്യമുള്ളത്. എന്നാൽ നമ്മുടെ വാർഷിക അരി ഉല്പാദനം ഏകദേശം ഏഴ് ലക്ഷം ടൺ മാത്രമാണ്. 1971–72 ൽ കേരളത്തിലെ പ്രതിശീർഷ പ്രതിദിന അരി ഉല്പാദനം 144 ഗ്രാം ആയിരുന്നെങ്കിൽ 2001 ൽ അത് വെറും 65 ഗ്രാം മാത്രമായി ചുരുങ്ങി. ഐ സി എം ആർ നിർദ്ദേശിക്കുന്നത് പ്രായപൂർത്തിയായ ഒരാൾ കുറഞ്ഞത് 500 ഗ്രാം ഭക്ഷ്യധാന്യങ്ങൾ ദിനംപ്രതി ആഹാരത്തിലുൾപ്പെടുത്തണമെന്നാണ്. കേരളമാകട്ടെ ഭക്ഷ്യധാന്യ ഉപഭോഗത്തിൽ ഇന്ത്യയിൽത്തന്നെ ഏറ്റവും പിന്നണിയിൽ നില്ക്കുന്ന സംസ്ഥാനമാണ്. കഴിഞ്ഞ ഇരുപത് വർഷക്കാലയളവിൽ ഏതാണ്ട് അഞ്ച് ലക്ഷം ഹെക്ടർ നെല്പാടമാണ് വിവിധ ആവശ്യങ്ങൾക്കായി കേരളത്തിൽ നികത്തപ്പെട്ടത്. നെല്വയൽ നികത്തുന്നതിനെതിരെ രൂപംകൊണ്ട ഭൂവിനിയോഗനിയമത്തെ ദുർബ്ബലപ്പെടുത്തുന്നതിനും സമീപകാലത്ത് നീക്കങ്ങൾ ഉണ്ടായി. കാർഷികേതര ആവശ്യങ്ങൾക്ക് കൃഷിഭൂമി ഉപയോഗിക്കാൻ കൃഷിക്കാർക്ക് സ്വാതന്ത്ര്യം നല്കുന്ന നിയമനിർമ്മാണത്തിന് ഗവൺമെന്റ് തുടക്കം കുറിച്ചിരിക്കുന്നു. കൃഷിഭൂമിയിൽ ടൂറിസം വികസനത്തിനു വേണ്ടി കെട്ടിടംവയ്ക്കാൻ അനുവാദം നല്കാൻ ഉദ്ദേശിച്ചുകൊണ്ടുള്ളതാണത്രെ ഇതിൽ ഒരു നിയമഭേദഗതി. ടൂറിസം എന്നോ ഔഷധച്ചെടിത്തോട്ടം എന്നോ ബോർഡുവച്ചാൽ ഏതു വയലും എപ്പോൾ വേണമെങ്കിലും ആർക്കും നികത്തിയെടുക്കാമെന്നാണ് ഇന്നത്തെ അവസ്ഥ. നെല്വയലുകളിൽ നാലുവർഷത്തിലൊരിക്കൽ നെല്കൃഷി ചെയ്താൽ മതിയെന്നും ഇടക്കാലത്ത് ഉട

മയ്ക്ക് ഇഷ്ടമുള്ള കൃഷിയോ, മീൻവളർത്തലോ ടൂറിസം വികസനമോ എന്തുവേണമെങ്കിലും ആകാമെന്നും പരിഷ്കരിച്ച നിയമത്തിൽ വ്യവസ്ഥയുണ്ടാകുമത്രേ. ഇതിനൊക്കെ പുറമെയാണ് കാർഷിക മേഖലയിൽ ഗവൺമെന്റ് നടപ്പാക്കാനുദ്ദേശിക്കുന്ന സ്വകാര്യവല്ക്കരണ സംരംഭങ്ങൾ. ഇതിന്റെ ആദ്യപടിയായി 32 വിത്തുല്പാദന കേന്ദ്രങ്ങൾ ഉൾപ്പെടെ മൊത്തം 61 കൃഷിഫാമുകൾ സ്വകാര്യവല്ക്കരിക്കാൻ ഗവൺമെന്റ് തലത്തിൽ നീക്കങ്ങൾ ആരംഭിച്ചുകഴിഞ്ഞു.

ഇ എം എസിന്റെ നിരീക്ഷണവും അതിന്റെ കാലികപ്രസക്തിയും

അറുപത് വർഷം മുമ്പ് ഇ എം എസ് എഴുതിയത് ഇന്നും ഏറെക്കുറെ പ്രസക്തമാണ്. കേരളത്തിലെ കൃഷി ലോകകമ്പോളത്തിൽ ആവശ്യമുള്ളത് വിളയിച്ചെടുക്കാനാണ്. നാട്ടുകാർക്ക് ആവശ്യമുള്ളത് വളരെകുറച്ചേ ഇവിടെ ഉല്പാദിപ്പിക്കുന്നുള്ളു. വർഷമേറെ കഴിഞ്ഞിട്ടും ഈ സ്ഥിതി മാറ്റമില്ലാതെ തുടരുന്നു. കേരളം ഭരിച്ച നാട്ടുരാജാക്കന്മാരും ബ്രിട്ടീഷ് ആധിപത്യവും ജനാധിപത്യഭരണകൂടവുമൊക്കെ നാണ്യവിളകളെ പ്രോത്സാഹിപ്പിക്കുന്ന നയമാണ് സ്വീകരിച്ചത്. ഒരുകാലത്ത് കൊളോണിയൽ ശക്തികൾക്ക് വേണ്ടിയും പിന്നീട് സാമ്രാജ്യത്വ ശക്തികൾക്കുവേണ്ടിയും നാം കയറ്റുമതി കൃഷി പ്രോത്സാഹിപ്പിച്ചു. ഭക്ഷണമാണ് ആധിപത്യത്തിന്റെ ആയുധം എന്ന തിരിച്ചറിവിൽ വൻകിട രാഷ്ട്രങ്ങൾ ഇന്ത്യയെപ്പോലുള്ള വികസ്വര രാജ്യങ്ങളോടാവശ്യപ്പെട്ടത് ഭക്ഷ്യവിളകളിൽനിന്നും വാണിജ്യവിളകളിലേക്കുള്ള മാറ്റമായിരുന്നു. പാശ്ചാത്യരുടെ ഭക്ഷണമേശയ്ക്കിണങ്ങുന്ന വിഭവങ്ങൾ ഉല്പാദിപ്പിച്ചാൽ മാത്രമേ വിപണിയിൽ പിടിച്ചുനില്ക്കാൻ കഴിയൂ എന്ന് ആഗോളവല്ക്കരണനയത്തിന്റെ വക്താക്കൾ ദരിദ്രരാജ്യങ്ങളെ ഉപദേശിച്ചു. എന്നാൽ ആഗോളക്കമ്പോളത്തിൽ സാമ്രാജ്യത്വം നിശ്ചയിക്കുന്ന വിലകൾക്കനുസൃതമായി വിളരീതികൾ ചിട്ടപ്പെടുത്തിയ കർഷകർ വിവിധ വിളകൾ മാറിമാറി പരീക്ഷിച്ചിട്ടും ഒരു വിളയിലും പിടിച്ചുനില്ക്കാൻ കഴിയാത്ത അവസ്ഥയിലാണിപ്പോൾ. ഇതിനിടയിൽ നെല്കൃഷിയും ഭക്ഷ്യസ്വയംപര്യാപ്തതയും കേരളത്തിനാവശ്യമില്ലെന്നും കേരളത്തിനാവശ്യമുള്ള അരി ഇന്ത്യയ്ക്കകത്തുനിന്നു തന്നെ ഇറക്കുമതി ചെയ്താൽ മതിയെന്നും ഒരു അന്വേഷണ കമ്മീഷൻ വിധിയെഴുതുകയും ചെയ്തു. ഹരിതവിപ്ലവത്തിന്റെ പ്രഭവകേന്ദ്രമായ ഡോ. സ്വാമിനാഥനാകട്ടെ കേരളത്തിന്റെ ദുരവസ്ഥയ്ക്ക് കണ്ടെത്തിയ പരിഹാരം ജൈവകൃഷിയും മരുന്നുചെടികളുടെ ഉല്പാദനവുമായിരുന്നു. നെല്കൃഷി വികസനത്തിനുവേണ്ടി ഏഴോളം അന്വേഷണ കമ്മീഷനുകളാണ് കേരളത്തിൽ പഠനം നടത്തിയത്. എന്നാൽ അവ സമർപ്പിച്ച റിപ്പോർട്ടുകളിലെ ശുപാർശകളിൽ ഏതെങ്കിലും ഒന്നിലെങ്കിലും ഗവൺമെന്റ് നടപടി ഉണ്ടായതായി അറിവില്ല. അതേസമയം കേരളത്തിൽ അവശേഷിച്ച നെല്ലറകളായ കുട്ടനാടും പാല

ക്കാടും ശവക്കല്ലറകളായി മാറിക്കൊണ്ടിരിക്കുന്നു! ഇന്ത്യ മുഴുവൻ കരാർ കൃഷിയും പാട്ടക്കൃഷിയും വിപുലമാവുകയും കൃഷിവ്യവസായ കോർപ്പറേഷനുകളും സ്വകാര്യ കൃഷിക്കമ്പനികളും പലയിടത്തും നിലവിൽ വരികയും കേരളത്തിൽ സംഭവിച്ചതുപോലുള്ള അടിയൊഴുക്കുകൾ മറ്റു സംസ്ഥാനങ്ങളിലും രൂപംകൊള്ളുകയും ചെയ്യുന്നപക്ഷം ഒരു നേരത്തെ അരിഭക്ഷണത്തിന് കേരളത്തിലെ ജനങ്ങൾ ആരെ സമീപിക്കണം? പ്രതിശീർഷ വളർച്ചാനിരക്കിനെ ആധാരമാക്കി വികസനലക്ഷ്യങ്ങൾ നിർവ്വചിക്കുന്നതിലെ അപകടമാണിത്. വികസനം എന്നതുകൊണ്ട് നാം ഉദ്ദേശിക്കുന്നത് സമൂഹത്തിലെ ഏറ്റവും പാവപ്പെട്ടവന്റെ ജീവിതഗുണമേന്മയിലുള്ള ഉയർച്ചയാണ്. അതിനാൽ ഭക്ഷ്യസുരക്ഷ ദേശരക്ഷയുടെ ഭാഗം തന്നെയായി മാറണം. ആഗോളവല്ക്കരണത്തിന്റെ കടന്നുകയറ്റത്തിൽ ഭക്ഷ്യവിളകളിൽനിന്നും വാണിജ്യവിളകളിലേക്ക് കൃഷിമാറ്റം നടത്തിയ മൊറോക്കോ, മെക്സിക്കോ, അൾജീരിയ, സൈറ തുടങ്ങിയ രാജ്യങ്ങളുടെ അനുഭവങ്ങൾ നമുക്ക് ദൃഷ്ടാന്തമാകേണ്ടതാണ്.

കാർഷിക സർവ്വകലാശാല വില്പനയ്ക്ക്

കേരളത്തിൽ കാർഷിക ഗവേഷണരംഗത്ത് ശ്രദ്ധേയമായ പല സംഭാവനകളും നല്കിയ കേരള കാർഷിക സർവ്വകലാശാലയുടെ പ്രവർത്തനം സ്തംഭിപ്പിക്കുന്നതിനും അതിന്റെ സ്വതന്ത്രപദവി ഇല്ലായ്മ ചെയ്യുന്നതിനുമുള്ള നീക്കം ഭരണതലത്തിൽ കൈക്കൊണ്ടിട്ടുള്ളതായി വ്യാപകമായ ആരോപണമുണ്ട്. അക്കാദമിക് രംഗത്ത് കഴിഞ്ഞവർഷം ഇന്ത്യയിലെ ഏറ്റവും മികച്ച കാർഷിക സർവ്വകലാശാലയായി ഐ സി എ ആർ തെരഞ്ഞെടുത്ത സ്ഥാപനമാണ് കേരള കാർഷിക സർവ്വകലാശാല. തേങ്ങ പൊതിക്കുന്ന ഉപകരണം മുതൽ ആഫ്രിക്കൻ പായൽ നിർമ്മാർജ്ജനം വരെയുള്ള നേട്ടങ്ങളുടെ ഒരു പട്ടികതന്നെ സർവ്വകലാശാലയ്ക്ക് നിരത്താനുണ്ട്. എന്നാൽ സർവ്വകലാശാലയെ മുച്ചൂടും പൊളിച്ചടുക്കി സ്വകാര്യകുത്തകകൾക്ക് കൈമാറാൻ അണിയറയിൽ നീക്കങ്ങൾ ആരംഭിച്ചിരിക്കുന്നു. സർവ്വകലാശാലയുടെ പ്രവർത്തനം വിലയിരുത്തുന്നതിനും പുനരുദ്ധാരണ നിർദ്ദേശങ്ങൾ സമർപ്പിക്കുന്നതിനും ഗവൺമെന്റ് തലത്തിൽ നിയമിച്ചിട്ടുള്ള കമ്മിറ്റിയുടെ ഘടനതന്നെ ഇതിന് ഉത്തമദൃഷ്ടാന്തമാണ്. ഈ കമ്മിറ്റിയിൽ ഒരംഗമായ ഡോ. ലക്ഷ്മണ കാലിഫോർണിയയിലെ കൃഷി കൺസൾട്ടന്റാണ്. കേരളത്തിന്റെ കാർഷികമേഖലയുമായി വിദൂരബന്ധം പോലുമില്ലാത്തവരാണ് കമ്മിറ്റിയിലെ മറ്റു ചില അംഗങ്ങൾ. അതേസമയം ഡോ. ആർ ഗോപാലകൃഷ്ണനെപ്പോലുള്ള കേരളത്തിലെ പ്രഗത്ഭ കൃഷിശാസ്ത്രജ്ഞരെ കമ്മിറ്റിയിൽനിന്നും ഒഴിവാക്കിയിരിക്കുന്നു. പലരും ചൂണ്ടിക്കാണിക്കുന്ന മറ്റൊരു കാര്യം ഇത്തരമൊരു അന്വേഷണകമ്മീഷന്റെ പ്രസക്തിയാണ്.

സർവ്വകലാശാല രൂപപ്പെട്ടതിനുശേഷം അരദ്ധസനോളം അന്വേ

ഷണ കമ്മീഷനുകൾ സർവ്വകലാശാലാ പ്രവർത്തനത്തെ വിലയിരുത്തിയിട്ടുണ്ട്. ഇതിൽ 1996 ലെ ഭാസ്കരൻനമ്പ്യാർ കമ്മീഷൻ 33 വോള്യമുള്ള റിപ്പോർട്ടാണ് സമർപ്പിച്ചിരിക്കുന്നത്. എന്നാൽ ഇത്തരം നിർദ്ദേശങ്ങളിലൊന്നും താല്പര്യം കാണിക്കാത്ത ഗവൺമെന്റ് പുതിയ ഒരു അന്വേഷണ കമ്മീഷനുവേണ്ടി കരുക്കൾ നീക്കിയത് സാമ്രാജ്യത്വ ആഗോളവല്ക്കരണ നയപരിപാടികൾ അതിശക്തമായി സർവ്വകലാശാലയിൽ അടിച്ചേല്പിക്കാൻ ഉദ്ദേശിച്ചുതന്നെയായിരിക്കണം. ഇപ്പോൾ തന്നെ സർവ്വകലാശാലയിൽ റിട്ടയർമെന്റ് വേക്കൻസികളിൽ നിയമനം നടത്താറില്ല. വിദേശമൂലധനത്തിന്റെ ഒഴുക്കിന് കാർഷികസർവ്വകലാശാലയുടെ സ്വതന്ത്രപദവി ഒരു വിലങ്ങുതടിയാണ്. കാർഷികസർവ്വകലാശാലയുടെ അധികാരം വെട്ടിച്ചുരുക്കി അതിനെ ഒരു ഗവൺമെന്റ് ഡിപ്പാർട്ട്മെന്റ് പരുവത്തിലാക്കിയാൽ മാത്രമേ ഘടനാപരമായ പരിഷ്കാരങ്ങൾ വരുത്തുന്നതിനും സ്വകാര്യ കുത്തകകളെ സർവ്വകലാശാല ക്യാമ്പസിൽ കുടിയിരുത്തുന്നതിനും കഴിയൂ. ലാഭത്തിൽ പ്രവർത്തിക്കാത്ത ഗവേഷണ കേന്ദ്രങ്ങൾ അടച്ചുപൂട്ടുന്നതിനും ലേലത്തിൽ വില്ക്കുന്നതിനും കമ്മിറ്റിക്ക് ശുപാർശ ചെയ്യാവുന്നതാണ്. ഈയിടെ കാർഷികോല്പാദനക്ഷമത വർദ്ധിപ്പിക്കാനുതകുന്ന സാങ്കേതികവിദ്യ ടെന്റർ വിജ്ഞാപനത്തിലൂടെ സ്വകാര്യസ്ഥാപനങ്ങളിൽനിന്നും ക്ഷണിച്ച് സംസ്ഥാന കൃഷിവകുപ്പ് ഒരു ചരിത്രംതന്നെ സൃഷ്ടിച്ചു! വിജ്ഞാപനം വിവാദമായപ്പോഴാണ് അത് റദ്ദുചെയ്തത്.

നെടുനാളത്തെ ഗവേഷണങ്ങളിലൂടെ പ്രാദേശികമായി വികസിപ്പിച്ചെടുക്കേണ്ട ഒന്നാണ് നാടിനാവശ്യമായ സാങ്കേതികവിദ്യ. എന്നാൽ ഏത് സാങ്കേതിക വിദ്യയും ഫാസ്റ്റ്ഫുഡ് പോലെ ബഹുരാഷ്ട്ര കുത്തകക്കമ്പനികളുടെ പെട്ടിക്കടകളിൽനിന്നും വിലയ്ക്കുവാങ്ങാൻ കഴിയുമെന്നാണ് ഭരണതലത്തിൽ ചില ബുദ്ധികേന്ദ്രങ്ങൾ അവകാശപ്പെടുന്നത്. കാർഷിക സർവ്വകലാശാലപോലുള്ള ഗവേഷണ സ്ഥാപനങ്ങൾ അടച്ചുപൂട്ടി വിദ്യാഭ്യാസവും ഗവേഷണവുമൊക്കെ ഏതെങ്കിലും സ്വകാര്യ കമ്പനികളെ ഏല്പിക്കുന്നതായിരിക്കും ലാഭകരം എന്നവർ കണക്കുകൂട്ടുന്നു. എന്നാൽ കേരളത്തിലെ കാർഷിക മേഖലയിൽ ഉല്പാദനക്ഷമത വർദ്ധിക്കാത്തത് ടെക്നോളജിയുടെ അഭാവംകൊണ്ടല്ല, നേരേമറിച്ച് വേണ്ടവിധത്തിൽ അത് നടപ്പാക്കാൻ കൃഷിക്കാരോ ഗവൺമെന്റോ തയ്യാറാകാത്തതുകൊണ്ടാണെന്ന് ആർക്കാണ് അറിഞ്ഞുകൂടാത്തത്.

ദേശാഭിമാനി വാരിക

ധനികന്റെ എച്ചിൽപ്പാത്രം ദരിദ്രന്

ഏറെ കൊട്ടിഘോഷിച്ച് നടത്തപ്പെട്ട ജോഹന്നസ്ബർഗ്ഗിലെ പരിസ്ഥിതി ഉച്ചകോടിയെ ജി–27 രാജ്യങ്ങളുടെ നേതാവും വെനിസ്വലേയുടെ പ്രസിഡണ്ടുമായ ഹ്യൂഗോ ഷാവേസ് "യുക്തിസഹമല്ലാത്ത ബധിര ഭാഷണം" എന്നാണ് വിശേഷിപ്പിച്ചത്. സിംബാബ്‌വേ പ്രധാനമന്ത്രി റോബർട്ട് മുഗാബെ ഒരു പടികൂടി മുന്നോട്ടുകടന്ന് ഉച്ചകോടിയുടെ ലക്ഷ്യം ആഗോളചൂഷണമാണെന്ന് വെട്ടിത്തുറന്നു പറഞ്ഞു. ആഗസ്ത് 26 മുതൽ സെപ്തംബർ നാലുവരെ നടന്ന ഈ സമ്മേളനത്തിൽ 104 രാജ്യങ്ങളുടെ തലവന്മാരടക്കം 2100 പ്രതിനിധികൾ പങ്കെടുത്തു. തൊള്ളായിരം പ്രതിനിധികൾ 250 മണിക്കൂർ ചർച്ചചെയ്തിട്ടാണത്രേ 65 പേജുള്ള 'കർമ്മപദ്ധതി' തയ്യാറാക്കിയത്; വികസിത രാജ്യങ്ങളുടെ സമ്മർദ്ദത്തിനു വഴങ്ങി 'ഗ്രീൻറൂം ചർച്ച'കളിലൂടെ രൂപപ്പെടുത്തിയെടുത്ത ഈ രേഖയിൽ ആവശ്യത്തിലധികം വെള്ളം ചേർത്തിരുന്നു, "ധനികന്റെ എച്ചിൽ ദരിദ്രന്" എന്ന പരിപ്രേക്ഷ്യമാണ് ഈ രേഖയുടെ കാതൽ, 1992 ലെ റയോ സമ്മേളനത്തിൽ അംഗീകരിച്ച അജണ്ട 21 പോലുള്ള ഒരാഗോള പ്രവർത്തനപദ്ധതിയെങ്കിലും സമ്മേളനത്തിന്റേതായി പുറത്തുവരുമെന്ന് ചിലരെങ്കിലും പ്രത്യാശിച്ചിരുന്നു. എന്നാൽ അതുണ്ടായില്ല. "ആഗോള നേതാക്കളുടെ ഈ വെടിവട്ട"ത്തിനൊടുവിൽ കേന്ദ്രീകൃത ഉപഭോഗ പ്രേരിത വികസന സങ്കല്പത്തിൽനിന്നും അണുകിട വിട്ടുമാറാൻ സമ്പന്ന വികസിത രാജ്യങ്ങൾ തയ്യാറുണ്ടായിരുന്നില്ല എന്ന് കൂടുതൽ വ്യക്തമായി. പ്രകൃതിയെ ചുളുവിലയ്ക്ക് ലേലംചെയ്തു വില്ക്കാനുള്ള ധാരണാപത്രം അവർ എന്നേ തയ്യാറാക്കിയിരുന്നു. ദോഹയിലും സിയാറ്റിലിലും ജനീവയിലുമൊക്കെ കണ്ടുപഴകിയ നാടകങ്ങളുടെ ആവർത്തനം തന്നെയായിരുന്നു ജോഹന്നസ് ബർഗ്ഗിലും അരങ്ങേറിയത്. ബഹുരാഷ്ട്ര കുത്തകകളുടെ അദൃശ്യഹസ്തങ്ങളാണ് ഉച്ചകോടിയെ അടിമുടി നിയന്ത്രിച്ചിരുന്നത്.

ദരിദ്രർക്ക് സ്വർഗ്ഗരാജ്യം

പ്രവചനങ്ങൾക്കു കാതോർക്കുന്ന വികസ്വര രാജ്യങ്ങളിലെ ദരിദ്ര ജനതയ്ക്കു മുന്നിൽ പ്രലോഭനങ്ങളുടെ ചൂണ്ടക്കൊരുത്തുകൾ ഒരുക്കി വച്ചാണ് ഉച്ചകോടി പിരിഞ്ഞത്. 2015 ന് മുമ്പ് ലോകത്തിലെ ദരിദ്രരുടെ എണ്ണം നേർപകുതിയാക്കി കുറയ്ക്കും എന്ന വാഗ്ദാനമാണ് ഇവയിൽ ഏറ്റവും മുഖ്യമായത്. ഇത്തരം വാഗ്ദാനങ്ങൾക്ക് അവ എഴുതിയ കടലാസിന്റെ വിലപോലുമില്ലെന്ന് ആർക്കാണ് അറിഞ്ഞുകൂടാത്തത്? ഐക്യരാഷ്ട്ര സഭയുടെ വികസന പദ്ധതി (G N D P) തയ്യാറാക്കിയ 2003 ലെ ലോകവികസനറിപ്പോർട്ടനുസരിച്ച് ദാരിദ്ര്യം കൊണ്ട് പൊറുതിമുട്ടുന്ന 96 രാജ്യങ്ങളിൽ ഇന്ത്യയും ചൈനയും അടക്കം 57 രാജ്യങ്ങൾക്ക് മാത്രമേ 2015 ഓടെ ദാരിദ്ര്യത്തിന്റെ തോത് പകുതിയാക്കി കുറയ്ക്കാനാകൂ. ഒരു ദിവസത്തെ ആദായം ശരാശരി ഒരു ഡോളറിനപ്പുറം പോകാത്ത പരമദരിദ്രരുടെ എണ്ണം ലോകത്ത് 115 കോടിയാണ്. 1990 ൽ ഇവരുടെ സംഖ്യ 128 കോടി ആയിരുന്നു. അതായത് കഴിഞ്ഞ ഒരു ദശാബ്ദക്കാലത്തെ ദാരിദ്ര്യ നിർമ്മാർജ്ജന പ്രവർത്തനങ്ങൾക്കിടയിൽ പരമദരിദ്രരുടെ എണ്ണത്തിൽ വന്ന വ്യത്യാസം വെറും 13 കോടിയാണ്. മാത്രമല്ല വല്ലവിധേനയും ദാരിദ്ര്യരേഖയുടെ മുകളിൽ കയറിപ്പറ്റി എന്നതുകൊണ്ടുമാത്രം ജീവിതഗുണമേന്മ സാർത്ഥകമായി ഉയരണമെന്നില്ല. ലോകജനതയുടെ പകുതിയോളം (2.8 ബില്യൻ) വരുന്ന ഒരു വലിയ വിഭാഗം ജനങ്ങൾ ഇപ്പോഴും മാന്യമായ ജീവിതം നയിക്കാൻ കെല്പില്ലാത്തവരാണ്. രണ്ട് ഡോളറിൽ കുറഞ്ഞ പ്രതിശീർഷവരുമാനവുമായി അരിഷ്ടിച്ച് ജീവിതം തള്ളിനീക്കുന്ന ഈ വലിയ വിഭാഗം ജനങ്ങളെ വിമോചനത്തിന്റെ പാതയിലെത്തിക്കുന്നതിനെക്കുറിച്ച് ഉച്ചകോടി പരാമർശിക്കുന്നേയില്ല. ഇന്നത്തെ നിലയിൽ ലോകത്തുനിന്ന് ദാരിദ്ര്യം തുടച്ചുനീക്കാൻ 130 വർഷങ്ങൾ വേണ്ടിവരുമെന്ന് ലോക വികസന റിപ്പോർട്ട് സൂചിപ്പിക്കുന്നു. ആഫ്രിക്കയുടെ സഹാറ പ്രദേശത്ത് സ്ഥിതിചെയ്യുന്ന 15 രാജ്യങ്ങളിൽ കഴിഞ്ഞ ഒരു ദശാബ്ദക്കാലയളവിൽ ദാരിദ്ര്യം വർദ്ധിക്കുകയാണ് ചെയ്തത്.

അമിതോല്പാദനത്തിലൂടെ ലോകത്തിന്റെ വിശപ്പുമാറ്റാനാവില്ലെന്നും ദാരിദ്ര്യം വിതരണ വൈജാത്യത്തിന്റെ സൃഷ്ടിയാണെന്നും ദശാബ്ദങ്ങൾക്കു മുമ്പെ കാൾ മാർക്സ് പ്രസ്താവിച്ചു. ലാഭേച്ഛയും ഉപഭോഗാർത്തിയും മുഖമുദ്രയാക്കിയ ഉദാരവല്ക്കരണ നയപരിപാടികൾ വികസന അസമത്വം രൂക്ഷമാക്കിയിരിക്കുന്നു. ലോകത്തിൽ ഏറ്റവും സമ്പന്നരായ 358 കോടീശ്വരന്മാരുടെ മൊത്തം ആസ്തി ലോകജനസംഖ്യയുടെ പകുതിയോളം വരുന്ന (45 ശതമാനം) ദരിദ്ര ജനവിഭാഗത്തിന്റെ മൊത്തം സമ്പാദ്യത്തേക്കാൾ എത്രയോ അധികമാണ്. ഏറ്റവും ഒടുവിലത്തെ മനുഷ്യ വികസന റിപ്പോർട്ടനുസരിച്ച് ലോകസമ്പത്തിൽ ഏറ്റവും മുന്നിൽ നില്ക്കുന്ന ഇരുപത് രാജ്യങ്ങളിലെ പ്രതിശീർഷാദായം ഏറ്റവും

താഴെക്കിടയിൽ കിടക്കുന്ന ഇരുപത് രാജ്യങ്ങളിലെ പ്രതിശീർഷാദായത്തിന്റെ 37 മടങ്ങാണ്. കഴിഞ്ഞ നാലു ദശാബ്ദക്കാലയളവിൽ ഈ അനുപാതം കുറയുകയല്ല ഇരട്ടിക്കുകയാണ് ചെയ്തത്. ലോകത്തിലെ സമ്പന്നർ തിന്നൊടുക്കുന്ന വിഭവങ്ങളുടെ വൈപുല്യമാണ് ലോകത്ത് ദാരിദ്ര്യം തളംകെട്ടി നിർത്തുന്ന മറ്റൊരു ഘടകം. ഒരു ശരാശരി അമേരിക്കക്കാരൻ ജീവിതകാലത്ത് ഉപയോഗിച്ച് പുറംതള്ളുന്ന വിഭവം ഒരു ശരാശരി ഇന്ത്യക്കാരൻ അനുഭവിക്കുന്നതിന്റെ 80 മടങ്ങാണത്രെ. ഒരു വിഭാഗം ജനങ്ങൾ പ്രകൃതിയെയും ഭൗതികസമ്പത്തിനെയും അമിതമായി ചൂഷണംചെയ്ത് സുഖസമൃദ്ധിയിൽ ആറാടുമ്പോൾ മറ്റൊരു വിഭാഗത്തിന് ദരിദ്രരാകാതെ നിർവ്വാഹമില്ലല്ലോ!

ഉച്ചകോടി ലക്ഷ്യമിടുന്നതുപോലെ കാര്യങ്ങൾ നീങ്ങണമെങ്കിൽ പ്രതിവർഷാദായത്തിൽ 3.7 ശതമാനം വാർഷിക വളർച്ച രേഖപ്പെടുത്തേണ്ടതുണ്ടെന്ന് സാമ്പത്തിക ശാസ്ത്രജ്ഞന്മാർ കണക്കുകൂട്ടുന്നു. എന്നാൽ കഴിഞ്ഞ ഒരു ദശാബ്ദക്കാലയളവിൽ ഇന്ത്യ, ചീന തുടങ്ങിയ 24 രാജ്യങ്ങളിൽ മാത്രമേ ഈ തോതിലുള്ള വളർച്ച രേഖപ്പെടുത്തിയിട്ടുള്ളു. ലോകജനസംഖ്യയുടെ 34 ശതമാനം കൈയാളുന്ന 127 വികസ്വര രാജ്യങ്ങൾ ഈ പരിധിക്ക് പുറത്താണ്. കൂട്ടത്തിൽ വളർച്ചാനിരക്ക് ഋണാത്മകമായ രാജ്യങ്ങളുമുണ്ട്. ആഗോളവല്ക്കരണ നയപരിപാടികളുടെ തീവ്രത വർദ്ധിച്ചതോടെ ഈ സ്ഥിതിവിശേഷം കൂടുതൽ വഷളായിക്കൊണ്ടിരിക്കുന്നു. ഇത്തരം ഒരു സാഹചര്യത്തിൽ ജോഹന്നസ്ബർഗ്ഗിലെ സ്വപ്നസൂനങ്ങൾ എങ്ങനെ ഇതൾവിടർത്തും?

ഇരക്കാൻ ഒരു വേദി

അറ്റദാരിദ്ര്യം 2015 ഓടെ പകുതിയായി കുറയ്ക്കാം എന്ന വാഗ്ദാനത്തിന്റെ സാംഗത്യം അംഗീകരിച്ചാൽത്തന്നെ അതെങ്ങനെ നിർവ്വഹിക്കും എന്നുള്ളതിനെക്കുറിച്ച് ക്രിയാത്മകമായ എന്തെങ്കിലും നിർദ്ദേശമോ ആഗോള പ്രവർത്തനപദ്ധതിയോ ഉച്ചകോടി മുന്നോട്ടുവയ്ക്കുന്നില്ല. ലോക ഐക്യഫണ്ട് (Solidarity Fund) രൂപീകരിക്കുന്ന പ്രഖ്യാപനം മാത്രമാണ് ഇതു സംബന്ധമായി അന്തിമ ശുപാർശകളിലുള്ളത്. ഇതാകട്ടെ അത്യന്തം അധിക്ഷേപാർഹമായ ഒരു നിർദ്ദേശമാണ്. വികസ്വര രാജ്യങ്ങളെ ഭിക്ഷാടനത്തിനു പ്രേരിപ്പിക്കുന്ന ഇത്തരം ഒരു ആശയം റിയോ ഉച്ചകോടിയിൽ തന്നെ പൊന്തിവന്നിരുന്നു. അംഗരാജ്യങ്ങളിൽ നിന്നും നിർബ്ബന്ധപ്പിരിവ് നടത്തി ധനശേഖരണം നിർവ്വഹിക്കാമെന്നായിരുന്നു റിയോയിലെ കണക്കുകൂട്ടൽ. എന്നാൽ ജോഹന്നസ്ബർഗ്ഗ് ഒരു പടികൂടി പിന്നോട്ട് നടന്ന് നിർബ്ബന്ധപ്പിരിവ് ഒഴിവാക്കുമെന്നും സ്വേച്ഛാപരമായ സംഭാവന സ്വീകരിക്കുമെന്നുമാണ് വ്യക്തമാക്കിയിരിക്കുന്നത്. ഇത് എത്രമാത്രം പ്രായോഗികമാകും? ആഗോളതലത്തിൽ യാതൊരുവിധ സമ്മർദ്ദമോ പരപ്രേരണയോ കൂടാതെ ദാരി

ദ്ര്യത്തെ എതിർത്ത് തോല്പിക്കാൻ വ്യഗ്രതപൂണ്ട് സ്വമനസ്സാലെ സഹായഹസ്തവുമായി രംഗത്തെത്താൻ എത്ര രാഷ്ട്രങ്ങൾ തയ്യാറാകും? ദരിദ്രരാജ്യങ്ങൾക്ക് ഇരക്കാനുള്ള മറ്റൊരു വേദി എന്നതിൽ കവിഞ്ഞ് ഈ നിർദ്ദേശത്തിന് എന്തു പ്രസക്തിയാണുള്ളത്?

ദാരിദ്ര്യ നിർമ്മാർജ്ജന പ്രക്രിയയുടെ മറവിൽ ബഹുരാഷ്ട്ര കുത്തകകൾക്ക് വികസ്വര രാജ്യങ്ങളിലേക്ക് കടന്നുകയറാനുള്ള ഏണിപ്പടികളും സമ്മേളനം ഒരുക്കിവച്ചിട്ടുണ്ട്. 'ടൈപ്പ് –2– പങ്കാളിത്തക്കരാറ്' എന്ന പേരിൽ കുത്തകകളെ ദരിദ്രരാജ്യങ്ങളുമായി കണ്ണിചേർക്കുന്ന സൂത്രവിദ്യയിലൂടെ സ്വകാര്യമൂലധനം സുസ്ഥിരവികസനത്തിന്റെ പാതയിലേക്ക് ഒഴുക്കിവിടാമെന്നാണ് ഉച്ചകോടിയിലെ അപ്പോസ്തലന്മാർ വാദിക്കുന്നത്. എന്നാൽ ഇതെന്തു മാത്രം പ്രായോഗികമാണ്? എന്തും കച്ചവടക്കണ്ണോടെ മാത്രം നോക്കിക്കാണുന്ന ലാഭക്കൊതിമൂത്ത ബഹുരാഷ്ട്ര കുത്തകക്കമ്പനികൾ ദരിദ്രജനതയുടെ സംരക്ഷകരായി മാറുമെന്ന് ആരെങ്കിലും വിശ്വസിക്കുമോ? വൻവ്യവസായികളെ തൃപ്തിപ്പെടുത്താൻ ബുഷ് ഭരണകൂടം ഉച്ചകോടിയെ ഹൈജാക്ക്ചെയ്തു എന്നതല്ലേ കൂടുതൽ ശരി?

വെള്ളം വെള്ളം സർവ്വത്ര..........

ലോകത്ത് ശുദ്ധജല സൗകര്യം കിട്ടാതെ വിഷമിക്കുന്ന 124 കോടി ജനങ്ങളിൽ പകുതി പേർക്കെങ്കിലും 2015 നകം ശുദ്ധജലസൗകര്യമേർപ്പെടുത്തും എന്നതാണ് ജോഹന്നസ്ബർഗ്ഗിലെ മറ്റൊരു പ്രസ്താവന. എന്നാൽ വാസ്തവത്തിൽ ഇതിൽ കൊട്ടിഘോഷിക്കാൻ എന്തിരിക്കുന്നു? ഐക്യരാഷ്ട്ര സഭയുടെ മനുഷ്യാവകാശ പ്രഖ്യാപനം അനുസരിച്ച് ലോകത്ത് ജീവിക്കുന്ന മുഴുവൻ പേർക്കും ശുദ്ധജലമെത്തിക്കേണ്ട ചുമതല അതതു ഭരണകൂടങ്ങൾക്കുണ്ട്. എന്നാൽ എന്താണ് ഇന്ന് സംഭവിച്ചുകൊണ്ടിരിക്കുന്നത്? ലോകത്ത് എവിടെ ആയിരുന്നാലും ശുദ്ധജലം കിട്ടാതെ വിഷമിക്കുന്നത് ദരിദ്രജനതയാണ്. സാമ്പത്തിക വളർച്ചയും ജലലഭ്യതയുമായി ഋജുരേഖാധിഷ്ഠിതമായ ബന്ധമുണ്ടെന്ന് പഠനങ്ങൾ കാണിക്കുന്നു. കഴിഞ്ഞ മുപ്പത് വർഷക്കാലയളവിൽ ശുദ്ധജലത്തിന്റെ ഉപയോഗം ലോകത്ത് അമ്പത് ശതമാനം വർദ്ധിച്ചതായി കണക്കുകൾ സൂചിപ്പിക്കുന്നു. എന്നാൽ ലോകജനസംഖ്യയിൽ ന്യൂനപക്ഷം വരുന്ന സമ്പന്നരാണ് വർദ്ധിച്ച ജല ഉപഭോഗത്തിന്റെ 90 ശതമാനവും കൈയാളുന്നത്. എത്യോപ്യൻ പ്രതിനിധി നിരത്തിയ കണക്കുകൾ കേട്ട് കോൺഫറൻസ്ഹാളിലെ പ്രതിനിധിസമൂഹം അക്ഷരാർത്ഥത്തിൽ നടുങ്ങി. "ആറായിരം കുട്ടികളാണ് വികസ്വര രാജ്യങ്ങളിൽ ഓരോ ദിവസവും ജലജന്യരോഗങ്ങൾക്കടിമപ്പെട്ട് മരിക്കുന്നത്..... ഈ കൊലപാതകങ്ങൾ ഇനി എത്രനാൾ തുടരും?" മനുഷ്യമനസ്സാക്ഷിയെ കുത്തിനോവിക്കുന്ന ഈ ചോദ്യത്തിന് ആര് ഉത്തരം പറയും? 1990 നും 2000 നും ഇടയ്ക്കുള്ള പത്ത് വർഷക്കാലയളവിൽ എൺപത് കോടി ജനങ്ങൾക്ക് പുതിയതായി

ശുദ്ധജല സൗകര്യമേർപ്പെടുത്താൻ കഴിഞ്ഞതായി 2002 ലെ മനുഷ്യവികസന റിപ്പോർട്ട് സൂചിപ്പിക്കുന്നു. ഇത് ശരിയാണെങ്കിൽ കുടിവെള്ളത്തിന് വേണ്ടിയുള്ള കാത്തിരിപ്പ് ഇനിയും അനന്തമായി നീളുന്നതെന്തിന്...? ശുദ്ധജല സംബന്ധമായ പദ്ധതികൾക്ക് ധനസഹായം നല്കാൻ തങ്ങൾ തയ്യാറാണെന്ന് യോഗത്തിൽ അമേരിക്കൻ പ്രതിനിധി അഭിപ്രായപ്പെട്ടുവത്രേ! എന്നാൽ അത് ചില ഉപാധികൾക്കു വിധേയമായിമാത്രം. എന്താണെന്നോ അവർ മുന്നോട്ടുവയ്ക്കുന്ന പ്രധാന നിബന്ധന. ജല സംഭരണ വിതരണ രംഗത്ത് സ്വകാര്യ കുത്തകകൾക്ക് പ്രവേശനം നല്കണം. കുടിവെള്ളത്തിൽപ്പോലും വിഷം കലർത്തുന്ന ഇത്തരം കുടില തന്ത്രങ്ങൾ ലക്ഷ്യമിടുന്നത് ദരിദ്രജനതയുടെ ക്ഷേമമല്ല. മറിച്ച് കുത്തകളുടെ കുപ്പായക്കീശ വീർപ്പിക്കലാണ്.

അന്താരാഷ്ട്ര സമൂഹം മനസ്സുവച്ചാൽ ഭൂമിയുടെ ദാഹം തീർക്കൽ എത്രയോ സരളം. സമ്പന്നർ ആഡംബരജീവിതത്തിലൂടെ ഒഴുക്കിക്കളയുന്ന പണത്തിന്റെ വളരെ ചെറിയ അംശം മതി ലോകം മുഴുവൻ ശുദ്ധജലമെത്തിക്കാൻ. യൂറോപ്യൻ രാജ്യങ്ങളിലെ സമ്പന്നർ ഐസ്ക്രീം നുണയാൻ പ്രതിവർഷം ചെലവിടുന്നത് 34,000 കോടി രൂപയാണത്രെ! അമേരിക്കയിലെ സമ്പന്നർ വർഷംപ്രതി പുകച്ചുതള്ളുന്ന സിഗരറ്റിന്റെ വില ഇരുപതിനായിരം കോടി രൂപ! സുഗന്ധദ്രവ്യങ്ങൾക്കും ലഹരിപദാർത്ഥങ്ങൾക്കും നിശാനൃത്തങ്ങൾക്കുമൊക്കെ അവർ ചെലവിടുന്ന പണത്തിന് കൈയും കണക്കുമില്ല. ലോകത്ത് ഒരു ന്യൂനപക്ഷം ജനങ്ങൾ തിന്നും കുടിച്ചും മദിച്ചും കളയുന്ന പണത്തിന്റെ എത്രയോ ചെറിയ ഒരംശം മാത്രം മതി സുസ്ഥിരവികസനം ലോകമാസകലം യാഥാർത്ഥ്യമാക്കാൻ.

ശുചിത്വം എന്തിന്? കൈകഴുകിയാൽ മതി

സുസ്ഥിര വികസനത്തിന് ശുദ്ധജലം പോലെ പ്രധാനമാണല്ലോ ശുചീകരണ വ്യവസ്ഥയും. എന്നാൽ ഇക്കാര്യത്തിൽ ഒരു ചെറുവിരൽ അനക്കാൻപോലും അമേരിക്കയടക്കമുള്ള സമ്പന്ന വികസിത രാജ്യങ്ങൾ തയ്യാറായില്ല. യു എൻ ഡി പി (യുനൈറ്റഡ് നാഷൻസ് ഡവലപ്മെന്റ് പ്രോഗ്രാം)യുടെ കണക്കനുസരിച്ച് ലോകത്ത് രണ്ടായിരാമാണ്ടിൽ 240 കോടി ജനങ്ങൾക്ക് മെച്ചപ്പെട്ട ശുചീകരണ സൗകര്യങ്ങൾ ലഭ്യമല്ല. ബഹുരാഷ്ട്ര കമ്പനിക്കാർക്കു വേണ്ടി കേരളത്തിൽപ്പോലും 'കൈകഴുകൽ' പദ്ധതി നടപ്പാക്കാൻ വെമ്പൽ കൊള്ളുകയാണ് ഭരണാധികാരികൾ. ആഗോള ശുചിത്വപാലനം അതതു ഗവൺമെന്റുകളുടെ ബാദ്ധ്യതയാണെന്നു പറഞ്ഞ് കൈകഴുകുകയാണ് വികസിത രാഷ്ട്രങ്ങൾ ചെയ്തത്. മെച്ചപ്പെട്ട ശുചീകരണ വ്യവസ്ഥ വികസ്വര രാജ്യങ്ങളിലെ ഭൂരിപക്ഷം ദരിദ്രകുടുംബങ്ങളിലും എന്ന് നടപ്പിലാക്കാൻ കഴിയുമെന്നതിനെക്കുറിച്ച് യാതൊരു തീരുമാനവും ഉച്ചകോടിയിൽ ഉരുത്തിരിഞ്ഞില്ല. വികസ്വര

ലോകത്തിന്റെ വൃത്തികേടുകൾ മാറ്റിയിട്ട് ഞങ്ങൾക്ക് എന്ത് കാര്യം എന്ന ചോദ്യമാണ് സമ്പന്നരാജ്യങ്ങൾ പരസ്പരം ചോദിക്കുന്നത്.

ജൈവ വൈവിദ്ധ്യ ചോർച്ച

സമ്മേളനത്തിന്റെ നേട്ടമായി മാധ്യമങ്ങൾ ഉയർത്തിക്കാട്ടിയ മറ്റൊരു കാര്യം ജൈവവൈവിദ്ധ്യസംരക്ഷണവുമായി ബന്ധപ്പെട്ട പ്രവർത്തനങ്ങൾ ത്വരിതപ്പെടുത്തുമെന്ന പ്രഖ്യാപനമാണ്. എന്നാൽ ഇക്കാര്യത്തിൽ റിയോ ഉച്ചകോടിയിൽനിന്നും ഒരിഞ്ചുപോലും മുന്നേറാൻ ജോഹന്നസ്ബർഗ്ഗ് ഉച്ചകോടിക്ക് കഴിഞ്ഞിട്ടില്ല. ജൈവവൈവിദ്ധ്യചോർച്ചയ്ക്ക് അന്ത്യം കുറിക്കണമെന്നാണ് റിയോ ഉച്ചകോടി നിർദ്ദേശിച്ചതെങ്കിൽ ജൈവവൈവിദ്ധ്യചോർച്ചയുടെ നിരക്ക് കുറയ്ക്കണമെന്ന പരിമിതമായ ലക്ഷ്യമേ ജോഹന്നസ്ബർഗ്ഗ് ഉച്ചകോടി മുന്നോട്ടുവച്ചിട്ടുള്ളൂ. ഉച്ചകോടിയിൽ വിതരണംചെയ്ത കരടുരേഖയിൽ 2010 നു മുമ്പ് ഇക്കാര്യം നടപ്പിലാക്കണമെന്ന് നിർദ്ദേശിച്ചിരുന്നുവെങ്കിലും സെപ്തംബർ 4 ന് വൈകിട്ട് മൂന്നുമണിക്ക് പുറത്തിറക്കിയ അന്തിമ ശുപാർശകളിൽ നിർദ്ദിഷ്ട കാലപരിധി ഒഴിവാക്കപ്പെട്ടിരുന്നു. ഇത് എന്തിനു വേണ്ടിയായിരുന്നു എന്ന ചോദ്യം സമ്മേളനഹാളിൽ ഉത്തരമില്ലാതെ മുഴങ്ങി. സുസ്ഥിര വികസനത്തിന്റെ പാതയിൽ എന്ത് നേട്ടമാണ് ഇത്തരമൊരു പ്രഖ്യാപനം കൊണ്ടുണ്ടാകുന്നത് എന്ന കാര്യവും നാം കണക്കിലെടുക്കണം. പേറ്റന്റുകളുടെ മറവിൽ അതിഭീമമായ ജൈവചൂഷണപ്രക്രിയ ഇടതടവില്ലാതെ അനുസ്യൂതമായി ഇപ്പോഴും തുടരുകയാണ്. വികസ്വര രാജ്യങ്ങളിലെ ജൈവസമ്പത്തും പ്രകൃതിവിഭവങ്ങളും നാട്ടറിവും ഭാഷയും സംസ്കാരവുമെല്ലാം ആഗോളവല്ക്കരണത്തിന്റെ പേരിൽ നിർല്ലജ്ജം കൊള്ള ചെയ്യപ്പെടുകയാണ്. അതിനെതിരെ മൃദുസ്വരത്തിലെങ്കിലും പ്രതിഷേധിക്കാനോ ഒരു ശാസനാപ്രമേയം പാസാക്കിയെടുക്കാനോ ഉച്ചകോടിക്ക് കഴിഞ്ഞിട്ടില്ല.

നേട്ടങ്ങളുടെ പങ്കുവയ്ക്കലും പകൽക്കൊള്ളയും

ജൈവവൈവിദ്ധ്യസംരക്ഷണവുമായി ബന്ധപ്പെട്ട് ജോഹന്നസ്ബർഗ്ഗ് ഉച്ചകോടിയിൽ തീരുമാനമെടുക്കപ്പെട്ട 'നേട്ടങ്ങളുടെ പങ്കുവയ്ക്കൽ' (Benefit sharing) വികസ്വര രാജ്യങ്ങൾക്കു വീണു കിട്ടിയ സ്വർണ്ണനിധിയാണെന്ന് ഇന്ത്യൻ പ്രതിനിധിസംഘം വിലയിരുത്തുകയുണ്ടായി. ഇതാകട്ടെ ശുദ്ധഭോഷ്കും അസത്യപ്രചാരണവുമാണ്. ആരോഗ്യപ്പച്ചയുടെ ഔഷധരഹസ്യം ആഗോള കുത്തകകൾക്ക് കൈമാറിയതിന് പ്രതിഫലമായി കുട്ടിമാത്തൻ കാണിക്ക് കിട്ടിയ 'നേട്ടത്തിന്റെ വിഹിതം' ഒരു വലിയ ചൂണ്ടക്കൊളുത്തായിരുന്നു എന്ന സത്യം നാം കാണാതിരുന്നകൂടാ. കൂട്ടത്തിൽ വിവിധ രാഷ്ട്രങ്ങളിലായി മറ്റ് ആറുപേർക്ക് കൂടി 'ഇക്വേറ്റർ' സമ്മാനം ലഭിച്ചിട്ടുണ്ട്. ഇവരെല്ലാംതന്നെ ഒരന്താരാഷ്ട്ര ഗൂഢാലോചന

യുടെ ഭാഗമായി ഒരുക്കപ്പെട്ട കെണിയിലെ ഇരകളല്ലെന്ന് നമുക്കെങ്ങനെ ഉറപ്പു പറയാനാകും! ആരോഗ്യപ്പച്ചയിൽ നിന്നും 'ജിൻസെങ്ങിനേ'ക്കാൾ ഔഷധമൂല്യമുള്ള നാല് ഔഷധങ്ങൾ നിർമ്മിച്ചെടുക്കുന്നതിന് ടി ബി ജി ആർ ഐ പേറ്റന്റ് നേടിയിരുന്നു. ഇതിൽ കോടികൾ വിലമതിക്കാവുന്ന ജീവനി എന്ന ഊർജ്ജദായക സിദ്ധൗഷധത്തിന്റെ ഉല്പാദന വിതരണാവകാശം കോയമ്പത്തൂരിലെ ആര്യവൈദ്യ ഫാർമസിക്ക് കൈമാറിയത് കേവലം പത്തുലക്ഷം രൂപയ്ക്കായിരുന്നു! വിചിത്രമായ ഒരു കാര്യം ജീവനിയുടെ രഹസ്യം കടൽ കടന്ന് ഈയിടെ അമേരിക്കയിലെത്തി എന്ന പത്രവാർത്തയാണ്. ന്യൂട്രിസയൻസ് ഇന്നവേഷൻസ് എന്ന സ്വകാര്യസ്ഥാപനം ജീവനിയുടെ ട്രേഡ് മാർക്ക് അമേരിക്കയിൽ രജിസ്റ്റർ ചെയ്തിട്ടുണ്ടത്രെ. ഇതിന്റെയെല്ലാം പുറകിലുള്ള കള്ളക്കളിയെക്കുറിച്ച് നാം ഇനിയും വേണ്ടത്ര മനസ്സിലാക്കിയിട്ടില്ല. 'നേട്ടങ്ങളുടെ വിഹിതം പങ്കുവയ്ക്കൽ' എന്ന പുതിയ നിർദ്ദേശം ഇത്തരം കള്ളക്കളികൾക്കും കുടിലതന്ത്രങ്ങൾക്കും ചൂട്ടുപിടിക്കുകയാണ് ചെയ്യുന്നത്. വികസ്വര രാജ്യങ്ങളിലെ അമൂല്യമായ ജൈവസമ്പത്ത് ചുളുവിലയ്ക്ക് തട്ടിയെടുക്കാൻ അത് ബഹുരാഷ്ട്രകുത്തകകൾക്ക് സാഹചര്യമൊരുക്കുന്നു. ജനിതക വിഭവങ്ങൾക്കും നാട്ടറിവുകൾക്കും റോയൽട്ടി നല്കി സംരക്ഷിക്കണമെന്നത് കുത്തക വ്യാപാര സ്ഥാപനങ്ങളുടെ കൂടി ആവശ്യമാണ്. എന്നാൽ മാത്രമേ വർഷങ്ങളായി തങ്ങൾ തുടർന്നുകൊണ്ടിരിക്കുന്ന പകൽക്കൊള്ളയ്ക്ക് നിയമപരമായ പരിരക്ഷ തരപ്പെടുത്താനാവൂ. 'നേട്ടങ്ങളുടെ വിഹിതം പങ്കുവയ്ക്കൽ' എന്ന ആശയം ബൗദ്ധികസ്വത്തവകാശനിയമത്തിലെ വ്യവസ്ഥകൾക്ക് നിരക്കാത്തതായതിനാൽ അതിന് നിയമപരമായ നിലനില്പില്ലെന്ന് ചിലർ വാദിക്കുന്നു. എന്നാൽ ബഹുരാഷ്ട്ര കുത്തകകൾക്ക് ഈ നിർദ്ദേശം സ്വീകാര്യമാണെന്നു വന്നാൽ ബൗദ്ധികസ്വത്തവകാശനിയമം പോലും ഇതിനുവേണ്ടി മാറ്റിയെഴുതിക്കൂടെന്നില്ല.

ഗവേഷണ മേഖലയിലും കുത്തകാവകാശം

അമേരിക്കയിലെ മിറിയാഡ് (Myriad) എന്ന കുത്തകക്കമ്പനി ഉയർത്തിയ പേറ്റന്റ് വിവാദം ഇതോടൊന്നിച്ചു വിലയിരുത്തുന്നത് ഏറെ കൗതുകകരമായിരിക്കും. *ന്യൂ സയന്റിസ്റ്റ്* എന്ന ശാസ്ത്രമാസികയുടെ ജൂലായ് ഇരുപതാം തീയതിയിലെ ലക്കത്തിൽ സിൽവിയ പേഗൻ (Sylvia Pagen) ഇതു സംബന്ധിച്ച് ഒരു ലേഖനം പ്രസിദ്ധീകരിച്ചിരുന്നു. നിലവിലുള്ള പേറ്റന്റ് നിയമം ശാസ്ത്രഗവേഷണത്തെ അട്ടിമറിക്കുന്നു എന്ന നിഗമനത്തോടെയാണ് പേഗൻ ലേഖനം അവസാനിപ്പിച്ചത്. നെഞ്ച്, അണ്ഡാശയം എന്നിവയെ ബാധിക്കുന്ന അർബ്ബുദത്തെക്കുറിച്ച് പഠിക്കാൻ മിറിയാഡിലെ ശാസ്ത്രജ്ഞർ ഒരു ഗവേഷണപദ്ധതി തയ്യാറാക്കിയിരുന്നു ഇതിന്റെ ഭാഗമായി നടന്ന ഗവേഷണത്തിൽ $BRAC_1$, $BRAC_2$ എന്നീ രണ്ട് ജീനുകൾക്ക് അർബ്ബുദോല്പാദനവുമായി ബന്ധമുണ്ടെന്ന് കണ്ടെത്തി. തുടർന്ന് അർബ്ബുദ സാദ്ധ്യത തിട്ടപ്പെടുത്താനുള്ള ഒരു സാങ്കേതികരീ

തിയും കമ്പനി വികസിപ്പിച്ചെടുത്തു. അതേസമയം നിരവധി ഗവേഷണ സ്ഥാപനങ്ങൾ അവരുടേതായ രീതികളിൽ അർബ്ബുദ ഗവേഷണവുമായി ബന്ധപ്പെട്ട പര്യവേക്ഷണങ്ങൾ നടത്തുന്നുണ്ടായിരുന്നു. എന്നാൽ ഈയിടെ മിറിയാഡ് കമ്പനി ഇത്തരം സ്ഥാപനങ്ങൾക്കെതിരെ കാരണം കാണിക്കൽ നോട്ടീസ് നല്കിയിരിക്കുന്നുവത്രെ! അർബ്ബുദ സാദ്ധ്യത തിട്ടപ്പെടുത്താനുള്ള സാങ്കേതികരീതിയും അർബ്ബുദകാരികളായ $BRAC_1$, $BRAC_2$ എന്നീ ജീനുകളും കമ്പനി പേറ്റന്റ് ചെയ്തിരിക്കുന്നതിനാൽ നിർദ്ദിഷ്ട ജീനുകളും സാങ്കേതിക രീതിയും കമ്പനിയുടെ സ്വകാര്യ സ്വത്താണെന്നും മറ്റു സ്ഥാപനങ്ങൾക്ക് കമ്പനിയുടെ അനുവാദമില്ലാതെ അവ ഉപയോഗപ്പെടുത്തി ഗവേഷണം നടത്താൻ അധികാരമില്ലെന്നും കമ്പനി വാദിക്കുന്നു. അയർലണ്ടിലെ അതീന ഡയഗണോസ്റ്റിക് (Athene Diagonostic) എന്ന ഗവേഷണശാലയും മിറിയാഡിന്റെ വഴിപിന്തുടർന്ന് ഏതാനും സവിശേഷ ജീനരൂപങ്ങളുടെ കുത്തകാവകാശത്തിനുവേണ്ടി ഇപ്പോൾ കോടതിയെ സമീപിച്ചിരിക്കുകയാണ്. ജീനരൂപങ്ങളുടെ പേറ്റന്റ് ട്രിപ്സ് (TRIPS) ആക്ടിന്റെ 27.3 (b) ഖണ്ഡികയിൽ ഉൾപ്പെടുത്തിയിട്ടുണ്ട്. എന്നാൽ ഇത് വിനാശകരവും ദൂരവ്യാപകമായ പ്രത്യാഘാതങ്ങൾ ഉളവാകുന്നതുമാണ്. പേറ്റന്റിന്റെ ബലത്തിൽ ചില ജീനരൂപങ്ങളെ ഉപയോഗിച്ചുള്ള ഗവേഷണങ്ങൾ ചില പ്രത്യേക കമ്പനികളുടെ കുത്തകാവകാശമാവുമായിത്തീരുന്നു. ഇതാകട്ടെ ശാസ്ത്രഗവേഷണത്തിന്റെ വളർച്ചയെ പ്രതികൂലമായി ബാധിക്കും. മിക്ക രാഷ്ട്രങ്ങളിലും ജീവരൂപങ്ങളുടെ പേറ്റന്റിങ് അനുവദിച്ചിട്ടില്ലെങ്കിലും അമേരിക്കയിൽ ജീനുകളുടെയും പ്രോട്ടീൻ തന്മാത്രകളുടെയും പേറ്റന്റിങ് ഔദ്യോഗികമായി അംഗീകരിച്ചിട്ടുണ്ട്. അമേരിക്കൻ പേറ്റന്റ് നിയമം ലോകം മുഴുവൻ വ്യാപിപ്പിക്കണമെന്ന ആവശ്യമാണ് കുത്തകകൾക്കുള്ളത്. ഇപ്പോൾ തന്നെ അമേരിക്കയിലെ പേറ്റന്റ് ആപ്പീസിൽ പേറ്റന്റിങ്ങിനുള്ള അമ്പതിനായിരത്തിലധികം അപേക്ഷകൾ കെട്ടിക്കിടക്കുന്നുണ്ടത്രെ. ഡി എൻ എ പേറ്റന്റിങ് അനുവദിക്കരുതെന്ന് ലോകത്തിലെ നാനൂറ് പ്രശസ്ത ശാസ്ത്രജ്ഞന്മാർ ലോകവ്യാപാര സംഘടനയോട് ഈയിടെ അഭ്യർത്ഥിക്കുകയുണ്ടായി. ജോഹന്നസ്ബർഗ്ഗ് ഉച്ചകോടിയാകട്ടെ ഇത്തരം കത്തുന്ന പ്രശ്നങ്ങളിൽ നിന്നും നിസ്സംഗതയോടെ ഒഴിഞ്ഞുമാറി. നിരുപദ്രവകരങ്ങളായ ഏതാനും വാചകക്കസർത്തുകളിൽ സുസ്ഥിരവികസനത്തെ തളയ്ക്കാൻ കഴിഞ്ഞു എന്ന് ഊറ്റം കൊള്ളുന്നു.

കാർഷിക സബ്സിഡി

വികസ്വരരാജ്യങ്ങളിലെ കൃഷിക്കാരെ കുത്തുപാളയെടുപ്പിക്കുന്ന സബ്സിഡി സമ്പ്രദായം വികസിത രാജ്യങ്ങൾ നിർബ്ബാധം തുടരുമെന്നു തന്നെയാണ് ജോഹന്നസ്ബർഗ്ഗ് നല്കുന്ന മറ്റൊരു സന്ദേശം. മാരക്കേഷ് കരാർ അനുസരിച്ച് 1995–2000 വർഷങ്ങളിൽ വികസിത രാജ്യങ്ങൾ ആഭ്യ

ന്തര പിന്തുണയുടെ ഇരുപത് ശതമാനം വെട്ടിക്കുറവ് വരുത്തേണ്ടതായിരുന്നു. അതുണ്ടായില്ലെന്ന് മാത്രമല്ല ആഭ്യന്തര പിന്തുണ ക്രമാനുഗതമായി ഉയർത്തുകയാണു യൂറോപ്യൻ യൂണിയനും മറ്റു സമ്പന്ന രാജ്യങ്ങളും ചെയ്തത്. ദോഹ സമ്മേളനത്തിൽ കയറ്റുമതി സബ്സിഡി ഘട്ടംഘട്ടമായി കുറച്ചുകൊണ്ടുവരുമെന്ന് തീരുമാനമെടുത്തിരുന്നു. എന്നാൽ ജോഹന്നസ്ബർഗ്ഗിൽ മുൻസമ്മേളനങ്ങളിലെ 'നടപ്പാക്കൽ' പ്രശ്നങ്ങൾ ചർച്ച ചെയ്തില്ലെന്നു മാത്രമല്ല പുതിയ പ്രശ്നങ്ങളുടെ പണ്ടോരപ്പെട്ടി തുറന്ന് വികസ്വര രാജ്യങ്ങളെ സമ്പന്നരാജ്യങ്ങൾ വിരട്ടുകയും ചെയ്തു. 1998 ൽ അമേരിക്കൻ ഗവൺമെന്റ് ജനസംഖ്യയുടെ രണ്ട് ശതമാനം വരുന്ന ധനിക കർഷകർക്ക് 97.3 ബില്യൻ ഡോളറിന്റെ ധനസഹായമാണ് അനുവദിച്ചത്. ദോഹ സമ്മേളനത്തിനുശേഷം ആഭ്യന്തര പിന്തുണയും സബ്സിഡിയും കുറയ്ക്കുന്നതിനുപകരം വികസിത രാജ്യങ്ങൾ അവ വർദ്ധിപ്പിക്കുകയാണ് ചെയ്തത്. 2002 മേയ് 13 ന് ബുഷ് ഭരണകൂടം പാസാക്കിയ 'ഫാം സെക്യൂരിറ്റി ബിൽ' ധനിക കൃഷിക്കാർക്ക് 248.6 ബില്യൻ ഡോളറിന്റെ സബ്സിഡിയാണ് അനുവദിച്ചത്. ഐക്യരാഷ്ട്രസഭയുടെ വികസന പ്രോഗ്രാമിന്റെ തലവനായ മാർക്ക് മാലോക് ബ്രൌൺ പറയുന്നത് അമേരിക്കൻ സർക്കാർ തുടർന്നുവരുന്ന കാർഷിക സബ്സിഡി പ്രോഗ്രാം കൊണ്ടുമാത്രം ദരിദ്ര രാജ്യങ്ങൾക്ക് വർഷംപ്രതി അമ്പത് ബില്യൻ ഡോളറിന്റെ നഷ്ടമുണ്ടാകുന്നു എന്നാണ്. സന്ദർഭവശാൽ അമേരിക്ക ദരിദ്രരാജ്യങ്ങൾക്കു നല്കുന്ന വായ്പയുടെ തോതും ഏതാണ്ട് ഈ തുക തന്നെയാണ്. പുതിയ ബില്ല് പാസായാൽ അമേരിക്കൻ കൃഷിക്കാരൻ ചെലവിടുന്ന തുകയുടെ പകുതിയെങ്കിലും സബ്സിഡിയായി തിരികെ കിട്ടും. ഒരു ബില്യൻ ഡോളറാണത്രെ വികസിത രാജ്യങ്ങൾ ഒരുദിവസം സബ്സിഡിക്കായി മൊത്തം ചെലവിടുന്നത്. താരിഫ് മതിൽ ഉയർത്തിക്കെട്ടി വികസ്വര രാജ്യങ്ങളുടെ ഉല്പന്നങ്ങൾക്ക് കമ്പോളപ്രവേശം നിഷേധിക്കുന്നതിനും അവ ശ്രദ്ധ ചെലുത്തുന്നു. ജപ്പാനിൽ വിദേശഅരിക്ക് ചുമത്തുന്ന തീരുവ 2000 ശതമാനമാണ്. വികസ്വര രാജ്യങ്ങളുടെ മത്സരശേഷി നശിപ്പിച്ചു ആഗോള വിപണിയിൽനിന്നും അവയെ പുറന്തള്ളുന്നതിനും അത്തരം രാജ്യങ്ങളിലെ ആഭ്യന്തര വിപണി കൈയടക്കുന്നതിനും വേണ്ടിയാണ് ഉയർന്ന കാർഷിക സബ്സിഡിയും പ്രവേശനച്ചുങ്കവും വികസിത രാജ്യങ്ങൾ നിലനിർത്തുന്നത്. ലോകവാണിജ്യരംഗം 'നിരപ്പില്ലാത്ത കളിസ്ഥല'മാക്കി മാറ്റുന്ന ഇത്തരം അനീതികൾക്കെതിരെ ശബ്ദിക്കുന്നതിനോ ചൂണ്ടുവിരൽ ഉയർത്തുന്നതിനോ പോലും ഉച്ചകോടിക്ക് കഴിഞ്ഞില്ല എന്നുള്ളതാണ് ഏറെ ഖേദകരം.

പരിസ്ഥിതിസംരക്ഷണത്തിന്റെ രാഷ്ട്രീയം

പരിസ്ഥിതി രംഗത്ത് പ്രത്യേകിച്ചും ഊർജ്ജമേഖലയിൽ സമ്പന്ന വികസിത രാജ്യങ്ങളുടെ ധാർഷ്ട്യത്തിനു മുന്നിൽ ഉച്ചകോടി അടിയ

റവു പറയുകയായിരുന്നു. ഊർജ്ജ സബ്സിഡികൾ ഘട്ടംഘട്ടമായി എടുത്തുകളയണമെന്ന നിർദ്ദേശം വികസ്വര രാജ്യങ്ങളെക്കൊണ്ട് അംഗീകരിപ്പിക്കാൻ കഴിഞ്ഞത് സാമ്രാജ്യത്വശക്തികളുടെ ഒരു പ്രധാന നേട്ടമായിരുന്നു. ദാരിദ്ര്യവും പരിസ്ഥിതി നാശവും ആഗോളവല്ക്കരണത്തിന്റെ സൃഷ്ടികളല്ലെന്നും അവ അഴിമതി നിറഞ്ഞ, കാര്യക്ഷമത കുറഞ്ഞ ഗവൺമെന്റുകളുടെ സൃഷ്ടിയാണെന്നും വരുത്തിത്തീർക്കാൻ വികസിത രാജ്യങ്ങൾ സമ്മേളനത്തിൽ കിണഞ്ഞു ശ്രമിച്ചു.

അമേരിക്കൻ പ്രസിഡണ്ട് ബുഷ് സമ്മേളനത്തിൽ പങ്കെടുത്തിരുന്നില്ലെങ്കിലും ബുഷ് ഭരണകൂടം മുന്നോട്ടുവച്ച ഊർജ്ജനയം തന്നെയാണ് ഉച്ചകോടി അംഗീകരിച്ചത്. പാരമ്പര്യേതര ഊർജ്ജം, കാലാവസ്ഥാ വ്യതിയാനം തുടങ്ങിയ കാതലായ പ്രശ്നങ്ങളിൽ ഒരിഞ്ചുപോലും മുന്നോട്ടു പോകാൻ ഉച്ചകോടിക്ക് കഴിഞ്ഞില്ല. മൃതാംശ ഇന്ധന (Fossil Fuel)വുമായി ബന്ധപ്പെട്ട് വികസിത രാജ്യങ്ങൾ മുന്നോട്ടുവച്ച നിർദ്ദേശങ്ങൾ വികസ്വര രാജ്യങ്ങളെക്കൊണ്ട് അതേപടി അംഗീകരിപ്പിക്കുന്നതിനും ഉച്ചകോടി വേദിയായി. കിയോട്ടോ പ്രോട്ടോക്കോൾ ഈ വർഷാവസാനത്തോടെ നടപ്പാക്കപ്പെടുമെന്ന തീരുമാനമാണ് ജോഹന്നസ്ബർഗ്ഗിലെ ഇരുട്ടിൽ തെളിയുന്ന ഒരേ ഒരു രജതരേഖ. എന്നാൽ ആഗോള ഇംഗാലാമ്ലവാതക വിസർജ്ജനത്തിന്റെ 89 ശതമാനത്തിനും കാരണക്കാരായ അമേരിക്ക ഉൾപ്പെടെയുള്ള 165 രാജ്യങ്ങൾ ഈ കരാറിൽ ഇതുവരെ ഒപ്പുവച്ചിട്ടില്ല എന്ന വസ്തുതയും നാം കാണാതിരുന്നുകൂടാ. പരിസ്ഥിതിയും തൊഴിൽ നിലവാരവും തമ്മിൽ ബന്ധിപ്പിക്കണമെന്ന് വികസിത രാജ്യങ്ങൾ സമ്മേളനത്തിൽ വാദിച്ചതും അവരുടേതായ സ്വാർത്ഥലക്ഷം മുൻനിർത്തിയായിരുന്നു. അന്താരാഷ്ട്ര പരിസ്ഥിതി കരാറുകളുടെ ഭാവി 2003 സെപ്തംബറിൽ കാൻടണിൽ അരങ്ങേറുന്ന മൂന്നാം മന്ത്രിതല സമ്മേളനത്തിൽ തീരുമാനിക്കപ്പെടുന്ന പ്രഖ്യാപനമാകട്ടെ അത്യന്തം വിചിത്രമായിത്തോന്നി. കച്ചവടവും പരിസ്ഥിതിയുമായി എന്തുബന്ധം എന്നു ചോദിച്ചവരോട് ലോകവ്യാപാര സംഘടനയുടെ തീരുമാനങ്ങൾ അന്തിമവും അലംഘനീയവുമാണെന്ന മറുപടിയാണ് ഉച്ചകോടിയുടെ വക്താക്കൾ പറഞ്ഞത്.

ദേശാഭിമാനി വാരിക

കുരുക്ക് വീണ്ടും മുറുകുന്നു

ആഗോളവല്ക്കരണം അനിവാര്യമായ ഒരു പ്രക്രിയയാണെന്നും അത് ലോകസമൂഹത്തിൽ ഐശ്വര്യവും വളർച്ചയും പ്രദാനം ചെയ്യുമെന്നും ഇന്ത്യൻ ഭരണകർത്താക്കൾ നിരന്തരം പറഞ്ഞിരുന്നതാണ്. ആഗോളവല്ക്കരണത്തിലൂടെ ലോകം വളർന്ന് വികസിച്ച് ഒരു ആഗോളഗ്രാമമായി രൂപാന്തരപ്പെടുമെന്നും തുറന്നിട്ട ജാലകങ്ങളിലൂടെ സമൃദ്ധി ഒഴുകിയെത്തി നാടിനെ സ്വർഗ്ഗരാജ്യമാക്കുമെന്നും അവർ ജനങ്ങളെ വിശ്വസിപ്പിച്ചിരുന്നു. പുത്തൻ സാമ്പത്തിക നയപരിപാടികളും സാമ്പത്തിക ഉദാരവല്ക്കരണപ്രക്രിയയും സമ്പദ്‌വ്യവസ്ഥയിൽ ഒരു പുതിയ ചൈതന്യമുണ്ടാക്കുമെന്നും പുരോഗതിയുടെ ചക്രവാളങ്ങൾ വിദൂരത്തല്ലെന്നും അവർ ആവർത്തിച്ചുകൊണ്ടിരുന്നു. എന്നാൽ ആറുവർഷത്തെ അനുഭവം നമ്മെ എന്താണ് പഠിപ്പിച്ചത്? വികസ്വരരാജ്യങ്ങളുടെ കഴുത്ത് ഞെരിച്ച് മൃതപ്രായമാക്കാൻ കമ്പോളശക്തികൾ മെനഞ്ഞെടുത്ത അതിവിചിത്രമായ ഒരു ഊരാക്കുടുക്കാണ് ആഗോളവല്ക്കരണം. ഡോ. എം എസ് സ്വാമിനാഥൻ ചൂണ്ടിക്കാട്ടിയതുപോലെ ആഗോളവല്ക്കരണം വികസ്വരരാജ്യങ്ങളിലെ സമ്പദ്‌വ്യവസ്ഥകളെ ശക്തിപ്പെടുത്താനുള്ള കർമ്മപദ്ധതിയല്ല, പ്രസ്തുത കമ്പോള കിടമത്സരം നടത്തി മുതലാളിത്ത രാജ്യങ്ങളുടെ അധീശത്വം ലോകകമ്പോളത്തിൽ ഉറപ്പിക്കുന്നതിനുവേണ്ടിയുള്ള ഒരു നിഗൂഢഅജണ്ടയുടെ ഭാഗമാണ്. ഭൂമുഖത്തുനിന്നും തുടച്ചു നീക്കപ്പെട്ട പഴയ കോളനിവാഴ്ചയുടെ പരിഷ്കരിച്ച ഒരു പുതിയ രൂപം. നീതിക്കും ഭക്ഷണത്തിനും വേണ്ടി പൊരുതുന്ന ലക്ഷോപലക്ഷം ജനങ്ങളുടെ അധികാരാവകാശങ്ങൾ കവർന്നെടുത്ത് കടക്കെണിയിൽ കുടുക്കി അടിമകളാക്കി അവരുടെ സമ്പത്തും വിഭവങ്ങളും കൊള്ള ചെയ്ത് നിസ്സഹായരായി സമ്പന്ന രാജ്യങ്ങളുടെ ദയാദാക്ഷിണ്യങ്ങൾക്ക്

മുമ്പിൽ നിർദ്ദയം എറിഞ്ഞുകൊടുക്കാൻ വേണ്ടി മുതലാളിത്ത രാജ്യങ്ങൾ രൂപംകൊടുത്ത ഒരാസൂത്രിത പദ്ധതിയുടെ ഭാഗമാണത്. അതുകൊണ്ടാണ് ജി–27 രാജ്യങ്ങളുടെ ഉച്ചകോടി ഉദ്ഘാടനം ചെയ്തുകൊണ്ട് ക്യൂബൻ പ്രസിഡണ്ട് ഫിദെൽ കാസ്ട്രോ വികസിത രാജ്യങ്ങളെ ഒരു രണ്ടാം നൂറംബർഗ്ഗ് വിചാരണയുടെ സാദ്ധ്യതകളെ ഓർമ്മപ്പെടുത്തിയത്.

വിളമാറ്റത്തിന്റെ ഗാട്ട് രീതികൾ

ഇന്ത്യയിൽ ആഗോളവല്ക്കരണത്തിന്റെ ആഘാതം ഏറ്റവുമധികം ഏറ്റുവാങ്ങിയിരിക്കുന്നത് കാർഷികമേഖലയാണ്. ജനതയുടെ മൂന്നിൽ രണ്ടുഭാഗവും കൃഷിയിലോ കാർഷികാനുബന്ധ തൊഴിലുകളിലോ ഏർപ്പെട്ട് ജീവസന്ധാരണം നടത്തുന്ന സവിശേഷ സാഹചര്യത്തിൽ കാർഷിക രംഗത്തുണ്ടാകുന്ന നേരിയ ചലനങ്ങൾ പോലും സമ്പദ്വ്യവസ്ഥയിൽ ദൂരവ്യാപകമായ പ്രത്യാഘാതങ്ങൾക്കിടയാക്കുന്നു. വികസ്വര രാജ്യങ്ങളിലെ കാർഷിക മേഖലയിൽ മുതലാളിത്തശക്തികൾ ഇടപെടുന്നത് രണ്ട് ലക്ഷ്യങ്ങൾ മുൻനിർത്തിയാണ്. ഒന്ന് മുതലാളിത്ത രാജ്യങ്ങൾക്ക് ആവശ്യമുള്ളവയും എന്നാൽ അവിടെ ഉല്പാദിപ്പിക്കാൻ കഴിയാത്തവയുമായ കാർഷികോല്പന്നങ്ങൾ മൂന്നാം ലോകരാജ്യങ്ങളിൽ കൃഷിചെയ്യുകയും അത്തരം ഉല്പന്നങ്ങൾ താരതമ്യേന കുറഞ്ഞ വിലയ്ക്ക് തങ്ങൾക്ക് ലഭ്യമാക്കുകയും ചെയ്യുക. രണ്ട് മുതലാളിത്ത രാജ്യങ്ങളിൽ ആവശ്യം കഴിച്ച് ബാക്കിവരുന്ന അരി, ഗോതമ്പ്, ചോളം തുടങ്ങിയ ഭക്ഷ്യവസ്തുക്കൾ വിലയിൽ കാര്യമായ ഇടിവില്ലാതെ വികസ്വര രാജ്യങ്ങളിൽ വിറ്റഴിക്കാനുള്ള സാഹചര്യമുണ്ടാക്കുക. മുതലാളിത്തരാജ്യങ്ങളുടെ ഈ രണ്ടാവശ്യങ്ങളും നിറവേറ്റുന്നതിനുവേണ്ടിയുള്ള സൈദ്ധാന്തികമായ ഒരടിത്തറയാണ് ഗാട്ട് കരാറിൽ വിഭാവനം ചെയ്തത്. പ്രസിദ്ധമായ പി എൽ–480 പരിപാടി ഇതേ ലക്ഷ്യം മുൻനിർത്തി വളരെക്കാലം മുമ്പ് ആവിഷ്കരിച്ച ഒരു പദ്ധതിയായിരുന്നു. അമേരിക്കയിൽ അധികം വന്ന ഉറുക്കുത്തിയ ഗോതമ്പ് സഹായം എന്ന നാട്യേന ഇന്ത്യയിൽ വിറ്റഴിച്ചു.

അമേരിക്കയിലും മറ്റ് വികസിത രാജ്യങ്ങളിലും സമൃദ്ധമായി കൃഷി ചെയ്യുന്ന ഭക്ഷ്യവിളകൾ മൂന്നാം ലോകരാജ്യങ്ങളിലും വ്യാപകമായ തോതിൽ കൃഷിചെയ്താൽ കമ്പോളമത്സരം മൂലം ഉല്പന്നവിലയിൽ സാരമായ ഇടിവുണ്ടാകാം. ഇത് ഒഴിവാക്കുന്നതിനുള്ള ഒരേ ഒരു മാർഗ്ഗം മൂന്നാംലോക രാജ്യങ്ങളിലെ വിള വൈവിദ്ധ്യം തകർക്കുക എന്നുള്ളതാണ്. ഇതിനുവേണ്ടി അത്തരം രാജ്യങ്ങളെ വാണിജ്യവിളകൾ കൃഷി ചെയ്യാൻ പ്രോത്സാഹിപ്പിക്കുന്ന നയപരിപാടികൾ ആവിഷ്കരിക്കാൻ ലോകവ്യാപാരസംഘടന സമ്മർദ്ദം ചെലുത്തി. കാർഷിക സമ്പദ്വ്യവസ്ഥയെ ദേശീയ നയത്തിന്റെ ചട്ടക്കൂട്ടിൽനിന്നും വേർപെടുത്തി കമ്പോളവ്യവസ്ഥിതിക്ക് കീഴ്പ്പെടുത്താൻ കഴിയുന്ന വിധത്തിൽ ചിട്ടപ്പെടുത്താൻ മൂന്നാംലോക രാജ്യങ്ങളിലെ ഭരണാധിപന്മാരോട് ലോകവ്യാപാര സംഘ

ടനയിലെ ശക്തർ ആവശ്യപ്പെട്ടു. അതിനാവശ്യമായ ധനസഹായം വായ്പയായി വാഗ്ദാനം ചെയ്യുകയും ചെയ്തു. ഭക്ഷ്യസ്വയംപര്യാപ്തതയെ ലക്ഷ്യമാക്കി വികസ്വരരാജ്യങ്ങൾ ഇതുവരെ നടത്തിക്കൊണ്ടിരുന്ന ശ്രമങ്ങളെ തുരങ്കംവയ്ക്കുന്നതിനും ഭക്ഷണത്തെ ആധിപത്യത്തിന്റെ ആയുധമാക്കുന്നതിനും വേണ്ടിയാണ് വികസിതരാജ്യങ്ങൾ ഇത്തരം ഒരു ചുവടുമാറ്റം നടത്തിയത്. ഇത്തരം പ്രലോഭനങ്ങളിൽ വീണ് തകർന്നുടഞ്ഞ സമ്പദ്‌വ്യവസ്ഥകളാണ് മെക്സിക്കോയുടെതും സാംബിയയുടെതും. ഇന്ത്യയിൽ ആന്ധ്ര പ്രദേശിലെ വാറങ്കൽ ജില്ലയിൽ അഞ്ഞൂറോളം പരുത്തിക്കൃഷിക്കാരൻ ആത്മഹത്യചെയ്തത് വിളപരിവർത്തനം വരുത്തിവച്ച വിനാശംകൊണ്ടായിരുന്നു. കേരളത്തിൽ ഭക്ഷ്യവിളകളിൽ നിന്നും നാണ്യവിളകളിലേക്കുള്ള വിളപരിവർത്തനത്തിന് നെടുനാളത്തെ ചരിത്രമുണ്ട്. ആഗോളവല്ക്കരണം വിളമാറ്റ പ്രക്രിയക്ക് ആക്കംകൂട്ടിയെന്നുമാത്രം. 1955–76 ൽ കേരളത്തിൽ 7.78 ലക്ഷം ഹെക്ടർ സ്ഥലത്ത് നെല്കൃഷിയുണ്ടായിരുന്നു. എന്നാൽ 1998–99 ൽ കേരളത്തിലെ നെല്വയലുകളുടെ മൊത്തം വിസ്തൃതി 3.54 ലക്ഷം ഹെക്ടറായി ചുരുങ്ങി. ഓരോ മണിക്കൂറിലും ഏതാണ്ട് 3 ഹെക്ടർ നെല്പാടങ്ങളാണ് കേരളത്തിൽ നികത്തപ്പെടുന്നത്. നെല്പ്പാടങ്ങൾ തെങ്ങിൻതോപ്പുകളും, റബ്ബർ തോട്ടങ്ങളും, മീൻകുളങ്ങളുമായി മാറുന്നു. ഈ പ്രവണത അനുസ്യൂതമായി ആവർത്തിച്ചാൽ രണ്ടോ മൂന്നോ ദശകങ്ങൾക്കുള്ളിൽ കേരളത്തിൽ നെല്വയലുകൾ തികച്ചും അപ്രത്യക്ഷമാകുന്ന ഒരവസ്ഥാവിശേഷം സംജാതമാകാം. ഇന്ന് കേരളത്തിലെ 36 ലക്ഷം ജനങ്ങളുടെ ഉപജീവന മാർഗ്ഗമാണ് തെങ്ങുകൃഷി. ഏഴ് ലക്ഷം ജനങ്ങളാണ് റബ്ബർവിളയെ ആധാരമാക്കി ജീവിക്കുന്നത്. എന്നാൽ ആഗോളവല്ക്കരണം എല്ലാവിധ നാണ്യവിളകൃഷികളുടെയും വേരറുത്തിരിക്കുന്നു.

കാർഷികതൊഴിലാളികൾ പട്ടിണിയിൽ

നാണ്യവിളകൃഷിയിലേക്കുള്ള മാറ്റം തൊഴിൽ ആഗീരണത്തിൽ കുറവുണ്ടാക്കുന്നു. പ്രത്യേകിച്ച് സ്ത്രീ തൊഴിലാളികളെയാണ് ഈ വിളമാറ്റം പ്രതിലോമമായി ബാധിക്കുന്നത്. നെല്വയൽ നികത്തുമ്പോൾ സ്ത്രീകൾക്ക് ശരാശരി നൂറ് തൊഴിൽ ദിനങ്ങൾ കുറയുന്നതായി കണക്കാക്കിയാൽ വിളപരിവർത്തനം കൊണ്ടുമാത്രം ഏതാണ്ട് നാല് ലക്ഷം സ്ത്രീ തൊഴിലാളികൾ തൊഴിൽരഹിതരായിട്ടുണ്ട് എന്ന് കണക്കാക്കാം. കയറ്റുമതിയെ ലക്ഷ്യമാക്കിയുള്ള കൃഷി വർണ്ണവിവേചനം സൃഷ്ടിക്കുന്നതായി വന്ദനാശിവ ആരോപിക്കുന്നു. ആഗോളമുതലാളിത്തം വികസ്വരരാജ്യങ്ങളുടെ ഭക്ഷണത്തിൽ പിടിമുറുക്കിയിരിക്കുന്നു. ആഗോളവല്ക്കരണത്തിന്റെ നിഴൽപ്പാടിൽ ഭക്ഷ്യ സ്വയംപര്യാപ്തത വെറും മരീചികയായി മാറിയിരിക്കുന്നു. ഭക്ഷണം ഇന്ന് അധീശതയുടെ ആയുധമാണ്. എണ്ണക്കുരുവും ഓർക്കിഡും തക്കാളിയും തിന്ന് ആർക്കും വിശപ്പടക്കാനാവില്ലല്ലോ.

ദാരിദ്ര്യവല്ക്കരണം

ചുരുക്കത്തിൽ ആഗോളവല്ക്കരണത്തിന്റെ ആത്യന്തികഫലം ദാരിദ്ര്യവല്ക്കരണമാണ്. അമേരിക്കൻ സാമ്പത്തിക ശാസ്ത്രജ്ഞനായ ഗൽബെർത്ത് രണ്ടുതരം അസമത്വങ്ങളെക്കുറിച്ച് സൂചിപ്പിച്ചു. ഒന്ന്, മുന്നോക്കരാജ്യങ്ങളിലെ സമ്പന്നരും ദരിദ്രരും തമ്മിൽ. രണ്ട്, മുന്നോക്കരാജ്യങ്ങളും പിന്നോക്കം രാജ്യങ്ങളും തമ്മിൽ. ഇനി മൂന്നാമത് ഒരസമത്വം കൂടിയുണ്ട്. അത് പിന്നോക്കരാജ്യങ്ങളിലെ ദരിദ്രരും സമ്പന്നരും തമ്മിൽ ഉള്ള അന്തരമാണ്. ഈ മൂന്ന് അസമത്വങ്ങളും സാമ്പത്തിക ഉദാരവല്ക്കരണത്തിലൂടെ വികാസം പ്രാപിക്കുന്നു. ദാരിദ്ര്യമുണ്ടാകുന്നത് ഉല്പാദനക്കുറവുകൊണ്ടല്ല, മറിച്ച് വിതരണത്തിലെ പാളിച്ചകൾ കൊണ്ടാണെന്നാണ് കാൾ മാർക്സ് പറഞ്ഞത്. ദാരിദ്ര്യമുണ്ടാകുന്നത് സാമ്പത്തിക വ്യതിയാനങ്ങളിൽ നിന്നാണ്. ആഗോളവല്ക്കരണമാകട്ടെ വ്യതിയാനമാനങ്ങളെ മഹത്വവല്ക്കരിക്കുന്നു. തത്ഫലമായി ഒരു ഭാഗത്ത് സമ്പത്ത് കുമിഞ്ഞുകൂടുമ്പോൾ മറുഭാഗത്ത് ദാരിദ്ര്യം കുമിഞ്ഞുകൂടുന്നു. യുറോപ്പിലെ വെള്ളപ്പട ഐസ്ക്രീം നുണയാൻ ഒരു വർഷം 34,000 കോടി രൂപയാണത്രെ ചെലവിടുന്നത്. ലോകത്തിലെ എല്ലാ മനുഷ്യർക്കും കുടിവെള്ളമെത്തിക്കാൻ ആവശ്യമായ തുകയേക്കാൾ കൂടുതലാണിത്. 21,250 കോടി രൂപയുടെ സിഗരറ്റാണത്രെ യൂറോപ്യന്മാരും അമേരിക്കക്കാരും ഒരു വർഷം പുകച്ചുതള്ളുന്നത്. കേരളത്തിലെ അഭ്യസ്തവിദ്യരായ ചെറുപ്പക്കാർക്ക് ദിവസം 150 രൂപ വേതനം കിട്ടുന്ന ഒരു ജോലി തരപ്പെടുത്തിക്കൊടുക്കാൻ ഈ തുകകൊണ്ടുകഴിയും. 2000 ൽ പ്രസിദ്ധീകരിച്ച യു എൻ ഡി പി റിപ്പോർട്ടുപ്രകാരം ലോകത്തിലെ ഏറ്റവും സമ്പന്നമായ 20 രാജ്യങ്ങളിലെ പ്രതിശീർഷാദായം ഏറ്റവും താഴെക്കിടയിലുള്ള ഇരുപത് രാജ്യങ്ങളിലെ പ്രതിശീർഷാദായത്തിന്റെ 37 ഇരട്ടിയാണ്. ഈ വ്യത്യാസം കഴിഞ്ഞ നാല്പത് കൊല്ലമായി കുറയുകയല്ല ഇരട്ടിക്കുകയാണ് ചെയ്തിട്ടുള്ളത്. ലോകത്തിലെ ദരിദ്രരിൽ ഏതാണ്ട് എഴുപത് ശതമാനവും ഇന്ത്യയിലാണ്. അത്താഴപ്പട്ടിണികിടക്കാൻ വിധിക്കപ്പെട്ട ഇന്ത്യക്കാരുടെ എണ്ണം ഏതാണ്ട് 250 മില്ല്യനാണ്. ലോകബാങ്കിന്റെ ദാരിദ്ര്യനിർമ്മാർജ്ജന പരിപാടിയുടെ ചുക്കാൻ പിടിക്കുന്ന വാൾട്ടർ ഡിപ്മാൻ പറയുന്നത് ഇന്ത്യയിലെ സാമ്പത്തിക വളർച്ചയിൽ ഗ്രാമങ്ങളിലെ ദരിദ്രർക്ക് യാതൊരു പങ്കുമില്ലെന്നാണ്. മറ്റെല്ലാ വികസ്വരരാജ്യങ്ങളിലേയുംപോലെ ഭാരതത്തിലും ദാരിദ്ര്യം തളംകെട്ടിനില്ക്കുന്നത് കാർഷികമേഖലയിലാണ്. ആഗോളവല്ക്കരണം ദാരിദ്ര്യവല്ക്കരണപ്രക്രിയക്ക് ആക്കം കൂട്ടിയിരിക്കുന്നു. കേരളത്തിലെ ദരിദ്രകുടുംബങ്ങളിൽ ഏതാണ്ട് മുക്കാൽപങ്കും കാർഷികത്തൊഴിലാളികളുടേതാണെന്ന് പഠനങ്ങൾ ചൂണ്ടിക്കാണിക്കുന്നു. മാറുന്ന ലോകത്തിന്റെ ഗതിക്കനുസരിച്ച് നീങ്ങാൻ കഴിയാത്ത ജനവിഭാഗങ്ങൾ ഗ്രാമങ്ങളിൽനിന്നും പലായനം ചെയ്യുകയോ ആത്മഹത്യയിൽ അഭയം തേടുകയോ ചെയ്യുന്നു.

മരണശാസ്ത്രകോർപ്പറേഷനുകൾ

ആഗോളവല്ക്കരണം ഒരു കണക്കിന് ആഗോള മുതലാളിത്തവല്ക്കരണമാണ്. ഇരുന്നൂറോളം വരുന്ന കുത്തക വ്യാപാരസ്ഥാപനങ്ങളാണ് ഇന്ന് ലോക വ്യാപാരരംഗം അടക്കിവാഴുന്നത്. ഈ ഭീമൻ കോർപ്പറേഷനുകൾ പലതും വിവിധ ദേശീയ സമ്പദ്‌വ്യവസ്ഥകളേക്കാൾ വലുതാണ്. ലോകസാമ്പത്തിക ഇടപാടുകളുടെ നാലിൽ ഒരു ഭാഗമെങ്കിലും നിർണ്ണയിക്കുന്നത് ഇത്തരം കോർപ്പറേഷനുകളാണ്. ഫിലിപ്പ് മോറിസ് കമ്പനിയുടെ ആസ്തി ന്യൂസിലാണ്ടിന്റെ മൊത്തം ആഭ്യന്തര വരുമാനത്തേക്കാൾ കൂടുതലാണ്. ലോകത്താകമാനമുള്ള 191 രാജ്യങ്ങളിൽ 21 എണ്ണത്തിനുമാത്രമേ ഏറ്റവും വലിയ കുത്തക കമ്പനിയായ മിത്സുബിഷിയുടെ വാർഷിക മൊത്താദായം ലഭിക്കുന്നുള്ളൂ. ഇന്ന് നിലവിലുള്ള കമ്പോള വ്യവസ്ഥയെ യഥാർത്ഥത്തിൽ നിയന്ത്രിക്കുന്നത് ഈ സൂപ്പർശക്തികളാണ്. ഇത്തരം ബഹുരാഷ്ട്രകുത്തകകളുടെ പിൻസീറ്റ് ഡ്രൈവിങ്ങിന് അനുഗുണമായിട്ടാണ് ലോകബാങ്കും ലോകവ്യാപാരസംഘടനയും ചലിക്കുന്നത്.

കുത്തകകൾ വിത്തുവിപണി കീഴടക്കുന്നു

ഇത്തരം കോർപ്പറേഷനുകളിൽ ചിലത് കാർഷികമേഖലയിലേക്ക് തങ്ങളുടെ പ്രവർത്തനപരിധി വ്യാപിപ്പിച്ചതാണ് കാർഷികമേഖലയിൽ സംഭവിച്ച ഒരു സമീപകാലദുരന്തം. രാസവസ്തുക്കളുടെ വിപണനത്തിൽ ഏർപ്പെട്ടിരുന്ന മോൺസെന്റോ കാർഷിക മേഖലയിൽ വേരുറപ്പിച്ചത് ആഗോളവല്ക്കരണ നയപരിപാടികളുടെ തണലിലാണ്. ഇന്ന് വികസ്വരരാജ്യങ്ങളിലെ വിത്തുവിപണി കീഴടക്കാൻ ഈ കമ്പനി ഡ്യൂപോണ്ട് കമ്പനിയുമായി കഴുത്തറപ്പൻ മത്സരം നടത്തുകയാണ്. അന്തക സാങ്കേതിക വിദ്യ വിളക്കിച്ചേർത്ത വിത്തുകൾ ലോകത്ത് വ്യാപരിപ്പിക്കാനുള്ള മോൺസെന്റോയുടെ ശ്രമം ശക്തമായ എതിർപ്പിനെത്തുടർന്ന് പിൻവലിക്കപ്പെട്ടുവെങ്കിലും വികസ്വരരാജ്യങ്ങളിലെ കർഷകരെ വെട്ടിലാക്കാൻ അത് പുതിയ കർമ്മപദ്ധതികൾ ആവിഷ്കരിക്കുകയാണ്. ഇന്ത്യയിലെ ഏറ്റവും വലിയ സ്വകാര്യവിത്തുല്പാദകകമ്പനിയായ മാഹിക്കോയുടെ ഭൂരിഭാഗം ഓഹരികളും മോൺസെന്റോ കൈക്കലാക്കിക്കഴിഞ്ഞു. അമേരിക്കൻ സോയാബീൻ വിപണിയുടെ അറുപത് ശതമാനവും പരുത്തി വിപണിയുടെ എൺപത് ശതമാനവും ഇന്ന് മോൺസെന്റോയുടെ നിയന്ത്രണത്തിലാണ്. അന്താരാഷ്ട്ര സമ്മർദ്ദത്തിന് വഴങ്ങി 1999 ഡിസംബറിൽ ഇന്ത്യൻ പാർലമെണ്ടിൽ അവതരിപ്പിച്ച സസ്യഇന കർഷകസംരക്ഷണബിൽ ഇത്തരം കുത്തക കമ്പനികൾക്ക് ഇന്ത്യൻ മണ്ണിലേക്ക് ഹാർദ്ദമായ വരവേല്പ് നല്കുന്നു. തലമുറതലമുറകളായി ഇന്ത്യയിലെ കർഷകർ ഉപയോഗിച്ചുവരുന്ന നാടൻ വിത്തിനങ്ങളെയും അനന്തമായ നമ്മുടെ ജൈവസമ്പത്തിനെയും കവർന്നെടുക്കാൻ അവർക്ക് പൂർണ്ണ

സ്വാതന്ത്ര്യം നല്കുന്നു. ജൈവസാങ്കേതിക വിദ്യ ഉപയോഗിച്ച് ഈ കമ്പനികൾ പുതിയ വിത്തിനങ്ങളുണ്ടാക്കി വികസ്വരരാജ്യങ്ങളിലെ കൃഷിക്കാർക്ക് വിറ്റ് പേറ്റന്റിനത്തിൽ ഉല്പാദനച്ചെലവും ലാഭവും ഈടാക്കുകയാണ്. ലോകധാന്യ വ്യാപാരത്തിന്റെ എഴുപത് ശതമാനം നിയന്ത്രിക്കുന്നത് കാർഗിൽ കമ്പനിയാണ്. ഇന്ത്യയിൽ ഈയിടെ പഞ്ചാബ് ഗവൺമെന്റുമായി ഒരു പുതിയ കാർഷിക കരാറിൽ ഒപ്പുവച്ചുകൊണ്ടാണ് കാർഗിൽ കമ്പനി അതിന്റെ സാന്നിദ്ധ്യം തെളിയിച്ചത്.

കയറ്റുമതി കുറയുന്നു

ആഗോളവല്ക്കരണ നടപടികൾ വികസ്വരരാജ്യങ്ങളിലെ കാർഷിക കയറ്റുമതിയിൽ ഒരു കുതിച്ചുചാട്ടമുണ്ടാക്കുമെന്നും വിദേശനാണ്യശേഖരം ഉയരുമെന്നും സമ്പദ്ഘടനയിൽ അതിന്റെ പ്രതിഫലനമുണ്ടാകുമെന്നും ഇന്ത്യൻ ഭരണാധികാരികൾ ഒരു കാലത്ത് ജനതയ്ക്ക് ഉറപ്പു നല്കിയിരുന്നു. എന്നാൽ എന്താണ് യഥാർത്ഥത്തിൽ സംഭവിച്ചത്? കയറ്റുമതി കൂടിയില്ലെന്നു മാത്രമല്ല ഇറക്കുമതി അഭൂതപൂർവ്വമായി ഉയരുകയും ചെയ്തു. എല്ലാത്തരം വിദേശവസ്തുക്കളും സ്റ്റോക്ക് ചെയ്യാനുള്ള ഗോഡൗൺ എന്ന സ്ഥിതിയിലേക്ക് ഈ നാട് തരംതാഴ്ത്തപ്പെട്ടു. ഇന്ത്യക്കാരന്റെ ആഹാരശീലികളെയും രാസവാസനകളെയും അഭിരുചികളെപ്പോലും വിപണി സ്വാധീനിക്കാൻ തുടങ്ങി. 1996–97 ൽ കാർഷിക കയറ്റുമതി മൊത്തം ദേശീയ കയറ്റുമതിയുടെ 17.96 ശതമാനമായിരുന്നു. എന്നാൽ 98–99 ൽ ഇത് 14.57 ശതമാനമായി കുറഞ്ഞു. അതേ കാലയളവിൽ മൊത്തം ഇറക്കുമതിയിൽ കാർഷികോല്പന്നങ്ങളുടെ പങ്ക് 4.03 ശതമാനത്തിൽനിന്നും 6.44 ശതമാനമായി ഉയർന്നു. 1990 ൽ ഇന്ത്യയുടെ മൊത്തം ആഭ്യന്തരവരുമാനത്തിന്റെ 9.8 ശതമാനമായിരുന്നു ഇറക്കുമതി. ആഗോളവല്ക്കരണത്തിന്റെ അള്ളിപ്പിടിത്തം ശക്തമായതോടെ 1998 ൽ അത് 13.8 ശതമാനമായി ഉയർന്നു. ഇത് ലോകത്തിൽ എല്ലാ വികസ്വരരാജ്യങ്ങളുടെയും കഥയാണ്. ഈയിടെ പുറത്തിറക്കിയ യു എൻ ഡി പി റിപ്പോർട്ട് പ്രകാരം 1980 നും 97 നും ഇടയ്ക്ക് മൊത്തം ലോകവ്യാപാരത്തിൽ അവികസിത രാജ്യങ്ങളുടെ പങ്ക് 0.6 ശതമാനത്തിൽ നിന്നും 0.4 ശതമാനമായി കുറഞ്ഞിരിക്കുകയാണ്. ലോകവ്യാപാരരംഗം ഇന്ന് ഏതാനും മുതലാളിത്ത രാജ്യങ്ങളുടെ കൈയിലാണ്. വിപണി കണ്ടെത്തുന്നതും കീഴടക്കുന്നതും വില നിശ്ചയിക്കുന്നതും വ്യാപാരശിഷ്ടം നിർണ്ണയിക്കുന്നതുമെല്ലാം അന്താരാഷ്ട്രകുത്തകകളും സമ്പന്നരാജ്യങ്ങളും മാത്രം. വികസ്വരരാജ്യങ്ങളുടെ ജോലി വിപണി തുറന്നുകൊടുക്കലാണ്; യാതൊരു നിബന്ധനകളുമില്ലാതെ.

ഉദാരവല്ക്കരണം ഭാരതത്തിലെ കാർഷികോല്പാദനരംഗത്തെ സമ്പുഷ്ടമാക്കി എന്ന വാദവും അർത്ഥശൂന്യമാണ്. വാസ്തവത്തിൽ ആഗോളവല്ക്കരണമാണ് നമ്മുടെ കാർഷിക സമ്പദ്വ്യവസ്ഥ തകർത്ത

ത്. ഇന്ത്യയുടെ ദീർഘകാലചരിത്രത്തിൽ ഏറ്റവും കുറഞ്ഞ നിരക്കുകളാണ് ഈയിടെ നിരീക്ഷിക്കപ്പെട്ടത്. കേരളംപോലുള്ള സംസ്ഥാനങ്ങളിൽ കാർഷിക വളർച്ച ഋണാത്മകമായി തീർന്നിരിക്കുന്നു. ജനസംഖ്യ നിരക്കിനേക്കാൾ (1.9 ശതമാനം) കുറഞ്ഞനിരക്കിലാണ് ഇന്ത്യയിൽ കാർഷികോല്പാദനം വർദ്ധിക്കുന്നത് (1.7 ശതമാനം). 80 കളിൽ നിരീക്ഷിക്കപ്പെട്ട വർദ്ധനവ് (3.54 ശതമാനം) ഇന്നത്തേതിന്റെ ഏകദേശം ഇരട്ടിയായിരുന്നു. ഇന്നത്തെ അവസ്ഥ മാറ്റമില്ലാതെ തുടർന്നാൽ ഗുരുതരമായ ഭക്ഷ്യകമ്മിയും ക്ഷാമവും താമസിയാതെ ഇന്ത്യയിൽ അനുഭവപ്പെടാൻ തുടങ്ങും.

കാർഷിക സബ്സിഡി

ദേശീയരംഗത്ത് ആഗോളവല്ക്കരണം ഉയർത്തിവിട്ട പ്രത്യാഘാതം കാർഷികോല്പന്നങ്ങളുടെ വിലയിടിവിലാണ് കാര്യമായും പ്രതിഫലിച്ചത്. ആഭ്യന്തരവിലയേക്കാൾ കുറഞ്ഞ വിലയ്ക്ക് കാർഷികോല്പന്നങ്ങൾ ഇന്ത്യയിലേക്ക് ഒഴുകാൻ തുടങ്ങി. ലോകത്തിലെ ഏറ്റവും വലിയ കമ്പോളമായ ഇന്ത്യൻ വിപണി പിടിച്ചടക്കുകയായിരുന്നു വിദേശരാജ്യങ്ങളുടെ ലക്ഷ്യം. അതിൽ അവർ ഏറെക്കുറെ വിജയിക്കുകയും ചെയ്തു. വിപണനവില കുറയ്ക്കുന്നതിന് കനത്തതോതിലുള്ള സബ്സിഡിയാണ് പല വിദേശരാജ്യങ്ങളും നല്കുന്നത്. സബ്സിഡി സംബന്ധമായി ലോക വ്യാപാരസംഘടന മുന്നോട്ടുവച്ച നടപടികളും നിർദ്ദേശങ്ങളും അമേരിക്കയെപ്പോലുള്ള വികസിത രാജ്യങ്ങൾ കാറ്റിൽ പറത്തിയിരിക്കുന്നു. 1998 ൽ ദേശീയ ജനസംഖ്യയുടെ രണ്ട് ശതമാനം വരുന്ന ധനിക കൃഷിക്കാരെ സഹായിക്കാൻ 4.2 ലക്ഷം കോടി രൂപയാണ് സബ്സിഡിയായി അമേരിക്കൻ ഗവൺമെന്റ് അനുവദിച്ചത്. ഉറുഗ്വേ ചർച്ചകൾക്കുശേഷം അമേരിക്ക സബ്സിഡി കുറയ്ക്കുന്നതിനുപകരം 15.3 മില്ല്യൻ ഡോളറായി ഉയർത്തുകയാണ് ചെയ്തത്. മൊത്തം ആഭ്യന്തര ഉല്പാദനത്തിന്റെ 45 ശതമാനത്തോളം ശരാശരി സബ്സിഡി വികസിതരാജ്യങ്ങളിൽ നല്കുന്നതായി പഠനങ്ങൾ സൂചിപ്പിക്കുന്നു. ഒരു ഹെക്ടർ കൃഷിസ്ഥലത്തിന് അമേരിക്കയിൽ നല്കുന്ന കാർഷിക സബ്സിഡി ഏതാണ്ട് 23,650 രൂപയാണ്. ഇന്ത്യയെ സംബന്ധിച്ചിടത്തോളം മൊത്തം ആഭ്യന്തര കാർഷിക പിന്തുണ ഋണാത്മകമാണ്. അതിനാൽ കൃഷിസംബന്ധമായ അന്താരാഷ്ട്ര കരാറിന്റെ ചട്ടക്കൂട്ടിൽ നിന്നുകൊണ്ടുതന്നെ ഇന്ത്യയിൽ കാർഷിക സബ്സിഡി കാര്യമായി ഉയർത്താവുന്നതാണ്. എന്നാൽ ഇന്ത്യാഗവൺമെന്റ് കാർഷിക സബ്സിഡി വെട്ടിക്കുറയ്ക്കുകയാണ്. ഫോസ്ഫറസ്സ്, പൊട്ടാസ്യം വളങ്ങൾക്ക് നല്കിയിരുന്ന ധനസഹായം പിൻവലിച്ചു. ഇനി ലോകബാങ്കിന്റെ ക്രമീകരണത്തിനു വഴങ്ങി വെള്ളവും വിദ്യുച്ഛക്തിയുമായി ബന്ധപ്പെട്ട സബ്സിഡികൾ താമസിയാതെ പിൻവലിക്കപ്പെടുകയാണ്. അതോടെ കാർഷികവൃത്തിയിലേർപ്പെട്ട് കൈപൊള്ളിയ കർഷകന്റെ അവസാനത്തെ ആശയും വൃഥാവിലാകും. വ്യക്ത

മായ ദിശാബോധത്തോടും ദൂരക്കാഴ്ചയോടും കൂടിയ അതിജീവനതന്ത്രങ്ങൾ ആവിഷ്കരിക്കാതെ ഇന്ത്യയെപ്പോലുള്ള വികസ്വര രാജ്യങ്ങൾക്ക് ലോകവ്യാപാരരംഗത്ത് ഇനി പിടിച്ചുനില്ക്കാനാവില്ല.

ഉല്പന്നവില കുറയുന്നു

കാർഷികോല്പന്നങ്ങളുടെ വിലയിടിവ് ഏറ്റവുമധികം ബാധിച്ചത് കേരളത്തിന്റെ സമ്പദ്വ്യവസ്ഥയെയാണ്. 1991 ൽ കിലോഗ്രാമിന് 65 രൂപയുണ്ടായിരുന്ന റബ്ബർ 25 രൂപയ്ക്കും 45 രൂപയുണ്ടായിരുന്ന കൊപ്ര 20 രൂപയ്ക്കും 165 രൂപയുണ്ടായിരുന്ന അടയ്ക്ക 50 രൂപയ്ക്കും 90 രൂപയുണ്ടായിരുന്ന കാപ്പി 30 രൂപയ്ക്കും 800 രൂപയുണ്ടായിരുന്ന ഏലം 400 രൂപയ്ക്കും ഇന്ന് ആഭ്യന്തര വിപണികളിൽ ലഭ്യമാണ്. നമ്മുടെ കാർഷികോല്പന്നങ്ങൾക്ക് ഉയർന്ന വില നഷ്ടപ്പെട്ട് ലോക നിലവാരവുമായി താദാത്മ്യം പ്രാപിക്കുന്ന കാഴ്ചയാണ് നാം കാണുന്നത്. വിപണികൾ സ്വതന്ത്രമായതോടെ ലോകത്തൊരിടത്തു മാത്രമായി ഒരു കാർഷികോല്പന്നത്തിന് ഉയർന്ന വില നിലനിർത്താനാവില്ല. സബ്സിഡി നല്കിയും ഉല്പാദനച്ചെലവ് കുറച്ചും ഉല്പാദനക്ഷമത വർദ്ധിപ്പിച്ചും വിദൂരപൂർവ്വേഷ്യൻ രാജ്യങ്ങളും നമ്മുടെ അയൽക്കാരും നമ്മുടെ വിപണി കൈയേറുകയാണ്. ശ്രീലങ്കയുമായി ഇന്ത്യയുണ്ടാക്കിയ കരാറിനെത്തുടർന്ന ശ്രീലങ്കൻ തേയില ഇന്ത്യയിലേക്കൊഴുകി. ഇന്ത്യൻ തേയിലയേക്കാൾ 10–15 രൂപ കുറവാണ് ശ്രീലങ്കൻ തേയിലയ്ക്ക്. സാർക്ക് ഉടമ്പടി പ്രകാരം തീരുവ കുറച്ച് പാമോയിൽ ഇറക്കുമതി ചെയ്തപ്പോൾ നമ്മുടെ വെളിച്ചെണ്ണവിപണി തകർന്നു. ചീന ഒരു കിലോ ചുക്ക് 40 രൂപയ്ക്ക് നല്കുമ്പോൾ നാം ആവശ്യപ്പെടുന്നത് 70 രൂപ. ഇന്ത്യൻ കുരുമുളകിന് ആഭ്യന്തരവിപണിയിൽ 93 രൂപയുള്ളപ്പോൾ 63 രൂപയ്ക്ക് കുരുമുളക് നല്കാൻ വിയറ്റ്നാം വ്യാപാരികൾ തയ്യാർ. കള്ളക്കടത്തുവഴി ശ്രീലങ്കൻ നാളികേരം ഒരു രൂപയ്ക്ക് കിട്ടുമ്പോൾ നാം ഉല്പാദിപ്പിക്കുന്ന നാളികേരത്തിന് ഉയർന്ന വില കിട്ടുന്നതെങ്ങനെ? ഒരു കിലോഗ്രാം വെളിച്ചെണ്ണ 19 രൂപ നിരക്കിൽ ഫിലിപ്പൈൻസ് കയറ്റുമതി ചെയ്യുമ്പോൾ അതിന്റെ ഇരട്ടിവിലയക്ക് നമ്മുടെ വെളിച്ചെണ്ണ ആരുവാങ്ങും? ഇന്നത്തെ അവസ്ഥയിൽ കേരളത്തിലെ ഉല്പന്നങ്ങൾക്ക് അന്താരാഷ്ട്ര വിപണിയിൽ ഉയർന്ന വില കിട്ടണമെങ്കിൽ അപ്രതീക്ഷിതമായി അത്യാഹിതങ്ങൾ സംഭവിക്കണം. എന്നാൽ ബ്രസീലിൽ മഞ്ഞുവീഴ്ചയോ മലേഷ്യയിൽ കൊടുങ്കാറ്റോ ശ്രീലങ്കയിൽ ഭൂകമ്പമോ മഡഗാസ്കറിൽ സൈനികാക്രമണമോ ഗ്വാട്ടിമാലയിൽ വരൾച്ചയോ വരുന്നതുവരെ കാത്തിരിക്കാൻ കേരളത്തിലെ കർഷകനു കഴിയുമോ?

പിന്നോക്കരാജ്യങ്ങളുടെ സംഘശക്തി

ആഗോളവല്ക്കരണത്തിന്റെ പല്ച്ചക്രങ്ങൾക്കിടയിൽ നാം തലവച്ചു

കൊടുത്തുകഴിഞ്ഞു. ഇനി നാം ചെയ്യേണ്ടത് രണ്ടു കാര്യങ്ങളാണ്. ഒന്ന്, കഴിയുന്ന വേഗം ഈ ഉടമ്പടിയിൽനിന്നും പുറത്തുകടക്കുക. രണ്ട്, ലോക വ്യാപാരസംഘടനയിൽ ഉറച്ചുനിന്നുകൊണ്ടുതന്നെ സാമ്രാജ്യത്വശക്തികളുടെ കടന്നാക്രമണങ്ങളെ ചെറുത്ത് ദേശീയ താല്പര്യങ്ങൾ സംരക്ഷിക്കുക. ആദ്യം പറഞ്ഞ കാര്യം നടപ്പിലാക്കാൻ വേണ്ട കരളുറപ്പും ഇച്ഛാശക്തിയും പ്രദർശിപ്പിക്കുന്ന ഒരു ഭരണകൂടം ഇന്ത്യയിൽ ഇന്ന് നിലവിലില്ല. മാത്രമല്ല ലോക വ്യാപാരസംഘടനയിൽനിന്നും പുറത്തുകടന്നാൽ ഓരോ രാജ്യവുമായി വെവ്വേറെ വ്യാപാരക്കരാറിൽ നാം ഏർപ്പെടേണ്ടതാണ്. ഇന്നത്തെ സാഹചര്യത്തിൽ ഇത്തരം ഉഭയകക്ഷിക്കരാറിൽ ഏർപ്പെടാൻ എത്ര രാജ്യങ്ങൾ തയ്യാറാവും എന്ന് കണ്ടറിയേണ്ടതാണ്. അഥവാ തയ്യാറായാൽത്തന്നെ അത്തരം തീർപ്പുകൾ നമുക്ക് അനുകൂലമാകും എന്ന് എന്താണുറപ്പ്? രണ്ടാമത്തെ മാർഗ്ഗം സംഘശക്തിയുടേതാണ്. മൂന്നാംലോകരാജ്യങ്ങളെ ഇന്ത്യക്ക് പിന്നിൽ അണിനിരത്തി സംഘടിത ശക്തി ഉപയോഗിച്ച് ആഗോളവല്ക്കരണത്തിന്റെ നീരാളിപ്പിടിത്തത്തിനെതിരെ ഒരു പ്രതിരോധനിര കെട്ടിപ്പടുക്കുക.

ഇറക്കുമതിത്തീരുവ ഉയർത്തി വിപണി സംരക്ഷിക്കുക

ഇതോടൊപ്പം ലോകവ്യാപാരക്കരാറിന്റെ അന്തഃസത്തയ്ക്ക് കോട്ടം തട്ടാത്ത വിധത്തിൽ ഇറക്കുമതിത്തീരുവ പരമാവധി ഉയർത്തി വിദേശ ഉല്പന്നങ്ങളുടെ വിപണി പ്രവേശം നിയന്ത്രിക്കാവുന്നതാണ്. ഗാട്ടുകരാറിന് വിധേയമായിക്കൊണ്ടുതന്നെ ഭക്ഷ്യോല്പന്നങ്ങൾക്ക് 150 ശതമാനവും ഭക്ഷ്യ എണ്ണയ്ക്ക് 300 ശതമാനവും ഇറക്കുമതിത്തീരുവ പരമാവധി ചുമത്താവുന്നതാണ്. ഇന്ത്യയിലെ പഞ്ചസാരയ്ക്കും ഏത്തയ്ക്കക്കും യൂറോപ്യൻ യൂണിയൻ ചുമത്തുന്നത് 300 ശതമാനം തീരുവയാണ്. ജപ്പാനിൽ വിദേശഅരി വിപണനം ചെയ്യണമെങ്കിൽ 2000 ശതമാനം ഇറക്കുമതിച്ചുങ്കം കൊടുക്കണം. അമേരിക്കയാകട്ടെ ശരാശരി 245 ശതമാനം ഇറക്കുമതിത്തീരുവ ചുമത്തിയാണ് ആഭ്യന്തരവിപണി സംരക്ഷിക്കുന്നത്. ഇന്ത്യൻ ഭരണകൂടം ഇക്കാര്യത്തിൽ തികഞ്ഞ അലംഭാവമാണ് കാണിക്കുന്നത്. ഭക്ഷ്യവസ്തുക്കൾക്ക് ഇന്ത്യയിൽ ഇന്ന് ചുമത്തുന്ന പരമാവധി തീരുവ വെറും 70 ശതമാനമാണ്. അനുവദനീയമായ പരമാവധി നിരക്കിൽ കൂടുതലായി തീരുവ വർദ്ധിപ്പിച്ചാൽ കുരുമുളക്, തേയില, കാപ്പി, ഇഞ്ചി തുടങ്ങിയ കാർഷികവിളകൾ ഒരു പരിധിവരെ രക്ഷപ്പെടും. പ്രധാനമന്ത്രിയുടെ കുമരകം പാക്കേജിനെത്തുടർന്ന് കഴിഞ്ഞ കേന്ദ്രബജറ്റിൽ കേരളത്തിലെ തെങ്ങുകൃഷിക്കാർക്ക് ചില സമാശ്വാസനടപടികൾ പ്രഖ്യാപിക്കപ്പെട്ടു. അതിലൊന്ന് കൊപ്രയുടെ ഇറക്കുമതിത്തീരുവ 35 ശതമാനത്തിൽനിന്നും 70 ശതമാനമാക്കി ഉയർത്തിയതാണ്. വാസ്തവത്തിൽ കടലിൽ കായം കലക്കുന്നതുപോലുള്ള ഒരു നടപടിയാണിത്. ആഭ്യന്തരവിപണിയിൽ കൊപ്രയ്ക്ക് 2200 രൂപ വിലയുള്ളപ്പോൾ 70 ശതമാനം

തീരുവയും കൊടുത്ത് 17600 രൂപയ്ക്ക് ബോംബെയിലെ ഗോസായി വ്യാപാരിക്ക് ഫിലിപ്പൈൻസിൽ നിന്നും കൊപ്ര ഇറക്കുമതിചെയ്യും എന്ന അവസ്ഥയാണ് ഇന്നുള്ളത്. ആരുടെ കണ്ണിൽ മണ്ണിടാൻ വേണ്ടിയാണ് ഇത്തരം കൗശലവിദ്യകൾ? റബ്ബറിന്റെ വിലയിടിവ് പിടിച്ചുനിർത്തണമെങ്കിൽ റബ്ബറിനെ ഒരു കാർഷികവിഭവമായി അംഗീകരിക്കാൻ ലോകവ്യാപാരസംഘടന തയ്യാറാകണം. കാർഷികേതര വിഭവങ്ങൾക്ക് ചുമത്താവുന്ന പരമാവധി തീരുവ 25 ശതമാനം മാത്രമാണ്. അന്താരാഷ്ട്ര വേദികളിൽ സമ്മർദ്ദം ചെലുത്തി റബ്ബറിനെ ഒരു കാർഷിക വിഭവമായി അംഗീകരിപ്പിക്കാൻ കഴിഞ്ഞാൽ റബ്ബറിന്റെ ആഭ്യന്തരവിപണി സുരക്ഷിതമായി നിലനിർത്താം. അതോടൊപ്പം ടയറിന്റെയും സ്വാഭാവിക റബ്ബറിന്റെയും ഇറക്കുമതി രണ്ട് ശതമാനമായി നിയന്ത്രിക്കണം. 90–91 ൽ 6879 ടയറുകൾ ഇറക്കുമതിചെയ്ത സ്ഥാനത്ത് 96–97 ൽ 3.7 ലക്ഷം ടയറുകളാണ് ഇറക്കുമതി ചെയ്തത്. ഒരു ടയർ 25 കിലോഗ്രാം റബ്ബറിനു തുല്യമാണെന്ന വസ്തുത കണക്കിലെടുത്താൽ ടയറിന്റെ കടിഞ്ഞാണില്ലാത്ത ഇറക്കുമതി കേരളത്തിലെ 7 ലക്ഷം റബ്ബർ കർഷകരെ എങ്ങനെയാണ് ബാധിക്കുന്നത് എന്ന് ഊഹിക്കാവുന്നതേയുള്ളൂ. 1999 ൽ സ്വാഭാവിക റബ്ബറിന്റെ ഇറക്കുമതി നിരോധിച്ചു. എന്നിട്ടും 16436 ടൺ സ്വാഭാവിക റബ്ബറാണ് വിദേശത്തുനിന്ന് ആ വർഷം ഇന്ത്യൻ വിപണിയിലെത്തിയത്.

ഇറക്കുമതി തീരുവ കൂടുന്നതോടൊപ്പം മറ്റു രാജ്യങ്ങളിൽ നിലവിലിരിക്കുന്ന ചില നിയന്ത്രണമാർഗ്ഗങ്ങളും നമുക്ക് അവലംബിക്കാവുന്നതാണ്. ഉദാഹരണത്തിന് ജപ്പാനിൽ ഇറക്കുമതി ചെയ്ത മാംസം ഗാർഹികാവശ്യത്തിന് ഉപയോഗിച്ചാൽ ഉപഭോക്താവ് ഒരു നിശ്ചിത തുക പിഴയടയ്ക്കണം. അരിയുടെ കാര്യത്തിലും ഇതുപോലുള്ള ഒരു സമീപനം ജപ്പാനിൽ നിലവിലുണ്ട്. വെനിസ്വല, സ്വിറ്റ്സർലണ്ട് തുടങ്ങിയ രാജ്യങ്ങൾ വിപണി തുറക്കുന്നത് ഇരു കക്ഷികളും തമ്മിലുള്ള ഒരു പരസ്പരധാരണയുടെ അടിസ്ഥാനത്തിലാണ്. ഉദാഹരണത്തിന് സ്വിറ്റ്സർലണ്ടിൽ ഡയറി ഉല്പന്നങ്ങളുടെ ഇറക്കുമതി അനുവദിക്കണമെങ്കിൽ ഒരു നിശ്ചിത ശതമാനം പഴവർഗ്ഗങ്ങളോ ഉരുളക്കിഴങ്ങോ ആ രാജ്യം തദ്ദേശീയ വിപണിയിലെത്തിക്കണം. ഗാട്ടുകരാറിനകത്തുനിന്നുകൊണ്ടുതന്നെ ഉഭയകക്ഷി ചർച്ചകളിലൂടെ ഏത് രാജ്യത്തിനും ഇത്തരം കർമ്മപദ്ധതികൾ ആവിഷ്കരിക്കാവുന്നതാണ്.

മതിലുകളില്ലാത്ത വ്യാപാരം

ഇക്കഴിഞ്ഞ ഏപ്രിൽ ഒന്ന് ലോകവിഡ്ഢിദിനം ഇന്ത്യയെ സംബന്ധിച്ചിടത്തോളം തികച്ചും പ്രതീകാത്മകമായിരുന്നു. ഇന്ത്യയിലെ 1.02 ബില്യൺ ജനങ്ങളെ വിഡ്ഢികളാക്കിക്കൊണ്ടാണ് കാർഷിക വ്യാപാര രംഗത്തെ എല്ലാ വിലക്കുകളും ഒഴിവാക്കി ഇന്ത്യൻ വിപണി സ്വതന്ത്ര വ്യാപാരത്തിനായി ഗവൺമെന്റ് തുറന്നുകൊടുത്തത്. ഇനി വിദേശവസ്തുക്കൾ ഇറക്കുമതി ചെയ്യാൻ ലൈസൻസെടുക്കുകയോ സ്റ്റേറ്റ് ട്രേഡിങ്

കോർപ്പറേഷന്റെ സഹായം തേടുകയോ വേണ്ട. ഒരു ഐ എസ് ഡി കോളിലൂടെ അല്ലെങ്കിൽ ഇ–മെയിൽ മെസ്സേജിലൂടെ വിദേശവസ്തുക്കൾ ഇന്ത്യയിലെത്തിക്കാം. ജനങ്ങളുടെ ദൈനംദിന ജീവിതത്തെ സാരമായി ബാധിക്കുന്ന 149 കാർഷികോല്പന്നങ്ങളും ഇവയിൽപ്പെടും. മൊത്തം 2710 കാർഷികോല്പന്നങ്ങളാണ് അളവുപരമായ നിയന്ത്രണങ്ങൾ ഒഴിവാക്കി ഇന്ത്യയിലെ സ്വതന്ത്ര വിപണിയിലെത്തുന്നത്. ഭക്ഷ്യധാന്യങ്ങളും സുഗന്ധവ്യഞ്ജനങ്ങളും, പഴവർഗ്ഗങ്ങളും, പൗൾട്രി, മാംസം, പച്ചക്കറി എന്നിവയും ഇനി വിദേശത്തുനിന്ന് നമ്മുടെ മാർക്കറ്റിലെത്തും. അതോടെ വല്ലപാടും പിടിച്ചുനില്ക്കാൻ വിഷമിക്കുന്ന നമ്മുടെ കാർഷിക മേഖലയുടെ തകർച്ച പൂർണ്ണമാകും. വിലകുറഞ്ഞ വിദേശവസ്തുക്കളോട് മത്സരിക്കാൻ കഴിയാതെ ഹതാശരാകുന്ന നമ്മുടെ കർഷകർ കാർഷികരംഗത്തുനിന്നും മടക്കയാത്ര ആരംഭിക്കും. അടിയന്തരമായി ഉണർന്നു പ്രവർത്തിച്ചില്ലെങ്കിൽ ഉല്പാദകരില്ലാത്ത, ഉപഭോക്താക്കൾ മാത്രമുള്ള ഒരു സാമ്പത്തിക സംവിധാനമായി ഇന്ത്യ തകർന്നുവീഴും.

ദേശാഭിമാനി വാരിക

കോർപ്പറേറ്റ് കൃഷിയും പാഷാണവിളകളും

പുതിയ പേറ്റന്റ് നിയമം പാർലമെന്റ് പാസാക്കിയപ്പോൾ ഏറ്റവുമധികം സന്തോഷിച്ചത് ഇന്ത്യയിലെ കോർപ്പറേറ്റ് മാഫിയ തന്നെയാണ്. കോർപ്പറേറ്റ് ഉപശാലയിൽ മുഴങ്ങിക്കേട്ട ആഹ്ലാദാരവങ്ങളുടെ പ്രതിധ്വനി മൊൺസെന്റോയുടെ ഇന്ത്യയിലെ ഗവേഷണ വിഭാഗത്തിന്റെ മുഖ്യ വക്താവിന്റെ വാക്കുകളിൽ അലയടിച്ചിരുന്നു. അദ്ദേഹം പറഞ്ഞത് ഇങ്ങനെ: "ഇന്ത്യ വികസനത്തിന്റെ ശരിയായ പാതയിലാണ്. ദാരിദ്ര്യത്തിന്റെ വിമോചകരെ രാഷ്ട്രം തിരിച്ചറിഞ്ഞിരിക്കുന്നു. ഇനി നമുക്കൊരുമിച്ച് മുന്നോട്ട് നീങ്ങാം...." വരികൾക്കിടയിൽ പരതുമ്പോൾ തെളിഞ്ഞുവരുന്നത് സത്യത്തിന്റെ വികൃതമായ മുഖം. ഇന്ത്യയെപ്പോലുള്ള വികസ്വര രാജ്യങ്ങളിൽ വികസനത്തിന്റെ ദിശപോലും നിർണ്ണയിക്കുന്നത് മൂലധന വ്യവസായികളാണ്. കോർപ്പറേറ്റ് കുത്തകകൾ വരച്ചുചേർക്കുന്ന ബ്ലൂപ്രിന്റിനൊപ്പിച്ച് കാര്യങ്ങൾ പൂർത്തീകരിക്കാനേ ഭരണകൂടങ്ങൾക്ക് കഴിയൂ. ലോക സാമ്പത്തിക സമൂഹം ആഗോള കുത്തകകളെ സൂപ്പർ ക്യാബിനറ്റുകളാക്കി ഭരണതലത്തിന് മീതെ പ്രതിഷ്ഠിച്ചിരിക്കുന്നു. വിശക്കുന്ന ലോകത്തിന്റെ വിശപ്പുമാറ്റാനുള്ള പേറ്റന്റധികാരം പതിച്ചുകിട്ടിയിട്ടുള്ളത് ഒരുപിടി കോർപ്പറേഷനുകൾക്കാണ്. ജനിതക സാങ്കേതിക വിദ്യയുടെ മാന്ത്രികത്തൂവാലകൊണ്ട് ദരിദ്ര രാജ്യങ്ങളുടെ കണ്ണീരൊപ്പാൻ കഴിയുമെന്ന് അവ വ്യാപകമായി പ്രചരിപ്പിക്കുന്നു. ഈ പ്രചാരണക്കെണിയിൽ മൂക്കുകുത്തി വീഴുന്ന രാഷ്ട്രീയ പ്രവർത്തകരും ഭരണവർഗ്ഗവും പുതിയ പേറ്റന്റ് നിയമങ്ങൾക്കും വിത്തുനിയമങ്ങൾക്കും രൂപം നല്കി കുത്തകകളുടെ കടന്നുകയറ്റം സുഗമമാക്കുന്നു.

പേറ്റന്റ് ബില്ലിന്റെ ചർച്ചയ്ക്കിടയിൽ പ്രതിപക്ഷം പാർലമെന്റിൽ അവതരിപ്പിച്ച 12 ഭേദഗതിയിൽ പത്തെണ്ണവും ഗവൺമെന്റ് അംഗീകരിച്ചു. എന്നാൽ നിരാകരിക്കപ്പെട്ടില്ലെങ്കിലും പാർലമെന്ററി സമിതിക്ക് വിട്ട

രണ്ട് ഭേദഗതികളുടെ കാര്യത്തിൽ ഗവൺമെന്റെടുത്ത നിലപാടാണ് കുത്തകകളെ ഏറെ സന്തോഷിപ്പിച്ചത്. സൂക്ഷ്മജിവികൾ, ജീനുകൾ, കോശങ്ങൾ ഇവയ്ക്ക് പേറ്റന്റനുമതി നല്കാനുള്ള നിയമനിർമ്മാണമായിരുന്നു ഇവയിലൊന്ന്. ലോകവ്യാപാര സംഘടനയുടെ ദോഹാ സമ്മേളനത്തിൽപ്പോലും അതിശക്തമായ എതിർപ്പിനെത്തുടർന്ന് പിൻവലിക്കപ്പെട്ട ഇത്തരമൊരു നിർദ്ദേശം പേറ്റന്റ് നിയമത്തിന്റെ ചട്ടക്കൂട്ടിൽ ഉൾപ്പെടുത്താൻ ഭരണകൂടം തയ്യാറായത് ഏത് സാഹചര്യത്തിലാണ്? ഇന്ത്യൻ കാർഷിക മേഖലയിൽ കോർപ്പറേറ്റ് തള്ളിക്കയറ്റം പൂർണ്ണമാകുന്നു എന്നുള്ളതിന്റെ വ്യക്തമായ സൂചനയല്ലേ ഇത്? ഇന്ത്യയിൽ നിലവിലുള്ള പരമ്പരാഗത കൃഷിസമ്പ്രദായത്തെ അട്ടിമറിച്ച് കോർപ്പറേറ്റ് കൃഷി സമ്പ്രദായത്തെ അവരോധിക്കാനുള്ള നിഗൂഢതന്ത്രമല്ലേ ഈ നിയമനിർമ്മാണത്തിന് പിന്നിൽ?

പുതിയ വിളകൾ അരങ്ങുതകർക്കുന്നു

യൂറോപ്പും പടിഞ്ഞാറൻ നാടുകളും അസ്പൃശ്യത കല്പിച്ച് പുറന്തള്ളിയ ജനിതക സാങ്കേതിക വിദ്യയും പാഷാണവിളകളും ഇന്ത്യയുടെ മണ്ണിൽ വേരുറപ്പിച്ചു കഴിഞ്ഞു. ഇന്ത്യ ക്രമേണ ജനിതക വ്യതിയാനം വരുത്തിയ വിളകളുടെ കാഴ്ചബംഗ്ലാവായി മാറിക്കൊണ്ടിരിക്കയാണ്. കുത്തക ഭീമനായ മൊൺസെന്റോ വികസിപ്പിച്ചെടുത്ത ബി ടി പരുത്തി (Bacillus Thuringines Cotton) ഇന്ത്യയുടെ ആറ് സംസ്ഥാനങ്ങളിൽ വ്യാപകമായി കൃഷിചെയ്തുവരുന്നു. പരുത്തിക്ക് പുറമെ കടുക്, ക്യാബേജ്, വഴുതന, ഉരുളക്കിഴങ്ങ് എന്നീ വിളകളുടെ കോർപ്പറേറ്റ് ബദലുകൾ റിലീസിന് തയ്യാറായിക്കഴിഞ്ഞു. ഇവ ഏത് നിമിഷവും ജനിതക എഞ്ചിനീയറിങ് അനുമതി സമിതി (Genetic Engineering Approval Committee- GEAC) യുടെ അംഗീകാരം നേടി കൃഷിക്കളത്തിലെത്താം. ഇവയ്ക്ക് പുറമെ തക്കാളി, നെല്ല്, വാഴ, പപ്പായ, കപ്പലണ്ടി, കോളിഫ്‌ളവർ, ആവണക്ക്, ഔഷധവിളകൾ, കരിമ്പ് എന്നിങ്ങനെ ജനിതക പരിഷ്കരണം വരുത്തിയ വിളകളുടെ ഒരു നീണ്ട നിരതന്നെ ഇന്ത്യയിലെയും വിദേശത്തെയും പരീക്ഷണശാലകളിൽ രൂപപ്പെട്ടുവരുന്നു. ഇന്ത്യൻ ശാസ്ത്രജ്ഞരാണെങ്കിൽ ജനിതക സാങ്കേതിക വിദ്യയുടെ ട്രോജൻ കുതിരയിൽ കയറിപ്പറ്റാൻ നെട്ടോട്ടമോടുകയാണ്. സാദ്ധ്യമായ എല്ലാ സസ്യങ്ങളിലും ജീൻ പ്രേഷണം നടത്തി പുതിയ ഇനങ്ങൾ ഉരുത്തിരിച്ചെടുക്കാൻ അവർ പരസ്പരം മത്സരിക്കുന്നു. അതേസമയം പ്രശ്നങ്ങളുടെ മലർച്ചുഴിയിൽപ്പെട്ട് വട്ടംകറങ്ങുന്ന സാധാരണ കൃഷിക്കാരന്റെ മുഖം കമ്പ്യൂട്ടർ കൃഷിക്കാർ തിരിച്ചറിയുന്നുപോലുമില്ല.

ഫ്രാങ്കൻ സ്റ്റീൻ ഭൂതങ്ങൾ

മേരി ഷെല്ലിയുടെ ഇതിഹാസ കഥാപാത്രമായ ഡോക്ടർ ഫ്രാങ്കൻ സ്റ്റീൻ (Franken Stein) ഇന്ത്യയുടെ കാർഷിക മേഖലയിൽ പുനർജ്ജനി

തേടുകയാണ്. ക്ഷുദ്രജീവികളുടെ മൃതാവശിഷ്ടങ്ങൾ ഭക്ഷണത്തിലൂടെ മനുഷ്യരിലെത്തിച്ച് അവരുടെ സമനില തെറ്റിക്കുന്ന സാങ്കേതിക വിദ്യയാണ് ഡോക്ടർ ഫ്രാങ്കൻ സ്റ്റീൻ പരീക്ഷിച്ചത്. രണ്ട് നൂറ്റാണ്ടുകൾക്കു ശേഷം ബഹുരാഷ്ട്ര കോർപ്പറേഷനുകൾ ജനിതക സാങ്കേതിക വിദ്യയിലൂടെ പ്രാവർത്തികമാക്കുന്നതും ഇതേ ശാസ്ത്ര സങ്കല്പം തന്നെ. ശ്മശാനത്തിൽനിന്നും ശേഖരിച്ച മൃതശരീരഭാഗങ്ങളിൽ ജീവൻ സന്നിവേശിപ്പിച്ച് ഫ്രാങ്കൻ സ്റ്റീൻ സൃഷ്ടിച്ചുവിട്ട ഭീകരജീവി അനേകംപേരെ കൊന്നൊടുക്കിയിട്ടും രക്തദാഹം തീരാതെ ഹിന്ദുകഥയിലെ ഭസ്മാസുരനെപ്പോലെ സ്രഷ്ടാവിനുനേരെ തന്നെ പാഞ്ഞടുത്തു. പാഷാണവിളകൾ പടച്ചുവിടുന്ന കുത്തക കമ്പനികൾക്കും അചിരേണ ഫ്രാങ്കൻ സ്റ്റീനിന്റെ അനുഭവമായിരിക്കും നേരിടേണ്ടിവരിക എന്ന് നിരീക്ഷകർ ചൂണ്ടിക്കാണിക്കുന്നു. ജീൻ സഞ്ചയങ്ങൾ ഇണക്കിയും പിരിച്ചും പരീക്ഷണശാലകളുടെ നാലു ചുമരുകൾക്കകത്ത് നിർമ്മിച്ചെടുക്കുന്ന അത്യന്തം വിനാശകാരിയായ ഒരു സസ്യത്തെ അല്ലെങ്കിൽ ജീവിയെ ഏതെങ്കിലും വിധത്തിൽ ആർക്കെങ്കിലും തിരിച്ചുവിളിക്കാനാവുമോ? ഒരു കളനാശിനിക്കും കീഴ്പ്പെടുത്താനാകാത്ത സൂപ്പർകളകളും ഒരു കീടനാശിനിക്കും പ്രതിരോധിക്കാനാകാത്ത സർവ്വസംഹാരികളായ കീടങ്ങളും മരണകോശങ്ങളുമായി കാറ്റിലൂഞ്ഞാലാടുന്ന വിഷപരാഗങ്ങളും മരിച്ച മണ്ണും ഉടഞ്ഞ ജീവിതങ്ങളുമായി ഒരു നാടിന്റെ കാർഷിക സ്വപ്നങ്ങൾ തകർന്നടിയുന്ന കാഴ്ച കാലത്തിന്റെ കാലിഡോസ്കോപ്പിൽ കാണാൻ നാം വിധിക്കപ്പെട്ടവരാണ്.

ജി എം സ്വപ്നങ്ങളും ജീനുകളുടെ ജുറാസിക് പാർക്കും

ഒരു യക്ഷിക്കഥയിലെ രംഗങ്ങൾപോലെ ജി എം (G M -genetically modified) സ്വപ്നങ്ങൾ ഒരേസമയം നിങ്ങളെ വിഭ്രമിപ്പിക്കുകയും ആവേശം കൊള്ളിക്കുകയും ചെയ്യും. പുതിയ പടക്കോപ്പുകളുമായി ജനിതക സാങ്കേതിക വിദഗ്ദ്ധൻ അതിശയങ്ങളുടെ മായാലോകത്തിലേക്കാണ് നിങ്ങളെ കൈപിടിച്ചു കയറ്റുന്നത്. റിപ്വാൻ വിങ്കിളിനെപ്പോലെ കണ്ണുമിഴിച്ചു നില്ക്കുമ്പോൾ ദിനോസറുകളുടെ ഇരമ്പം നിങ്ങളുടെ കാതുകളെ പ്രകമ്പനം കൊള്ളിക്കുന്നു. എലിയുടെയും പൂച്ചയുടെയും ഇരട്ടവാലന്റെയും തേളിന്റെയും പഴുതാരയുടെയും മുള്ളുമുരിക്കിന്റെയും എട്ടടിമൂർഖന്റെയും മറ്റനേകം ജീവികളുടെയും എണ്ണമറ്റ ജീനുകൾ സംഭരിച്ചുവച്ച ശീതസംഭരണികളുടെ നീണ്ട നിര നിങ്ങളുടെ മുന്നിൽ തെളിയുന്നു. അതിശയങ്ങളുടെ ജുറാസിക് പാർക്കിലെത്തുമ്പോൾ സ്വന്തം കണ്ണുകളെപ്പോലും നിങ്ങൾക്ക് വിശ്വസിക്കാനാവാത്ത അവസ്ഥ. കാഴ്ചവട്ടത്ത് അതിശയങ്ങളുടെ ആർത്തിരമ്പൽ.... മാങ്ങയുടെ വലുപ്പമുള്ള മധുരിക്കുന്ന ഉരുളക്കിഴങ്ങുകൾ.... മാമ്പഴത്തിന്റെ അഴകും രുചിയും നെഞ്ചിലേറ്റിയ പുതിയ ഇനം സപ്പോട്ടപ്പഴങ്ങൾ... കാത്സ്യവും അമിനോ ആസിഡും വിറ്റാമിൻ ഇയും വഴിഞ്ഞൊഴുകുന്ന നീളൻ മത്തങ്ങകൾ.... ഒതളങ്ങയുടെ

ജീൻ വിളക്കിച്ചേർത്ത പുഴുവരിക്കാത്ത പേരയ്ക്ക. ചിലന്തിയുടെ ജീവ ദ്രവത്തിൽ കുരുടിപ്പാഡിന്റെ ജീനും വസൂരിവൈറസും വിലയിച്ചെടുത്ത ഒരിക്കലും അഴുകാത്ത പച്ച മുന്തിരിങ്ങ. ജനിതക സാങ്കേതിക വിദ്യ എങ്ങോട്ടാണ് നയിക്കുന്നത്?

ജനിതക സാങ്കേതിക വിദ്യയും സങ്കരണവും

ജീവവസ്തുക്കളെ പുനർരൂപകല്പന ചെയ്യാൻ ജനിതക ശാസ്ത്രജ്ഞൻ ഉപയോഗപ്പെടുത്തുന്ന വിധിതന്ത്രമാണ് ജനിതക സാങ്കേതിക വിദ്യ. ജീനുകൾ ഒരു ജീവവസ്തുവിൽനിന്നും അതുമായി യാതൊരു ബന്ധവുമില്ലാത്ത മറ്റൊന്നിലേക്ക് പ്രേഷണം ചെയ്ത് ജൈവ സവിശേഷതയിൽ മാറ്റം വരുത്തി മറ്റൊരു ജീവവസ്തു ഉല്പാദിപ്പിച്ചെടുക്കാൻ ഇതുമൂലം ശാസ്ത്രജ്ഞന് കഴിയുന്നു. പ്രാകൃതിപരിഗണനാക്രമത്തിൽ മനുഷ്യൻ നടത്തുന്ന ഇടപെടലാണിത്. തക്കാളി തക്കാളിയുമായി സങ്കരണംചെയ്ത് ഉല്പാദനശേഷി കൂടിയ മറ്റൊരിനം തക്കാളി വികസിപ്പിച്ചെടുക്കുന്ന പ്രക്രിയയല്ലിത്. തക്കാളിയിൽ മറ്റേതെങ്കിലും സസ്യത്തിന്റെയോ കീടത്തിന്റെയോ ബാക്ടീരിയയുടെയോ ജലജീവിയുടെയോ ജീനുകൾ പ്രതിസ്ഥാപിച്ച് ജീൻഘടനയിൽ മാറ്റംവരുത്തി പ്രത്യേക സവിശേഷതകളുള്ള മറ്റൊരിനം തക്കാളി ഉല്പാദിപ്പിച്ചെടുക്കലാണ് ജനിതക സാങ്കേതിക വിദ്യകൊണ്ട് ലക്ഷ്യമിടുന്നത്. കീടനിഗ്രഹശേഷിയുള്ള ഒരിനം പ്രോട്ടീൻ ഉല്പാദിപ്പിക്കുന്ന ബാസിലസ് തുറിഞ്ചിയാനസ് എന്ന കീടാണുവിന്റെ ജീവൻ വിളക്കിച്ചേർത്താണ് മൊൺസെന്റോ ബി ടി പരുത്തി ഉല്പാദിപ്പിച്ചെടുത്തത്..... കീടങ്ങളെയും കളകളെയും നശിപ്പിക്കുന്ന വിഷപ്രഭാവമുള്ള ഇത്തരം പ്രോട്ടീനുകൾ മനുഷ്യാരോഗ്യത്തിന് ഹാനികരമാവില്ലെന്ന് ആർക്ക് ഉറപ്പുപറയാനാകും?

ഫ്രാങ്കൻ ഫുഡിലേക്ക്

ഫാസ്റ്റ് ഫുഡിൽ (Fast Food) നിന്നും നാം എത്തിനില്ക്കുന്നത് ഫ്രാങ്കൻ ഫുഡി (Franken) ലേക്കാണ്. ഓരോ വർഷവും ഫ്രാങ്കൻ ഉല്പന്നങ്ങളുടെ മാർക്കറ്റ് 20 ശതമാനം കണ്ട് വർദ്ധിക്കുന്നുവത്രെ. ഇന്ത്യയിൽ ബി ടി പരുത്തി കൃഷിചെയ്യുന്ന സ്ഥലത്തിന്റെ വിസ്തൃതി കഴിഞ്ഞ മൂന്ന് വർഷംകൊണ്ട് 400 ശതമാനമാണ് വളർന്നത്. കേരളത്തിൽ പാഷാണവിളകൾ ഇതുവരെ ഇടംതേടിയിട്ടില്ലെങ്കിലും ആസന്നഭാവിയിൽ അതിനുള്ള സാദ്ധ്യത തള്ളിക്കളയാനാവില്ല. ഉദ്യാന വിളകളിലും ചിരസ്ഥായി വിളകളിലും ജനിതകമാറ്റം വരുത്താനുള്ള ശ്രമങ്ങൾ ലോകമാസകലം നടന്നുവരുന്നു. ഇവയിൽ ചിലത് ഫലപ്രാപ്തിയെത്തിക്കഴിഞ്ഞു. ജനിതക കുരുമുളകും ബി ടി ഏലവും സുവർണ്ണനെല്ലും ജി എം നേന്ത്രവാഴയും നമ്മുടെ കാർഷിക വ്യവസ്ഥയുടെ ഭാഗമാകുന്ന കാലം അത്രയൊന്നും വിദൂരമല്ല.

രണ്ടാം ഹരിതവിപ്ലവം

ജനിതക മാറ്റം വരുത്തിയ വിളകൾ ഇന്ത്യയിൽ ഹരിതവിപ്ലവത്തിന് തുടക്കംകുറിച്ചുവെന്ന് കേന്ദ്ര കൃഷിമന്ത്രി ശരദ്പവാർ അഭിപ്രായപ്പെടുന്നു. പരുത്തിക്കൃഷി മേഖലയിൽ 20 ശതമാനത്തോളം ഉല്പാദന വർദ്ധനവിന് കാരണമായത് മൊൺസെന്റോയുടെ കടന്നുവരവാണത്രെ..... അത്യന്തം ബാലിശവും വസ്തുതകൾക്ക് നിരക്കാത്തതുമായ പ്രസ്താവനയാണിത്. കഴിഞ്ഞ മൂന്ന് വർഷം തുടർച്ചയായി മൊൺസെന്റോ പരുത്തിക്കൃഷി ഇന്ത്യയിൽ പരാജയപ്പെട്ടു. ഇത് കാലാവസ്ഥാ വ്യതിയാനം കൊണ്ടോ പരിപാലന വ്യവസ്ഥയിലെ മാറ്റംകൊണ്ടോ സംഭവിച്ചതല്ല. ഇവിടത്തെ മണ്ണിനും കാലാവസ്ഥയ്ക്കും അനുയോജ്യമായ ജൈവവ്യവസ്ഥയ്ക്ക് മാത്രമേ ഈ മണ്ണിൽ വേരുറപ്പിക്കാനാവൂ..... കാർഷിക മേഖലയിൽ രണ്ടാമതൊരു വിപ്ലവത്തിന് കോപ്പുകൂട്ടുന്നവർ ആദ്യ വിപ്ലവത്തിന്റെ മുറിപ്പാടുകൾ കാണാത്തതെന്തേ? ഹരിതവിപ്ലവം എന്ന പേരിൽ കൊട്ടിഘോഷിക്കപ്പെട്ട തീവ്രരാസവല്കൃത കൃഷി സമ്പ്രദായമാണ് ഇന്ത്യയിൽ സുസ്ഥിരകൃഷിയുടെ വേരറുക്കുന്നത്. ഹരിതവിപ്ലവം മണ്ണിനെ വന്ധ്യംകരിക്കുകയും പാരിസ്ഥിതിക ഘടനയെ താറുമാറാക്കുകയും ചെയ്തു. പുതിയ വിപ്ലവത്തിനിറങ്ങിത്തിരിക്കുന്നവർ പഴയ വിപ്ലവത്തിന്റെ അസ്ഥിശകലങ്ങൾ പെറുക്കിയെടുക്കാൻ അമാന്തം കാണിക്കരുത്. പ്രകൃതിയിൽനിന്നും വലിച്ചുമാറ്റപ്പെട്ട കൃഷിയെ വാണിജ്യക്കൃഷിയുടെ കോർപ്പറേറ്റ് സമവാക്യംകൊണ്ട് പുനർനിർവ്വചിക്കാനുള്ള ശ്രമം പരാജയപ്പെടും എന്ന് നമുക്ക് ഏറെക്കുറെ ഉറപ്പാക്കാം.

ബി ടിയുടെ ലോകത്തിലേക്ക് ഒരു ചുവടുമാറ്റം

2002 മാർച്ചിലാണ് ജനിതക വിളകളുടെ മായാലോകത്തിലേക്ക് പ്രവേശിക്കാൻ ഇന്ത്യൻ ഭരണകൂടം പച്ചക്കൊടി ഉയർത്തിയത്. ശക്തമായ ബഹുജന രോഷത്തെ വകവയ്ക്കാതെ, മാഹിക്കോ (Mahyco) എന്ന ഇന്ത്യൻ കമ്പനിയുമായി ഒത്തുചേർന്ന് മൊൺസെന്റോ വികസിപ്പിച്ചെടുത്ത മെക്ക് 12 (Mech 12), മെക്ക് 162, മെക്ക് 164 എന്നീ മൂന്ന് ബി ടി പരുത്തിയിനങ്ങൾക്ക് വാണിജ്യാടിസ്ഥാനത്തിൽ ആറ് സംസ്ഥാനങ്ങളിൽ കൃഷിചെയ്യാൻ മൂന്ന് വർഷത്തേക്ക് ഗവൺമെന്റ് അംഗീകാരം കൊടുത്തു. പുതിയ ഇനങ്ങളുടെ വാണിജ്യാനുമതിക്ക് മൂന്ന് വർഷത്തെ പരീക്ഷണ ഫലങ്ങൾ വിലയിരുത്തണമെന്ന ശാസ്ത്രീയ നിർദ്ദേശം മറികടന്നായിരുന്നു ഈ തീരുമാനം. സുരക്ഷിതത്വ പരീക്ഷണങ്ങൾ സംഘടിപ്പിച്ചതും ദത്തങ്ങൾ അപഗ്രഥിച്ച് റിപ്പോർട്ട് തയ്യാറാക്കിയതും മൊൺസെന്റോ തന്നെ. പുതിയ ഇനങ്ങൾ കൃഷിചെയ്താൽ കീടനാശിനിച്ചെലവ് പാതിയായി കുറയ്ക്കാമെന്നും വിളവ് ഇരട്ടിയാക്കാമെന്നും ഏക്കറിന് കുറഞ്ഞത് പതിനായിരം രൂപയെങ്കിലും ലാഭം നേടാമെന്നുമൊക്കെയാണ് കമ്പനി വാഗ്ദാനം ചെയ്തത്. എൻ ഡി എ ഭരണത്തിന്റെ തണലിൽ പ്രചണ്ഡമായ പ്രചാരണപ്രവർത്തനങ്ങൾ സംഘടിപ്പിക്ക

പ്പെട്ടു.... വിത്തുകളുടെ പ്രചാരണത്തിനുവേണ്ടി ദൈവങ്ങളെയും മതസ്ഥാപകരെപ്പോലും കമ്പനി കൂട്ടുപിടിച്ചു. സിഖ് മതസ്ഥാപകനായ ഗുരുനാനാക്കിന്റെ പ്രതിരൂപം ചിത്രീകരിച്ച പാക്കറ്റുകളിലാണ് പഞ്ചാബിൽ പരുത്തിവിത്തുകൾ വിതരണം ചെയ്തത്. ഗുജറാത്തിൽ ജനിതക സാങ്കേതിക വിദ്യയുടെ മുഖ്യപ്രചാരകനായി മുഖ്യമന്ത്രി നരേന്ദ്രമോഡി തന്നെ വേഷമിട്ടു. വട്ടിപ്പണക്കാരും ബ്ലേഡുകാരും കൈയൊഴിഞ്ഞവർക്കുപോലും പണവും വിത്തും കടംനല്കാൻ കമ്പനികൾ തയ്യാറായി. നിറംപിടിപ്പിച്ച നുണകൾ വിജയഗാഥകളായി പത്രങ്ങളിലൂടെ വെളിച്ചംകണ്ടു. ജനിതക വിപ്ലവത്തിന്റെ ശംഖനാദം കേൾക്കാൻ ബഹുരാഷ്ട്ര കുത്തകകൾക്കൊപ്പം ഇന്ത്യൻ ബൂർഷ്വാസിയും കാതോർത്തിരുന്നു.

ജനിതക സാങ്കേതിക വിദ്യയുടെ ബാക്കിപത്രം

എന്നാൽ മൂന്നുവർഷത്തെ അനുഭവപാഠം കോർപ്പറേറ്റ് കൃഷിയുടെ പൊള്ളത്തരം വ്യക്തമാക്കി. സർവ്വസ്വവും വിറ്റുപെറുക്കി കോർപ്പറേറ്റ് കൃഷിയിലേർപ്പെട്ട നാമമാത്ര കൃഷിക്കാരിൽ ഭൂരിഭാഗവും തെരുവാധാരമായി. കർണ്ണാടകത്തിലും ആന്ധ്രയിലും ആത്മഹത്യ ചെയ്ത കൃഷിക്കാരിൽ ഭൂരിഭാഗവും മൊൺസെന്റോ വിത്തിറക്കിയ പരുത്തിക്കൃഷിക്കാരായിരുന്നു. ആന്ധ്രയിലെ വാറംഗൽ ജില്ലയിലെ കൃഷിക്കാർ കൃഷിനാശത്തിന് മൊൺസെന്റോയോടും സംസ്ഥാന സർക്കാരിനോടും ധനസഹായം ആവശ്യപ്പെട്ട് സമരത്തിലാണ്. ഫനിദാം ഗ്രാമത്തിലെ കൃഷിക്കാർ ജില്ലാ കൃഷി ഉദ്യോഗസ്ഥനെയും കുത്തക കമ്പനിയുടെ പ്രതിനിധിയെയും ഏറെനാൾ തടവിലാക്കി. മഹാരാഷ്ട്രയിൽ പരുത്തിക്കൃഷി ചെയ്ത കർഷകർക്ക് 500 കോടി രൂപയുടെ നഷ്ടമുണ്ടായിട്ടുണ്ടെന്ന് മഹാരാഷ്ട്ര പീപ്പിൾസ് മൂവ്മെന്റിന്റെ പ്രസിഡന്റ് കിഷോർ തിവാരി പറഞ്ഞു. മെക്ക് 184 ആന്ധ്രയിൽ വൻ പരാജയമാണെന്ന് സംസ്ഥാന കൃഷിമന്ത്രി രഘുരാമ റെഡ്ഡിയും അഭിപ്രായപ്പെട്ടു. വ്യാപകമായ പ്രതിഷേധത്തെ തുടർന്ന് 2005 മാർച്ചിൽ ബി ടി പരുത്തിക്കൃഷിക്കുള്ള വാണിജ്യാംഗീകാരം ആന്ധ്രപ്രദേശ് സംസ്ഥാനത്ത് ഒരു വർഷത്തേക്ക് പിൻവലിക്കപ്പെട്ടു. അതേസമയം വിവാദങ്ങൾ കത്തിനില്ക്കുമ്പോൾത്തന്നെ 18 പുതിയ ഇനം പരുത്തിവിളകൾ പരീക്ഷണാർത്ഥം കൃഷിചെയ്യുന്നതിന് കുത്തകകൾക്ക് ഗവൺമെന്റ് അനുമതി നല്കി. 2005 മാർച്ചിൽത്തന്നെ ഗവൺമെന്റ് കൈക്കൊണ്ട മറ്റൊരു തീരുമാനത്തിന്റെ ഭാഗമായി ഗുജറാത്ത്, മദ്ധ്യപ്രദേശ്, മഹാരാഷ്ട്ര എന്നീ സംസ്ഥാനങ്ങളിൽ ബോൾ ഗാർഡ് പരുത്തിക്കൃഷി മൂന്ന് വർഷത്തേക്കുകൂടി നീട്ടി.

പരീക്ഷണം പരാജയപ്പെടുന്നു!

കൊട്ടിഘോഷിച്ചതുപോലുള്ള വിളവർദ്ധനയൊന്നും പുതിയ വിത്തിനം പ്രകടിപ്പിച്ചില്ല. ബി ടി പരുത്തി ബാൾവേമിനെ പ്രതിരോധിക്കുമെന്ന ധാരണയിൽ മരുന്നടി ഉപേക്ഷിച്ചവർക്കാണ് ഏറ്റവുമധികം സാ

മ്പത്തിക നഷ്ടമുണ്ടായത്. മുഖ്യകീടത്തെ നശിപ്പിക്കാനുള്ള തത്രപ്പാടിൽ വിളയുല്പാദനത്തെ നേരിട്ട് സഹായിക്കുന്ന മിത്രകീടങ്ങളെയും സൂക്ഷ്മജീവികളെയും ബി ടി പരുത്തി വകവരുത്തി. അതേസമയം ജനിതക നവീകരണം വരുത്തി ചെടിയുടെ പരാഗങ്ങൾ ഭക്ഷിച്ച മൊന്നാർക്ക് (Monarch) ചിത്രശലഭങ്ങളുടെ ലാർവ്വകൾ കൂട്ടത്തോടെ ചത്തൊടുങ്ങിയത് ഗവേഷകരെ ആശങ്കപ്പെടുത്തി. ചെടികളിൽ കൃത്രിമമായി നിവേശിപ്പിച്ച് ജീൻ പരപരാഗണം വഴി മറ്റു ചെടികളിലെത്തി ജനിതക മലിനീകരണത്തിന് വഴിയൊരുക്കുന്നത് ഒഴിവാക്കാനുമാകില്ല. ഡി ഡി ടിക്കെതിരെ കൊതുകുകൾ പ്രതിരോധം കെട്ടിപ്പടുത്തപോലെ ബി ടി വിഷത്തിനെതിരെ ബാൾവേം കീടങ്ങളും പ്രതിരോധശേഷി ആർജ്ജിക്കും. അത്തരമൊരവസ്ഥയിൽ അവയെ നിയന്ത്രിക്കാൻ വിഷവീര്യം കൂടിയ രാസവസ്തുക്കളോ ഉടൻകൊല്ലികളായ പാഷാണവിളകളോ വികസിപ്പിച്ചെടുക്കേണ്ടി വന്നേക്കാം. ജീൻ ക്യാമ്പയിൻ എന്ന സംഘടന നടത്തിയ ഒരു പഠനത്തിൽ 10 തലമുറ കഴിഞ്ഞാൽ ബോൾവേമിന് ഇന്നുള്ളതിന്റെ 76 മടങ്ങ് പ്രതിരോധശേഷി ആർജ്ജിക്കാനാവുമെന്ന് കണ്ടെത്തുകയുണ്ടായി. ജി എം വിളകളുടെ ഉല്പാദനശേഷിയെക്കുറിച്ച് അതിശയോക്തി കലർന്ന അവകാശവാദങ്ങളാണ് കുത്തകകൾ പുറത്തുവിടുന്നത്. അമേരിക്കൻ കൃഷിവകുപ്പ് ജി എം വിളകളുടെ പ്രഭാവത്തെക്കുറിച്ച് വിലയിരുത്താൻ നടത്തിയ ഒരു പഠനത്തിൽ 18 വിളപരീക്ഷണങ്ങളിൽ 12 ലും വിളവ്യത്യാസം സാർത്ഥകമല്ലെന്ന് കണ്ടു. ആന്ധ്രയിലെ ഡെക്കാൻ ഡവലപ്മെന്റ് സൊസൈറ്റി നടത്തിയ മറ്റൊരു പഠനത്തിൽ ആഗോള വിത്തുകമ്പനികളുടെ പൊയ്മുഖം അനാവൃതമായി. സാധാരണ സങ്കരയിനം പരുത്തിക്ക് ബോൾഗാർഡ് പരുത്തിയേക്കാൾ 30 ശതമാനം വിളവ് കൂടുതൽ! കൊയ്ലീഷൻ ഓഫ് ഡിഫൻസ് ഓഫ് ഡൈവേഴ്സിറ്റി (Coolition of Defence of Diversity) എന്ന സന്നദ്ധ സംഘടന നടത്തിയ പഠനമാവട്ടെ ബി ടി പരുത്തിക്കൃഷി ചെറുകിട കർഷകർക്ക് എട്ട് മുതൽ പത്ത് ശതമാനംവരെ സാമ്പത്തിക നഷ്ടം വരുത്തിവയ്ക്കുന്നതായി തെളിയിച്ചു.

സുവർണ്ണ നെല്ലും അന്ധതാനിവാരണവും

ജനിതക നവീകരണ സാങ്കേതിക വിദ്യകൊണ്ട് ലോകത്തിന്റെ വിശപ്പും ദൗർഭിക്ഷ്യവും മാത്രമല്ല പോഷകാഹാരക്കുറവും പരിഹരിക്കാൻ കഴിയുമെന്ന് കുത്തകകൾ ഉറപ്പുനല്കുന്നു. രണ്ട് വർഷത്തിനകം ആസ്ത്രാസെനാക്ക (Astra Zenaco) എന്ന ബഹുരാഷ്ട്ര കുത്തക കമ്പനി പോഷകസമൃദ്ധമായ 'സുവർണ്ണ നെല്ല്' (Golden Rice) ഇന്ത്യൻ വിപണിയിലെത്തിക്കുമത്രെ. ബീറ്റാ കരാട്ടിൻ എന്ന രാസവസ്തു ഉല്പാദിപ്പിക്കുന്ന ഈ ഇനം നെല്ല് വിറ്റാമിൻ എയുടെ അഭാവംകൊണ്ടുണ്ടാകുന്ന അന്ധതയ്ക്ക് പരിഹാരമാകുമെന്ന് വ്യാപകമായി പ്രചരിപ്പിക്കപ്പെടുന്നു. എന്നാൽ കൗതുകകരമായ കാര്യം അന്ധതയിൽനിന്നും രക്ഷനേടാൻ പ്രതിദിനം രണ്ടുകി

ലോഗ്രാം സുവർണ്ണ കുത്തരിച്ചോറ് രോഗി അകത്താക്കേണ്ടി വരും എന്നുള്ളതാണ്. 50 പൈസയുടെ വിറ്റാമിൻ ഗുളിക വാങ്ങാൻ കോപ്പില്ലാത്ത ദരിദ്ര കുടുംബം ഇതിനെങ്ങനെ വഴി കണ്ടെത്തും? നമ്മുടെ നാട്ടിൽ സുലഭമായ പച്ചക്കറികളും വിവിധയിനം ഇലക്കറികളും മാങ്ങ, മുരിങ്ങക്ക, മത്തങ്ങ, മുട്ടയുടെ മഞ്ഞക്കരു എന്നിവയിലും ബീറ്റാ കാരാട്ടിൻ ധാരാളമായി അടങ്ങിയിട്ടുണ്ട്.... പോഷകച്ചോറ് വിഴുങ്ങുന്നതിന് പകരം ഇവയേതെങ്കിലും കറിവച്ചുപയോഗിച്ചാൽ പോരെ?

ജനിതക ഔഷധവിളകൾ

ലാഭക്കൊതിമൂത്ത ബഹുരാഷ്ട്രക്കുത്തകകൾ അധിനിവേശത്തിന്റെ കോർപ്പറേറ്റ് സമവാക്യങ്ങളുമായി പുതിയ മേച്ചില്പുറങ്ങൾ വെട്ടിപ്പിടിക്കുന്ന തിരക്കിലാണ്. മനുഷ്യന്റെയും മറ്റു ജീവികളുടെയും ജീനുകൾ നിവേശിപ്പിച്ച ജനിതക ഔഷധ വിളകൾ അമേരിക്കൻ പരീക്ഷണശാലകളിൽനിന്നും വികസ്വര രാജ്യങ്ങളിലെ വയലുകളിലേക്ക് കൂടുമാറ്റം ആരംഭിച്ചിരിക്കുന്നു. രോഗചികിത്സയ്ക്കുതകുന്ന ജീനുകളും രാസവസ്തുക്കളും ജനിതക സാങ്കേതികവിദ്യ വഴി കാർഷിക വിളകളിൽ സന്നിവേശിപ്പിച്ചാണ് 'ബയോഫാർമസിക്യൂട്ടിക്കൽ ക്രോപ്സ്' വികസിപ്പിച്ചെടുക്കുന്നത്. ചോളം, നെല്ല്, പുകയില, സോയാബിൻ എന്നീ വിളകളിലാണ് ആദ്യഘട്ടത്തിൽ ഇത്തരം പരീക്ഷണങ്ങൾ നടക്കുന്നത്. വളർച്ചാ ഹോർമോണുകൾ, രക്തം കട്ടപിടിക്കാനുള്ള രാസവസ്തുക്കൾ, ഗർഭനിയന്ത്രണ ഔഷധങ്ങൾ എന്നിവയൊക്കെ ഇത്തരം വിളകളിലൂടെ മനുഷ്യരിലെത്തുന്നു. ക്യാൻസറിനെയും വാതത്തെയും പ്രതിരോധിക്കുന്ന പ്രോട്ടീൻ ഭക്ഷണത്തിലൂടെ മനുഷ്യരിലെത്തിക്കുന്നത് വിസ്മയകരമല്ലേ..... ഇരുപത്തിയൊന്നാം നൂറ്റാണ്ടിന്റെ ആരോഗ്യം കമ്പനികളുടെ കൈയിലാണെന്ന് പ്രോഡിജീൻ കമ്പനിയുടെ മുഖ്യ വക്താവ് ഈയിടെ അഭിപ്രായപ്പെടുകയുണ്ടായി. എന്നാൽ ശാസ്ത്ര ലോകത്തിന്റെ ഉറക്കം കെടുത്തുന്ന പ്രശ്നം പരാഗ വിതരണത്തിൽ സംഭവിക്കാവുന്ന പ്രാകൃതിക പാളിച്ചകളാണ്. ദുരന്തം പടികയറി വരുന്നത് യഥാർത്ഥ ഭക്ഷ്യവിളകൾക്കടുത്ത് മരുന്നുവിള കൃഷിചെയ്യാനൊരുങ്ങുമ്പോഴാണ്. 2002 ൽ അമേരിക്കയിലെ നെബ്രോസ്ക്ക (Nebraska) യിൽ ടൺകണക്കിന് സോയാബീൻ നശിപ്പിക്കപ്പെട്ടത് ജനിതക മലിനീകരണം കൊണ്ടുണ്ടായ വിളമാറ്റം കൊണ്ടാണ്. മറ്റുള്ളവരുടെ മരുന്നുകൾ ആകസ്മികമായിട്ടെങ്കിലും സ്വന്തം ഭക്ഷണത്തിലുൾപ്പെടുത്താൻ ആരെങ്കിലും തയ്യാറാകുമോ?

വിദേശക്കമ്പനികളുടെ ചുവടുപിടിച്ച് പല ഇന്ത്യൻ കമ്പനികളും ഇന്ത്യൻ കാർഷിക മേഖലയിൽ വേരുറപ്പിക്കാൻ നീക്കങ്ങളാരംഭിച്ചുകഴിഞ്ഞു. 7.5 ബില്യൻ ഡോളറിന്റെ പ്രവർത്തന മൂലധനവുമായി ഇന്ത്യൻ ടുബാക്കോ കമ്പനി (ഐ ടി സി) മദ്ധ്യപ്രദേശിലാണ് വലക്കണ്ണികൾ ഒരുക്കിയിരിക്കുന്നത്. ഇടത്തരം കൃഷിക്കാർക്ക് വിത്തും വളവും ബാങ്

ലോണും തരപ്പെടുത്തിക്കൊടുക്കുന്നതു കൂടാതെ ഓരോ കൃഷിക്കാരനേയും കമ്പനിച്ചെലവിൽ ഇന്റർനെറ്റ് സൗകര്യമുള്ള കംപ്യൂട്ടർ ശൃംഖലയുമായി ബന്ധിപ്പിക്കുന്നു. പത്തോ പതിനഞ്ചോ കർഷകരെ ഒരുമിച്ചു ചേർത്ത് സംഘമുണ്ടാക്കി കമ്പനിയുടെ വെബ്ബുമായി ഇവരെ അടുപ്പിക്കുന്നു. അതോടെ കാലാവസ്ഥാ റിപ്പോർട്ടു മുതൽ കാർഷിക വാർത്തകൾവരെ മൗസിന്റെ ഒരൊറ്റ ക്ലിക്കിൽ ഹിന്ദി വെബ്ബ് പേജുകളായി കർഷകന്റെ മുന്നിലെത്തുന്നു. വിള പാകമാകുമ്പോൾ വിലയ്ക്ക് വാങ്ങുന്നതും ഇൻഷുറൻസ് പ്രീമിയം അടയ്ക്കുന്നതും കമ്പനി തന്നെ. എന്നാൽ കൊക്കോ കൃഷിക്കിറങ്ങിയ കാഡ്ബറിയുടെയും തക്കാളിക്കൃഷിക്കിറങ്ങിയ പെപ്സിയുടെയും ദുരന്താനുഭവം പല കൃഷിക്കാരെയും കോർപ്പറേറ്റ് കൃഷിയിൽനിന്നും പിന്തിരിയാൻ പ്രേരിപ്പിക്കുന്നു. ഐ ടി സിക്കു പുറമെ ഭാരതി ടെലിഫോൺ ഗ്രൂപ്പും ടാറ്റയും മഹീന്ദ്രയുമൊക്കെ വാണിജ്യകൃഷി മേഖലയിൽ ഭാഗ്യം പരീക്ഷിക്കാൻ രംഗത്തെത്തിക്കഴിഞ്ഞു. ഇന്ത്യയാസകലം കരാർകൃഷിയും പാട്ടക്കൃഷിയും വ്യാപകമാക്കി നാമമാത്ര കൃഷിക്കാരെ കാർഷിക മേഖലയിൽനിന്നും പിഴുതെറിയാനാണ് കമ്പനികൾ കരുനീക്കുന്നത്. ഗൾഫിലേക്കും യൂറോപ്പിലേക്കും പഴങ്ങളും പച്ചക്കറികളും കയറ്റിഅയച്ച് കോടികൾ കൊയ്യാമെന്ന് അവ കണക്കുകൂട്ടുന്നു. വിദേശീയന്റെ തീൻമേശയ്ക്കിണങ്ങുന്ന വിഭവങ്ങൾ ഉല്പാദിപ്പിക്കാനാണ് കമ്പനികൾ കൃഷിക്കാർക്ക് ധനസഹായം നല്കുന്നത്. ഭക്ഷ്യ സുരക്ഷിതത്വത്തിന് ഭീഷണിയുയർത്തുന്ന ഇത്തരം പ്രവണതകൾക്കെതിരെ ഗവൺമെന്റ് തലത്തിൽ ശക്തമായ നീക്കങ്ങൾ ഉണ്ടാകേണ്ടിയിരിക്കുന്നു.

അദ്ധ്വാനശേഷിയുടെ ചിത!

കോർപ്പറേറ്റ് കൃഷി ഉല്പാദകന്റെ ലാഭം വർദ്ധിപ്പിക്കുന്നത് അദ്ധ്വാനശേഷിയുടെ ചിതയ്ക്ക് തീകൊളുത്തിക്കൊണ്ടാണ്. വാണിജ്യകൃഷി വ്യാപകമാകുന്നതോടെ ഗ്രാമീണ തൊഴിലില്ലായ്മ മാനംമുട്ടെ ഉയരും. ബ്രിട്ടീഷുകാരെപ്പോലെ ഇന്ത്യക്കാർ കൃഷിചെയ്തിരുന്നുവെങ്കിൽ 5.94 കോടി ജനങ്ങൾക്ക് പണിയില്ലാതാകുമായിരുന്നുവെന്ന് ഈയിടെ *ഗാർഡിയൻ* പത്രം റിപ്പോർട്ടുചെയ്യുകയുണ്ടായി. ഉല്പാദന വർദ്ധനവും സാമ്പത്തിക നേട്ടവും സാമൂഹ്യ ഗുണപരതയിൽ പ്രതിഫലിപ്പിക്കണമെന്നില്ല. ഇന്ത്യൻ തൊഴിലാളികളുടെ മൂന്നിൽ രണ്ടുഭാഗവും തൊഴിൽ തേടുന്നത് കാർഷിക മേഖലയിലാണ്. അതുകൊണ്ടുതന്നെ കാർഷിക മേഖലയുടെ തകർച്ച സമ്പദ്ഘടനയുടെ നടുവൊടിക്കും. ഏത് കാര്യവും ലാഭക്കണ്ണോടെ കാണുന്ന മൂലധന വ്യവസായികൾ ഇന്ത്യയിൽ വിത്തുല്പാദന രംഗത്ത് ബാലവേല വ്യാപകമാക്കിയിരിക്കുന്നതായി ഒരന്താരാഷ്ട്ര ഏജൻസി ഈയിടെ റിപ്പോർട്ട് ചെയ്യുകയുണ്ടായി. തുച്ഛമായ വേതനം നല്കി എല്ലാ തൊഴിൽനിയമങ്ങളും ലംഘിച്ച് ദരിദ്രബാലന്മാരെ ആടുമാടുകളെപ്പോലെ അടിമപ്പണി ചെയ്യിക്കാൻ സ്വകാര്യ കമ്പനികൾ പരസ്പരം മത്സരിക്കുന്നു.

ദേശാഭിമാനി വാരിക

ജനിതക വിളകൾ അടുക്കളയിലേക്ക്

ജനിതക വിത്തുകളും വിളകളും ഇന്ത്യൻ കാർഷിക മേഖലയിൽ വീണ്ടും നിലയ്ക്കാത്ത വിവാദങ്ങൾക്ക് തിരികൊളുത്തിയിരിക്കുന്നു. ജനിതക പരുത്തിയുടെ പാതപറ്റി ജനിതക വഴുതനയും ജനിതക കടുകും ജനിതക ഉരുളക്കിഴങ്ങും ഭരണകൂടത്തിന്റെ പച്ചവെളിച്ചം കാത്തിരിക്കുന്നു. ജനിതക എഞ്ചിനീയറിങ് അനുമതി സമിതി (ജി ഇ എ സി) സെപ്തംബറിൽ തീരുമാനമെടുക്കുമെന്നാണറിവ്. ഇന്ത്യയിലെ സാധാരണക്കാരന്റെ ഊൺമേശയിൽ സ്ഥാനം പിടിക്കുന്ന ആദ്യത്തെ ജനിതക വിഭവം മൊൺസാന്റോയുടെ ജനിതക വഴുതനങ്ങ ആകുമെന്നുറപ്പാണ്.

ഒരു സയൻസ് ഫിക്ഷൻ ഫിലിമിലെ എപ്പിസോഡുകൾപോലെ പുതിയ സംഭവവികാസങ്ങൾ നമ്മെ അമ്പരപ്പിക്കുകയും ആശങ്കപ്പെടുത്തുകയും ചെയ്യുന്നു. ഇന്ത്യയിലെ ലക്ഷക്കണക്കിന് ദരിദ്രകർഷകർക്കു നേരെ ജൈവസാങ്കേതിക വിദ്യയുടെ കൊലക്കയറാണ് സാമ്രാജ്യത്വം ഉയർത്തിക്കാണിക്കുന്നത്. നമ്മുടേതെന്ന് നാം കരുതിയ മണ്ണും വിത്തും വിളകളും പാരമ്പര്യത്തിന്റെ ഈടുവയ്പുകളും ഇനി തിരിച്ചുവരവ് അസാദ്ധ്യമായ വിധത്തിൽ നമുക്ക് നഷ്ടപ്പെടുന്നു. ആദ്യപടിയായി ഇന്നാട്ടിലെ ദരിദ്രന്റെ ഭക്ഷണപ്പാത്രത്തിലാണ് കോർപ്പറേറ്റ് മാഫിയ പിടിമുറുക്കിയിരിക്കുന്നത്. സുരക്ഷിതവും ശുദ്ധവും ആരോഗ്യദായകവുമായ ഭക്ഷണം ജനതയുടെ ജന്മാവകാശമാണല്ലോ. ഈ അവകാശം നിഷേധിക്കുന്നതിലൂടെ കീഴാളജനതയെ അധീനപ്പെടുത്തി പേറ്റന്റ് റോയൽട്ടിയിലൂടെ കൊള്ളലാഭം വർദ്ധിപ്പിക്കാനാകും എന്ന കോർപ്പറേറ്റ് തിരിച്ചറിവാണ് പുതിയ സംഭവവികാസങ്ങൾക്ക് ഊർജ്ജം പകർന്നിരിക്കുന്നത്.

ദരിദ്ര കർഷകരുടെ ആത്മഹത്യയിൽ നിന്നോ കാർഷിക മേഖലയുടെ സമ്പൂർണ്ണ തകർച്ചയിൽ നിന്നോ യു പി എ സർക്കാർ പാഠം പഠി

ച്ചിട്ടില്ല. പടിഞ്ഞാറിന്റെ പിശറൻകാറ്റിൽ ജൈവസാങ്കേതിക വിപ്ലവത്തിന് കാതോർക്കുകയാണ് ഇന്ത്യൻ ബൂർഷ്വാ ഭരണകൂടം. രണ്ടാം ഹരിതവിപ്ലവത്തിന് ഒരുങ്ങിയിരിക്കാൻ പ്രധാനമന്ത്രി ഉദ്ബോധിപ്പിച്ചതുതന്നെ ഇന്ത്യൻ കാർഷികമേഖലയെ കോർപ്പറേറ്റ് കുത്തകകൾക്ക് തീറെഴുതിക്കൊടുക്കാൻ തീരുമാനമെടുത്തുകൊണ്ടാണ്.

വഴുതന കീടങ്ങൾക്ക് മരണവാറണ്ട്

ഇന്ത്യക്കാരന്റെ പ്രിയപ്പെട്ട ഭക്ഷണവിഭവമാണ് വഴുതനങ്ങ. ലോകത്ത് ആദ്യമായി വഴുതനങ്ങ കൃഷി ചെയ്തുതുടങ്ങിയതും ഇന്ത്യയിൽത്തന്നെ. ഇന്ത്യയും ചൈനയും ചേർന്ന് ലോകവഴുതനങ്ങയുല്പാദനത്തിന്റെ ഏതാണ്ട് മുക്കാൽഭാഗവും പങ്കിട്ടെടുക്കുന്നു. ഭൂരിഭാഗവും നാമമാത്ര–ചെറുകിട കൃഷിക്കാരാണ് ഇന്ത്യയിൽ വഴുതനകൃഷിയിൽ ഏർപ്പെട്ടിരിക്കുന്നത്. അതിനാൽ വഴുതനയുടെ ഉല്പാദനക്ഷമതയും കുറവാണ്. ഈ സ്ഥിതിക്ക് മാറ്റംവരുത്തി കരാർകൃഷിയിലൂടെ വിശാലമായ വഴുതന കൃഷിക്കളങ്ങൾ സ്ഥാപിച്ച് കോടികൾ കൊയ്യാനാണ് മൊൺസാന്റോയുടെ നീക്കം. വഴുതനകൃഷിയുടെ പ്രധാനകീടങ്ങൾ കായതുരപ്പൻ പുഴുവും തണ്ടുതുരപ്പൻ പുഴുവുമാണ്. ഇവയെ കൊല്ലാൻ മരുന്നടിക്കുന്നതിന് പകരം ജൈവസാങ്കേതിക വിദ്യ ഉപയോഗിച്ച് ചെടിയുടെ ജൈവഘടനയിൽത്തന്നെ മാറ്റം വരുത്തി വിഷജീനുകൾ സ്വാംശീകരിക്കപ്പെട്ട പുതിയ ഇനങ്ങൾ വികസിപ്പിച്ചെടുക്കുന്നതായിരിക്കും കൂടുതൽ ലാഭകരം എന്ന കോർപ്പറേറ്റ് ചിന്തയാണ് പുതിയ സംഭവവികാസങ്ങൾക്കിട നല്കിയത്.

മൊൺസാന്റോ എന്ന അമേരിക്കൻ കുത്തകയുടെ അമേരിക്കൻ ഡമ്മിയായ 'മാഹികോ' ആണ് ജനിതക വഴുതനയുടെ ഉപജ്ഞാതാക്കൾ. MHB-4BT, MHB-9BT, MHB-80BT, MHBJ-99BT എന്നീ നാല് പുതിയ വഴുതനയിനങ്ങൾക്കാണ് മാഹികോ, ജി ഇ എ സി മുമ്പാകെ അംഗീകാരം തേടിയിരിക്കുന്നത്. വഴുതന സീസൺ ആരംഭിച്ചാൽ വാണിജ്യക്കൃഷിക്ക് മുമ്പുള്ള വിപുലമായ ഫീൽഡ് പരീക്ഷണങ്ങൾക്ക് അനുമതി നല്കാൻ അമാന്തിക്കരുതെന്ന കമ്പനി ആവശ്യം ഗവൺമെന്റ് അംഗീകരിച്ചിരിക്കുകയാണ്. മണ്ണിലെ ബാക്ടീരിയയിൽനിന്നും കണ്ടെടുത്ത CRY IAC ജീൻ ജൈവ സാങ്കേതിക വിദ്യ ഉപയോഗിച്ച് വഴുതനച്ചെടിയുടെ ജീവദ്രവത്തിൽ വിളക്കിച്ചേർത്താണ് പുതിയ ഇനം വികസിപ്പിച്ചെടുത്തിരിക്കുന്നത്. ബാസിലസ് തുറിഞ്ചിനസ് BT എന്ന ഈ ബാക്ടീരിയ തന്നെയാണ് ജനിതക പരുത്തിയുടെയും പ്രഭവകേന്ദ്രം. ബി ടി വഴുതനയുടെ പിറകിൽ ജനകീയ വിളകളുടെ വലിയ ഒരു ശേഖരം തന്നെയുണ്ട്. ഇവയിൽ ഏറ്റവും മുന്നിൽ എത്തിയിരിക്കുന്നത് ജനിതക കടുകും ജനിതക ഉരുളക്കിഴങ്ങുമാണ്. 'ഈ മൂന്നുവിളകളും ആരോഗ്യ സുരക്ഷിതത്വ പരീക്ഷണങ്ങൾ പൂർത്തിയാക്കിക്കഴിഞ്ഞു' എന്ന് ജി ഇ എ സി ചെയർമാൻ പ്രസ്താവിച്ചത് ഒരു മുൻകൂർ ജാമ്യമെടുക്കലായിരുന്നു. കർഷക

താല്പര്യം സംരക്ഷിക്കുന്നതിനേക്കാൾ കുത്തകകളുടെ കൊള്ളലാഭം വർദ്ധിപ്പിക്കുന്നതിനാണ് തങ്ങൾ മുൻഗണന കൊടുക്കുന്നത് എന്ന് ഇന്ത്യൻ ബ്യൂറോക്രസി പലതവണ തെളിയിച്ചിട്ടുള്ളതാണല്ലോ.

ജനിതകവിളകളുടെ പണ്ടോരപ്പെട്ടി

2002 മാർച്ചിലാണ് ജനിതക വിളകളുടെ പണ്ടോരപ്പെട്ടി ഉദാരീകരണത്തിന്റെ സ്വർണ്ണത്താക്കോലുകൊണ്ട് ഇന്ത്യൻ ഭരണകൂടം ആദ്യമായി തുറന്നത്. രാജ്യമാസകലം ഉയർന്നുവന്ന ശക്തമായ പ്രതിഷേധ ജ്വാലകൾ തൃണവല്ഗണിച്ചും നിലവിലുള്ള ചട്ടങ്ങളും ശാസ്ത്രീയ മാനദണ്ഡങ്ങളും കാറ്റിൽപ്പറത്തിയും മൊൺസാന്റോ – മാഹികോ വികസിപ്പിച്ചെടുത്ത ബി ടി പരുത്തിക്ക് ജി ഇ എ സി അംഗീകാരം കൊടുത്തപ്പോൾ ഇന്ത്യയിലെ ചിന്തിക്കുന്ന തലമുറ തെല്ലൊന്നുമല്ല അമ്പരന്നത്. പരുത്തിമൊട്ട് പുഴുവിനെ പ്രതിരോധിക്കുന്ന ഈ പുതിയയിനം 70 ശതമാനം കീടനാശിനിച്ചെലവ് കുറയ്ക്കുമെന്നും ഉല്പാദനം ഇരട്ടിക്കുമെന്നുമായിരുന്നു കമ്പനിയുടെ അവകാശവാദം. ഏക്കറിന് കുറഞ്ഞത് പതിനായിരം രൂപയെങ്കിലും കൃഷിക്കാരന് ലാഭം കിട്ടുമെന്ന് കമ്പനി വാഗ്ദാനം ചെയ്തു. ഇന്ത്യയിലെ ദരിദ്രകൃഷിക്കാരെ വാണിജ്യകൃഷിയുടെ പൊൻകുരിശുമായി ബന്ധിപ്പിക്കാൻ വിത്തും വളവും കീടനാശിനിയുമൊക്കെ ഇന്ത്യൻ ബാങ്കുകളുമായി സഹകരിച്ച് കമ്പനി കടമായി നല്കി. കാർഷിക സമൃദ്ധിയുടെ സൂര്യോദയം ആന്ധ്രയിലും മഹാരാഷ്ട്രയിലുമൊക്കെ പൊട്ടിവിടരുമെന്ന് കുത്തകമാധ്യമങ്ങൾ പെരുമ്പറയടിച്ചു. എന്നാൽ നാലു വർഷത്തെ അനുഭവപാഠം ഇന്ത്യയിലെ ചെറുകിട കൃഷിക്കാരെ എന്താണ് പഠിപ്പിച്ചത്? ജനിതക പരുത്തിക്കൃഷിയിലേർപ്പെട്ട ആന്ധ്രയിലെയും മഹാരാഷ്ട്രയിലെയും നാമമാത്രകൃഷിക്കാർക്ക് ഏക്കറിന് ആറായിരം രൂപയോളം നഷ്ടമുണ്ടായിട്ടുണ്ടെന്നാണ് പ്രസിദ്ധ പരിസ്ഥിതി പ്രവർത്തകനായ ദേവിന്ദർശർമ്മ കണക്കുകൂട്ടുന്നത്. മഹാരാഷട്രയിലും ആന്ധ്രയിലും കർണ്ണാടകയിലും ആത്മഹത്യ ചെയ്ത പരുത്തിക്കൃഷിക്കാരിൽ ഏതാണ്ട് മൂന്നിലൊന്നോളം ജനിതക പരുത്തിക്കൃഷി ചെയ്ത ചെറുകിട കൃഷിക്കാരായിരുന്നുവെന്ന് ദേശീയ സാമ്പിൾ സർവ്വേ കണക്കുകൾ സൂചിപ്പിക്കുന്നു. വാഗ്ദാനം ചെയ്ത ഉല്പാദന വർദ്ധനവ് ഉണ്ടായില്ലെന്ന് മാത്രമല്ല, കീടനാശിനിച്ചെലവിൽ കാര്യമായ കുറവ് സംഭവിച്ചുമില്ല. മുഖ്യകീടത്തെ നശിപ്പിക്കാനുള്ള തന്ത്രപ്പാടിൽ വിളയുല്പാദനത്തെ നേരിട്ട് സഹായിക്കുന്ന അനേകം മിത്രകീടങ്ങളെയും സൂക്ഷ്മ ജീവികളെയും ജനിതക കൃഷി കൊന്നൊടുക്കുകയും ചെയ്തു. ഡി ഡി ടിക്കെതിരെ കൊതുകുകൾ പ്രതിരോധം കെട്ടിപ്പടുത്തപോലെ ബി ടി ജൈവവിഷത്തിനെതിരെ പരുത്തിമൊട്ടു പുഴുക്കളും ചെറുത്തുനില്പ് ശക്തിപ്പെടുത്തി. ആഗോളകുത്തകകൾ കൊളുത്തിവിട്ട ജനിതക സാങ്കേതിക വിപ്ലവം വെറും നീർക്കുമിളയായിരുന്നുവെന്ന് കർഷകലോകം ഇതിനകം തിരിച്ചറിഞ്ഞു കഴിഞ്ഞിരിക്കുന്നു. 2006 ജൂണിൽ ചേർന്ന ജി ഇ എ സി

യോഗം മൊൺസാന്റോ പുറത്തിറക്കിയ അഞ്ച് പുതിയ ഇനം ജനിതക പരുത്തിവിത്തുകൾ ആന്ധ്രാപ്രദേശിലും മഹാരാഷ്ട്രയിലും പരീക്ഷിക്കേണ്ടതില്ലെന്ന് തീരുമാനിച്ചു!

ആരോഗ്യസുരക്ഷിതത്വം അപകടത്തിൽ

ഇന്ത്യയ്ക്ക് വിദേശനാണ്യം നേടിത്തരുന്ന ഒരു വാണിജ്യവിള എന്ന നിലയിൽ ജനിതക പരുത്തിക്ക് ഇന്ത്യക്കാരന്റെ ഭക്ഷ്യശൃംഖലയുമായി നേരിട്ടു ബന്ധമുണ്ടായിരുന്നില്ല. അതിനാൽ ഉല്പന്ന ലേബലിനെക്കുറിച്ചോ ആരോഗ്യസുരക്ഷിതത്വ പരീക്ഷണങ്ങളെക്കുറിച്ചോ അനുപേക്ഷണീയതയെക്കുറിച്ചോ ശാസ്ത്രലോകം കാര്യമായി വേവലാതിപ്പെട്ടുമില്ല. എന്നാൽ ജനിതകപരിഷ്കരണത്തിലൂടെ വികസിപ്പിച്ചെടുക്കുന്ന ഭക്ഷ്യവസ്തുക്കളുടെ സ്ഥിതി തികച്ചും വ്യത്യസ്തമാണ്. ജൈവസുരക്ഷിതത്വം ശാസ്ത്രീയമായി ഉറപ്പാക്കാത്ത അവസ്ഥയിൽ അവ മനുഷ്യജീവനു തന്നെ അപകടകരമാണ്. ജനിതകവസ്തുക്കൾ അലർജിക്ക് കാരണമാകുന്നതായി നിരവധി പഠനങ്ങൾ തെളിയിച്ചിട്ടുണ്ട്. പ്രകൃതിയിൽ നിന്നും വേറിട്ട് നില്ക്കുന്ന ബാഹ്യവസ്തുക്കളെ ശരീരം പുറന്തള്ളാനുള്ള സാദ്ധ്യത ഏറെയാണ്. മണ്ണിലെ ബാക്ടീരിയയിൽ നിന്നും ജനിതക വഴുതനയിൽ നിവേശിക്കപ്പെട്ട CRYIAC എന്ന ജൈവിക പ്രോട്ടീൻ അലർജിക്ക് കാരണമാകുമെന്ന് നിരവധി ശാസ്ത്രജ്ഞന്മാർ മുന്നറിയിപ്പ് നല്കിയിട്ടുണ്ട്. മാർക്കർ ജീനുകളായ 'add' യും NPKJ11 യും ശരീരത്തിന്റെ ആന്റി ബയോട്ടിക് പ്രതിരോധം ദുർബ്ബലപ്പെടുത്താനിടയുണ്ടത്രെ. ബീജദ്രവം കുത്തിവയ്ക്കാൻ ഉത്തേജകവസ്തുവായി ഉപയോഗിക്കുന്ന മദ്ധ്യവർത്തി വൈറസും രോഗകാരിയാണ്. കോളിഫ്ളവർ മൊസായിക്ക് വൈറസ് എന്ന വിഭാഗത്തിൽപ്പെടുന്ന ഈ വൈറസ് ഹെപ്പിറ്റൈറ്റിസ് ബി വൈറസിനോട് സാമ്യമുള്ളതും സുഷുപ്താവസ്ഥയിൽ നിശ്ചേതനമായിക്കിടക്കുന്ന നിരവധി ഇതര വൈറസുകളെ പുനരുജ്ജീവിപ്പിക്കാനും പ്രവർത്തനസജ്ജമാക്കാനും കാരണ കർത്തൃത്വം വഹിക്കുന്നതുമാണ്. ഉപഭോക്താവ് ജനിതക വഴുതന കറിവച്ചോ തോരനായോ കഴിക്കുമ്പോൾ അതിലടങ്ങിയിരിക്കുന്ന വിഷാംശവും മനുഷ്യന്റെ ദഹനവ്യൂഹത്തിലെത്തുന്നു. ഇത് വൻകുടലിലെ രക്തകോശങ്ങളെയും ബാക്ടീരിയകളെയും നശിപ്പിക്കുകയും കുടലിന്റെ പ്രവർത്തനം അവതാളത്തിലാക്കുകയും ചെയ്യുന്നു. ലോകമാസകലം നടന്ന പഠനങ്ങൾ സൂചിപ്പിക്കുന്നത് ജനിതക ഭക്ഷ്യവസ്തുക്കളുടെ അനിയന്ത്രിത ഉപയോഗം കുടലിൽ ട്യൂമർ, രക്തസ്രാവം, അവയവങ്ങളുടെ പ്രവർത്തന വൈകല്യം, അലർജി എന്നിവയ്ക്ക് കാരണമാകുന്നുവെന്നാണ്. ജനിതക സാങ്കേതിക വിദ്യ ഓരോ ചെടിയെയും ഓരോ കീടനാശിനി ഫാക്ടറിയാക്കി മാറ്റുന്നു. ചെടിയുടെ ഇല തിന്നുകയോ തണ്ടു കടിക്കുകയോ കായ തുരക്കുകയോ ചെയ്യുന്ന പ്രാണികൾക്ക് ചെടി നല്കുന്നത് മരണശിക്ഷയാണ്. എന്നാൽ പ്രസക്തമായ ചോദ്യം ഇതേ കമ്പോളവസ്തുക്കൾ തന്നെ മനു

ഷ്യഭക്ഷണത്തിന്റെ ഭാഗമായാൽ അത് അവന്റെ ആരോഗ്യത്തെയും കാർന്നു തിന്നില്ലേ എന്നതാണ്. എന്നാൽ ഇത് സമ്മതിച്ചുതരാൻ കമ്പനികൾ ഒരുക്കമല്ല. മനുഷ്യജീവനേക്കാൾ തങ്ങളുടെ ലാഭവിഹിതം വർദ്ധിപ്പിക്കുന്നതിലാണ് അവർക്ക് ശ്രദ്ധ. ഒരു കാലത്ത് അമേരിക്കൻ സൂപ്പർ സ്റ്റോറുകളിൽ സുലഭമായിരുന്ന 'ടാക്കോഷെൽ' എന്ന ഭക്ഷ്യപദാർത്ഥം ഇടക്കാലത്ത് അപ്രത്യക്ഷമായത് ഒരു ചരിത്രസംഭവമാണ്. കാലിത്തീറ്റയ്ക്ക് ഉപയോഗിച്ചിരുന്ന 'സ്റ്റർലിങ്' ചോളം എന്ന ജനിതകവിളയിൽനിന്നും പ്രത്യേക ചേരുവകൾ ചേർത്ത് സ്വാദിഷ്ഠമാക്കി ഒരു കുത്തകക്കമ്പനി മാർക്കറ്റിൽ എത്തിച്ചതായിരുന്നു ഈ ഉല്പന്നം. ഈ ടിൻഭക്ഷണം വാങ്ങിക്കഴിച്ച ഒരു നേത്രരോഗവിദഗ്ദ്ധന് ശരീരമാസകലം ചൊറിഞ്ഞു തടിക്കുകയും മുഖത്ത് നീരുവന്ന് വീർക്കുകയും ചെയ്തു. തുടർന്ന് നടന്ന നിയമയുദ്ധത്തിന്റെ പരിസമാപ്തിയിലാണ് ടാക്കോഷെൽ നിരോധിക്കപ്പെട്ടത്.

ജനിതക കടുകും ജനിതക ഉരുളക്കിഴങ്ങും

ഇന്ത്യയിൽ ജി ഇ എ സിയുടെ പരിഗണനയ്ക്കെത്തിയ ആദ്യഭക്ഷ്യവിള ജനിതക കടുക് ആയിരുന്നു. 2002 ൽ ആവന്റിസ് ആന്റ് പി ജി എസ് എന്ന ബൽജിയം കുത്തകയുടെ ഡമ്മിയായ 'പ്രോ അഗ്രോ' എന്ന സ്വകാര്യ കമ്പനിയാണ് ഈ വിള വികസിപ്പിച്ചെടുത്തത്. ജനിതക വിദ്യ വഴി കടുക് ചെടിയിൽ അഞ്ച് ബാഹ്യജീനുകൾ പ്രതിസ്ഥാപിച്ചാണ് പുതിയ ഇനം കടുകിന് പ്രോ അഗ്രോ രൂപം നല്കിയത്. പരിസ്ഥിതിക്കും മനുഷ്യാരോഗ്യത്തിനും ഭീഷണിയുയർത്തുന്ന പ്രോട്ടീനുകളും ജീനുകളും ജൈവശൃംഖലയിൽ സ്വാംശീകരിക്കപ്പെട്ട ഭക്ഷ്യപദാർത്ഥം മനുഷ്യാരോഗ്യത്തിന് കടുത്ത വെല്ലുവിളിയാകുമെന്ന് ഇന്ത്യൻ ശാസ്ത്രലോകം ഏകസ്വരത്തിൽ അഭിപ്രായപ്പെട്ടു. ഈ ആരോപണങ്ങൾ സത്യസന്ധമല്ലെന്ന് കമ്പനി വാദിച്ചെങ്കിലും ആരോഗ്യസുരക്ഷിതത്വ പഠനങ്ങളുടെ അപര്യാപ്തത ഇക്കാര്യത്തിൽ അനുകൂല തീരുമാനമെടുക്കുന്നതിൽ നിന്നും ജി ഇ എ സി യെ പിന്തിരിപ്പിച്ചു. എന്നാൽ അത് ഒരു താൽക്കാലിക വെടിനിർത്തൽ മാത്രമായിരുന്നു. പുതിയ പടക്കോപ്പുകളുമായി കൂടുതൽ കരുത്തോടെ പ്രോ അഗ്രോ ഇപ്പോൾ ജി ഇ എ സി യെ സമീപിച്ചിരിക്കുകയാണ്. സമിതിയുടെ പച്ചക്കൊടി ഏത് നിമിഷവും ഉയരുമെന്ന് തന്നെയാണ് കമ്പനിയുടെ പ്രതീക്ഷ. ജി ഇ എ സി യുടെ അംഗീകാരം കാത്തു കെട്ടിക്കിടക്കുന്ന മറ്റൊരു വിളയിനമാണ് പ്രൊട്ടറ്റോ എന്ന പേരിലുള്ള പുതിയ ഇനം ഉരുളക്കിഴങ്ങ്. ഡൽഹിയിലെ നെഹ്റു യൂണിവേഴ്സിറ്റിയിലെ ശാസ്ത്രജ്ഞരാണ് ഈ പുതിയ താരത്തെ അണിയിച്ചൊരുക്കിയിരിക്കുന്നത്. ദക്ഷിണ അമേരിക്കയിലെ ഒരിനം ചീരയിൽനിന്നും കണ്ടെടുത്തതും അമിനോ ആസിഡ് ഉല്പാദിപ്പിക്കുന്നതുമായ Am AI എന്ന ജീനാണ് ഇതിന്റെ ആത്മാവ്. ഇന്ത്യയിലെ പാവപ്പെട്ട കുട്ടികളിൽ കാണുന്ന വിളർച്ചയ്ക്കും പോഷകാഹാരക്കുറവിനും

ഈയിനം ഉരുളക്കിഴങ്ങ് ഒരു പരിഹാരമാകുമത്രെ. വിറ്റാമിൻ ഗുളിക വാങ്ങാൻപോലും പാങ്ങില്ലാത്ത നാട്ടിൻപുറത്തെ പാവപ്പെട്ടവർ അമിനോ ആസിഡിനുവേണ്ടി കിലോക്കണക്കിന് ഉരുളക്കിഴങ്ങ് വാങ്ങിക്കഴിക്കും എന്നെങ്ങനെ പ്രതീക്ഷിക്കും?

സ്വർണ്ണഖനിയിലെ മാന്ത്രിക വിളകൾ!

ഇവ കൂടാതെ ട്രാൻസ് ജെനിക് സ്വർണ്ണഖനിയിൽനിന്നും ബഹുരാഷ്ട്ര കുത്തകകളും ഇന്ത്യൻ സ്വകാര്യകമ്പനികളും ഗവേഷണസ്ഥാപനങ്ങളും കണ്ടെടുത്ത നിരവധി മാന്ത്രിക വിളകൾ ഇപ്പോൾ ജി ഇ എ സി യുടെ നിരീക്ഷണത്തിലാണ്. ബ്ലാക്ക് മോത്ത് എന്ന കീടത്തെ പ്രതിരോധിക്കുന്ന പുതിയ ഇനം കാബേജ്, ലെപി ഡോപ്റ്ററ എന്ന കീടത്തെ ചെറുക്കുന്ന നെല്ല്, പുഴുവരിക്കാത്ത പേരയ്ക്കാ, ദീർഘനാൾ അഴുകാതെ സൂക്ഷിച്ചുവയ്ക്കാവുന്ന തക്കാളി തുടങ്ങിയ എത്രയോ വിത്തുകൾ ഇന്ത്യയുടെ ഗവേഷണ കേന്ദ്രങ്ങളിലും പരീക്ഷണത്തോട്ടങ്ങളിലും രൂപംകൊണ്ടുവരുന്നു! വെണ്ടയിലും കോളിഫ്ളവറിലും കാബേജിലും പരീക്ഷണങ്ങൾ പരിസമാപ്തിയിലെത്തിക്കഴിഞ്ഞു. വഴുതനയിൽ ബീജോശീതൾ എന്ന ഇന്ത്യൻ കമ്പനി CRYI AB എന്ന ജീൻ അടങ്ങിയ കീട പ്രതിരോധ ശേഷിയുള്ള ഇനം വഴുതന വികസിപ്പിച്ചു കഴിഞ്ഞു. ആസ്ട്രാ സെനാക്ക എന്ന കുത്തകക്കമ്പനി വികസിപ്പിച്ചെടുക്കുന്ന സുവർണ്ണ നെല്ല് അടുത്ത വർഷം ഇന്ത്യയിലും വിപണിയിലെത്തും. വിറ്റമിൻ എ യുടെ കുറവ് പരിഹരിക്കാൻ ഇതിന്റെ അരിക്ക് കഴിയുമത്രെ. പക്ഷേ രസകരമായ കാര്യം ഫലസിദ്ധിക്ക് രണ്ടു കിലോഗ്രാം അരിയുടെ ചോറ് ആവശ്യക്കാരൻ അകത്താക്കേണ്ടിവരും എന്നുള്ളതാണ്.

പരുത്തി സുരക്ഷിതമോ?

ഇന്ത്യാ ഗവൺമെന്റ് ജനിതക പരുത്തിയുടെ വാണിജ്യകൃഷി ഇന്ത്യയിൽ അനുവദിച്ചിട്ട് നാലുവർഷങ്ങൾ കഴിഞ്ഞു. എന്നാൽ നാളിതുവരെ ജനിതക പരുത്തിയുടെ ആരോഗ്യസുരക്ഷിതത്വം ശാസ്ത്രീയമായി തെളിയിക്കപ്പെട്ടിട്ടില്ല. പരുത്തി ഭക്ഷണമായി ആരും ഉപയോഗിക്കുന്നില്ല എന്നുള്ളത് ശരി തന്നെ. എന്നാൽ അതിന്റെ ഇലയും തണ്ടും കന്നുകാലികൾക്ക് ആഹാരമായി നല്കുന്നുണ്ട്. പരുത്തിക്കുരുപിണ്ണാക്ക് കാലികളുടെ പ്രിയപ്പെട്ട ആഹാരമാണ്. ഇത്തരത്തിൽ വളർത്തുന്ന കന്നുകാലികളുടെ പാലും മാംസവും ക്ഷീരോല്പന്നങ്ങളും ആഹാരത്തിലുൾപ്പെടുത്തുന്നത് എന്തുമാത്രം സുരക്ഷിതമാണ്? ഉത്തരേന്ത്യയിൽ പല ദരിദ്രകുടുംബങ്ങളിലും പരുത്തിക്കുരു എണ്ണ പാചകാവശ്യത്തിനായി ഉപയോഗിക്കുന്നുണ്ട്. ഇത് അപകടകരമല്ലേ? എന്നാൽ ഇത്തരം കാര്യങ്ങളെക്കുറിച്ച് ഭരണകൂടത്തിന് ഒരു വേവലാതിയുമില്ല. ജനങ്ങളുടെ ആരോഗ്യത്തേക്കാൾ കോർപ്പറേഷനുകളുടെ സൗഹൃദമാണ് ഗവൺമെന്റ് ലക്ഷ്യമിടുന്നത്. അല്ലെങ്കിൽ തന്നെ ലോകമാസകലം നിരോധിച്ച എൻഡോസൾഫാനും

ഡി ഡി ടി യും ഇതു വരെ നിരോധിക്കാൻ തയ്യാറാകാത്ത ഭരണകൂടങ്ങളിൽനിന്നും ഇതിൽ കൂടുതൽ നാമെന്ത് പ്രതീക്ഷിക്കണം?

ആന്ധ്രയിലെ മൃഗബലി

ജനിതക സാങ്കേതിക വിപ്ലവത്തിന്റെ കുഴലൂത്തുകാരെ അക്ഷരാർത്ഥത്തിൽ ഞെട്ടിച്ച സംഭവമായിരുന്നു. രണ്ടുമാസം മുമ്പ് ആന്ധ്രപ്രദേശിലെ വാറങ്കൽ ജില്ലയിൽ നടന്നത്. ബി ടി പരുത്തിക്കൃഷി ചെയ്തിരുന്ന വയലുകളിൽ മേഞ്ഞു നടന്ന ആയിരത്തിഅറുനൂറോളം കന്നുകാലികൾ വിശദീകരിക്കാൻ കഴിയാത്ത കാരണങ്ങളാൽ മരണമടഞ്ഞു. ഇവയിൽ ചെമ്മരിയാടുകളും പശുക്കളും എരുമകളുമുണ്ടായിരുന്നു. ജനിതക പരുത്തിയുടെ വിഷാംശപ്രഭാവം കൊണ്ടാണ് ഈ കൂട്ടമരണം സംഭവിച്ചത് എന്ന് ഗ്രീൻ പീസ് ഫൗണ്ടേഷൻ പ്രവർത്തകർ അഭിപ്രായപ്പെട്ടു. ഒരു സംഘം ഗ്രീൻ പീസ് പ്രവർത്തകർ പശുക്കളുടെയും ചെമ്മരിയാടുകളുടെയും വേഷം ധരിച്ച് മുഖംമൂടിയണിഞ്ഞ് കേന്ദ്രകൃഷിമന്ത്രാലയത്തിന് മുന്നിൽ പ്രകടനം നടത്തി. നിലവിലുള്ള ജനിതകവിളകൾക്ക് മൊറൊട്ടോറിയം പ്രഖ്യാപിക്കണമെന്ന് അവർ കൃഷിമന്ത്രിയോടാവശ്യപ്പെട്ടു. അവർ ഉയർത്തിപ്പിടിച്ച പ്ലക്കാർഡിൽ രേഖപ്പെടുത്തിയ ചോദ്യം സമൂഹത്തിന്റെ മനഃസാക്ഷിക്ക് നേരെയായിരുന്നു. 'ജനിതക വിളകൾ ഞങ്ങളെ കൊന്നില്ലേ....'

ആഹാരമാണോ? കഴിക്കാൻ വരട്ടെ

ജനിതക പരിഷ്കരണം വഴി ഉല്പാദിപ്പിക്കുന്ന ഭക്ഷ്യവസ്തുക്കളുടെ സുരക്ഷിതത്വം ഉറപ്പാക്കേണ്ട ചുമതല അവ ഉല്പാദിപ്പിക്കുന്ന കമ്പനികൾക്കുള്ളതാണ്. എന്നാൽ കമ്പനികൾ ഇതിന് തയ്യാറാകുന്നില്ലെന്ന് മാത്രമല്ല, ജനിതക പരിഷ്കരണം വഴി പ്രത്യുല്പാദിപ്പിക്കുന്ന ഉല്പന്നങ്ങൾ അവയുടെ പ്രാരംഭികരൂപങ്ങളിൽ നിന്നും വ്യത്യസ്തമല്ലെന്ന് ഒരു പുതിയ അവകാശവാദം മുന്നോട്ടുവയ്ക്കുകയും ചെയ്യുന്നു. ഈ പശ്ചാത്തലത്തിലാണ് ആരോഗ്യ സുരക്ഷിതത്വം ഉറപ്പുനല്കാനാകാത്ത ജനിതക ഭക്ഷ്യവസ്തുക്കളുടെ ഉല്പാദനവും വിതരണവും വിപണനവും നിരോധിക്കണമെന്ന് ആവശ്യപ്പെട്ട് അരുണ റോഡ്രിക്സ് എന്ന സാമൂഹ്യപ്രവർത്തകൻ ഈയിടെ സുപ്രീംകോടതിയെ സമീപിച്ചത്. സമീപകാലത്ത് ആഗോളമാധ്യമശ്രദ്ധ പിടിച്ചുപറ്റിയ ഒരു യഥാർത്ഥ സംഭവത്തിന്റെ നഖചിത്രമാണ് തന്റെ വാദമുഖങ്ങൾക്ക് ശക്തിപകരാൻ റോഡ്രിക്സ് വരച്ചുവയ്ക്കുന്നത്. സംഭവം നടന്നത് ലണ്ടനിലെ നോർത്ത് വിക്ക്പാർക്ക് ആശുപത്രിയിൽ. ജനിതക പരുത്തിയിൽനിന്നും ഉല്പാദിപ്പിച്ചെടുത്ത JNGN 1412 എന്ന ജൈവിക മരുന്നിന്റെ ഫലദായകത്വം തിരിച്ചറിയുകയായിരുന്നു പരീക്ഷണത്തിന്റെ ലക്ഷ്യം. ജെനറോ എന്ന ജർമ്മൻ കുത്തകക്കമ്പനിക്കു വേണ്ടി പാരക്സൽ കോർപ്പറേഷനാണ് ഗവേഷണം സംഘടിപ്പിച്ചത്. ഗിനിപ്പന്നികളാകാൻ ആറ് വളണ്ടിയർമാർ

മുന്നോട്ടുവന്നു. ഇവർക്ക് കമ്പനി 150 ഡോളർ (7500 ക) വീതം പ്രതിഫലം നല്കി. ഇടയ്ക്കുവച്ച് പരീക്ഷണത്തിൽ നിന്ന് പിൻമാറുകയോ ഏതെങ്കിലും കാരണത്താൽ പരീക്ഷണവുമായി നിസ്സഹകരിക്കുകയോ ചെയ്താൽ 2000 ഡോളർ (ഒരു ലക്ഷം രൂപ) പിഴയടയ്ക്കണം എന്നായിരുന്നു വ്യവസ്ഥ. വളണ്ടിയർമാരിൽ യാദൃച്ഛികമായി തെരഞ്ഞെടുക്കപ്പെട്ട നാലുപേർക്ക് യഥാർത്ഥ മരുന്നും രണ്ടുപേർക്ക് വ്യാജമരുന്നും (പഞ്ചസാര ഗുളിക) നല്കി. പരീക്ഷണഫലം ഞെട്ടിക്കുന്നതായിരുന്നു. മരുന്ന് കഴിച്ച് ഏതാണ്ട് നാലുമണിക്കൂർ കഴിഞ്ഞപ്പോൾ നാല് വളണ്ടിയർമാർ അസ്വസ്ഥരാകാൻ തുടങ്ങി. ഇതിൽ രണ്ടുപേരുടെ നില അത്യന്തം ഗുരുതരാവസ്ഥയിലായി. ഏതാണ്ട് ഒരാഴ്ച്ചക്കാലത്തെ ചികിത്സയുടെയും ശുശ്രൂഷയുടെയും ഫലമായാണ് അവർ അപകടാവസ്ഥ തരണം ചെയ്തത്. അതേ സമയം പഞ്ചസാര ഗുളിക കഴിച്ച രണ്ടുപേർക്ക് ഒരസുഖവും പിടിപെട്ടതുമില്ല. ജനിതക പരിഷ്കരണം വഴി ഉല്പാദിപ്പിക്കപ്പെടുന്ന ഭക്ഷ്യവസ്തുക്കൾ ഉയർത്തുന്ന അപകടഭീഷണിയിലേക്കാണ് ഈ സംഭവം വിരൽചൂണ്ടുന്നത്.

മൊണാർക്ക് ചിത്രശലഭപ്പുഴുക്കളും പുസ്റ്റോയിയും

ജോൺ ലോഡി ലിൻഡറായരും മോറീസ്കാർട്ടറും ചേർന്ന് 1999 ൽ പ്രസിദ്ധീകരിച്ച ഒരു പ്രബന്ധത്തിലാണ് ജനിതക ഭക്ഷ്യോല്പന്നങ്ങളുടെ വിഷാംശപ്രഭാവം ആദ്യമായി പരാമർശിക്കപ്പെടുന്നത്. N4640 എന്ന ഇനം ബി ടി ചോളത്തിന്റെ പരാഗങ്ങൾ തളിച്ച തളിരിലകൾ ഭക്ഷിച്ചുവളർന്ന ചക്രവർത്തി ചിത്രശലഭങ്ങളുടെ ലാർവ്വകൾ ഏതാനും ദിവസങ്ങൾക്കകം ആരോഗ്യം ക്ഷയിച്ച് മരണമടഞ്ഞത് ശാസ്ത്രലോകത്തെ നടുക്കിക്കളഞ്ഞു. അതേസമയം സാധാരണ ഭക്ഷണം കൊടുത്തുവളർത്തിയ പുഴുക്കളാകട്ടെ ഒരു കുഴപ്പവും കൂടാതെ പരിണാമചക്രം പിന്നിടുകയും ചെയ്തു. വളരെ കരുതലോടെ വേണം ജനിതക ഭക്ഷ്യോല്പന്നങ്ങളെ സമീപിക്കാൻ എന്ന് ശാസ്ത്രലോകത്തിന് മുന്നറിയിപ്പ് നല്കിയ സംഭവമാണിത്. പിന്നീട് ഇതേ ആശയംതന്നെ മറ്റൊരു രൂപത്തിൽ മുന്നോട്ടുവച്ച് വിശ്രുത ബ്രിട്ടീഷ് ശാസ്ത്രജ്ഞൻ ആർപാദ് പുസ്റ്റോയിക്ക് അതിന് നല്കേണ്ടി വന്ന വില സ്വന്തം പദവിയും മാന്യമായ ഉദ്യോഗവുമായിരുന്നു. ജനിതക ഉരുളക്കിഴങ്ങു കൊടുത്തു വളർത്തിയ എലികളുടെ ആന്തരാവയവങ്ങളിൽ ആശാസ്യമല്ലാത്ത പല മാറ്റങ്ങളും പുസ്റ്റോയിയും നിരീക്ഷിച്ചു. നിഗമനങ്ങൾ പുറത്തുവന്നപ്പോൾ കുത്തകകൾ ശാസ്ത്രജ്ഞന്റെ രക്തത്തിനുവേണ്ടി മുറവിളി കൂട്ടി. ഒടുവിൽ ഗത്യന്തരമില്ലാതെ പുസ്റ്റോയിക്ക് റോവൽ ഗവേഷണ ഇൻസ്റ്റിറ്റ്യൂട്ടിലെ ഉയർന്ന ജോലി രാജിവയ്ക്കേണ്ടിവന്നു.

സമിതി ശാസ്ത്രീയതയെ അപഹസിക്കുന്നു!

ജി ഇ എ സി ജൈവ സാങ്കേതിക വിദ്യയുടെ അനന്തസാദ്ധ്യത

കളെക്കുറിച്ച് ഊറ്റംകൊള്ളുന്ന ഫ്യൂഡൽ വിദഗ്ദ്ധന്മാരുടെ സങ്കേതമായി മാറിയിരിക്കുന്നു. പരിസ്ഥിതി വാദികളും സാമൂഹ്യപ്രവർത്തകരും കർഷകരും ജനിതക വിളകൾക്കെതിരെ പടുത്തുയർത്തുന്ന ശക്തമായ പ്രതിരോധം അവർ അവഗണിക്കുന്നു. ജി ഇ എ ഡി യുടെ ചെയർമാനായ ബി എസ് പർഷീരയുടെ വാക്കുകൾ ഇങ്ങനെ: "ഞങ്ങൾക്ക് വേണ്ടത് വസ്തുനിഷ്ഠമായ തടസ്സവാദങ്ങളാണ്. മാഹികോ മുന്നോട്ടുവച്ച ദത്തങ്ങളെ അടിസ്ഥാനമാക്കിയുള്ള ശാസ്ത്രീയവിശകലനമാണ്. വികാരപരമായ ജല്പനങ്ങളല്ല." ഇന്ത്യൻ ബ്യൂറോക്രസിയിലെ തലതൊട്ടപ്പന്മാർ കോർപ്പറേറ്റ് മാഫിയയുടെ ഉച്ചഭാഷിണികളായി മാറുന്നു എന്നുള്ളതിന് ഇതിൽക്കൂടുതൽ എന്തു തെളിവുവേണം? മുപ്പതു വെള്ളിക്കാശിനുവേണ്ടി ക്രിസ്തുവിനെ ഒറ്റിക്കൊടുത്ത യൂദാസിനുപോലും തന്റെ പ്രവൃത്തിയെ ന്യായീകരിക്കാൻ എത്രയോ ന്യായവാദങ്ങൾ നിരത്താം. പിന്നെയാണോ ഒരു കൂട്ടം വിദഗ്ദ്ധർക്ക്? പലപ്പോഴും ജി ഇ എ സി കൈക്കൊള്ളുന്നത് ശാസ്ത്രീയതയെയും യുക്തിചിന്തയെയും അപഹസിക്കുന്ന നിലപാടുകളാണ്. സുരക്ഷിതത്വ പഠനങ്ങളെക്കുറിച്ചുള്ള വിവരങ്ങൾ മാധ്യമങ്ങളിലൂടെ പ്രസിദ്ധീകരിച്ച് പൊതുജനശ്രദ്ധയിലെത്തിക്കാൻ അവർ ധൈര്യം കാട്ടുന്നില്ല. നിഗൂഢതയ്ക്കുള്ളിലെ ഇരുമ്പുമറയ്ക്കുള്ളിൽ അവർ യഥാർത്ഥ വസ്തുതകളെ ശ്വാസംമുട്ടിച്ചുകൊല്ലുന്നു. ജീൻ കാമ്പയിൻ പ്രവർത്തകനായ സുമൻറായും ഡെക്കാൺ ഡെവലപ്പ്മെന്റ് സൊസൈറ്റിയിലെ സതീഷും ഇന്ത്യാ ഗവൺമെന്റ് ഇതുവരെ നടത്തിയ ഭക്ഷ്യ-തീറ്റ-ആരോഗ്യ സുരക്ഷിത ത്വം പഠനങ്ങളുടെ വിവരങ്ങൾ പൊതുജനശ്രദ്ധയ്ക്കുവേണ്ടി പ്രസിദ്ധീകരിക്കണമെന്നാവശ്യപ്പെട്ട് സുപ്രീംകോടതിയിൽ കേസ് കൊടുത്തിരിക്കുകയാണ്. ലാഭമോഹികളായ കുത്തക കമ്പനികൾ നിരത്തുന്ന വ്യാജപ്രസ്താവനകളിലും ന്യായവാദങ്ങളിലും കള്ളക്കണക്കുകളിലും സത്യത്തിന്റെ തൂവൽസ്പർശം കണ്ടെത്താനാണ് സമിതിയുടെ ശ്രമം. സമിതിക്ക് മുമ്പാകെ സമർപ്പിക്കപ്പെടുന്ന വിവരങ്ങൾ ഗവൺമെന്റ് അധീനതയിലുള്ള ഗവേഷണസ്ഥാപനങ്ങളിലോ പരീക്ഷണശാലകളിലോ സനിഷ്കർഷം പരിശോധിക്കപ്പെടുന്നവയല്ല. പരീക്ഷണങ്ങൾ രൂപകല്പന ചെയ്യുന്നതും നിരീക്ഷണഫലങ്ങൾ വിശ്ലേഷണം ചെയ്യുന്നതും കമ്പനി നേരിട്ടുതന്നെ. ഭരണകൂടത്തിനോ ശാസ്ത്രസമൂഹത്തിനോ ഇതിൽ പങ്കൊന്നുമില്ല. ഏറ്റവും വിചിത്രമായ മറ്റൊരുകാര്യം ശാസ്ത്രീയ കാര്യങ്ങളിൽ അവസാനവാക്ക് പറയേണ്ട ഈ സമിതിയിൽ അറിയപ്പെടുന്ന ഒരു ശാസ്ത്രജ്ഞൻ പോലും അംഗമല്ലെന്നുള്ളതാണ്. എന്നാൽ ഇതിലും അത്ഭുതപ്പെടാനില്ല. ഡ്യൂപോണ്ടിന്റെ ചീഫ് എക്സിക്യൂട്ടീവ് ഏതാനും വർഷങ്ങൾക്ക് മുമ്പ് പത്രപ്രവർത്തകർക്ക് മുന്നിൽ ഇങ്ങനെ ആക്രോശിച്ചുവത്രെ. "ശാസ്ത്രമോ... എന്താണ് ശാസ്ത്രം? ഞങ്ങൾ എന്തു പറയുന്നുവോ അതുതന്നെ ശാസ്ത്രം. "അതിനാൽ അപ്പം തിന്നാൽ മതി. കുഴി എണ്ണാൻ മിനക്കെടേണ്ട."

ജനിതക വിളയിനങ്ങളും ഉല്പന്നങ്ങളും പരിസ്ഥിതിക്കും മനുഷ്യാ

രോഗ്യത്തിനും വൻഭീഷണിയാണ് ഉയർത്തുന്നത്. ഇത്തരം ഭക്ഷ്യവസ്തുക്കളുടെ ഉപയോഗംകൊണ്ട് മനുഷ്യനുണ്ടാകാവുന്ന അപകടങ്ങളെ ശാസ്ത്രീയമായി വിലയിരുത്താനുള്ള സംവിധാനം പോലും ഇന്ന് ഇന്ത്യയിലില്ല. ജനിതക പരിഷ്കരണം വഴി ഉല്പാദിപ്പിച്ചെടുക്കുന്ന ഉല്പന്നങ്ങളെ അവയുടെ പ്രാകൃതിക രൂപങ്ങളിൽ നിന്ന് വേർതിരിച്ചറിയുക എളുപ്പമല്ല. ജനിതക ഉല്പന്നങ്ങളെ പ്രത്യേകം ലേബൽ ചെയ്ത് മാറ്റി നിർത്തിയാൽ ഉപഭോക്താക്കളെ വൻചതിയിൽ നിന്നും രക്ഷപ്പെടുത്താൻ കഴിയും. എന്നാൽ കോർപ്പറേറ്റ് ലോബിയുടെ സമ്മർദ്ദംമൂലമാകാം ഇതിനുള്ള നിയമനിർമ്മാണത്തിന് ഇന്ത്യൻ ഭരണകൂടം ഇതുവരെ തയ്യാറായിട്ടില്ല. പാക്കറ്റിൽ പൊതിഞ്ഞു ടിന്നിലടച്ചു പരസ്യങ്ങളുടെ അകമ്പടിയോടെ വർണ്ണശമ്പളമായി വിപണിയിലെത്തുന്ന ഏത് വിഭവവും സുരക്ഷിതമെന്ന വിശ്വാസത്തോടെ അകത്താക്കേണ്ട ഗതികേടിലാണ് സാധാരണ ഉപഭോക്താവ്. ജനിതക ഉല്പന്നങ്ങളുടെ വിജയഗാഥകൾ പാടിനടക്കുന്നതിൽ പിശുക്ക് കാട്ടാത്ത ഇന്ത്യൻ മാധ്യമങ്ങൾ അവയുടെ ഇരുണ്ടമുഖം പലപ്പോഴും ചിത്രീകരിക്കാറില്ല. 2001 ൽ ഗ്രീൻപീസ് അസോസിയേഷൻ നടത്തിയ ഒരു പഠനത്തിൽ ഇന്ത്യൻ നഗരങ്ങളിൽ വിറ്റഴിഞ്ഞ പ്രോക്ടർ ആന്റ് ഗ്രാമ്പിൾ കമ്പനിയുടെ ഉരുളക്കിഴങ്ങ് ചിപ്സിലും ആബോട്ട് കമ്പനിയുടെ ബേബിഫുഡിലും റൗണ്ട് അപ് റെഡി എന്ന അമേരിക്കൻ ജനിതക സോയാബീനിന്റെ അംശങ്ങൾ അടങ്ങിയതായി കണ്ടെത്തുകയുണ്ടായി. അതേസമയം ഇതേ കമ്പനികൾ തന്നെ യൂറോപ്പിൽ വിതരണം ചെയ്ത ഉല്പന്നങ്ങളിൽ ഇത്തരം മലിനവസ്തുക്കൾ ഉണ്ടായിരുന്നുമില്ല. വികസിതലോകം പുറന്തള്ളിയ മലീമസ വസ്തുക്കളും വിഷജന്യപദാർത്ഥങ്ങളും ഒരു ചാഞ്ചല്യവും കൂടാതെ കോർപ്പറേറ്റ് കുത്തകകൾ നമുക്ക് നേരെ നീട്ടുമ്പോൾ അവ തിരസ്കരിക്കാനുള്ള ചങ്കൂറ്റമെങ്കിലും നാം കാണിക്കേണ്ടതല്ലേ?

2002 ൽ പതിനായിരക്കണക്കിന് സാമ്പിയൻ ജനതയെ ക്ഷാമം കൊന്നൊടുക്കിക്കൊണ്ടിരിക്കുമ്പോഴാണ് സാമ്പിയൻ പ്രസിഡന്റ് ലെവി വനവാസേ അമേരിക്ക കയറ്റി അയച്ച 18000 ടൺ ബി ടി ചോളം ഏറ്റെടുക്കാൻ വിസമ്മതിച്ചത്. "വിഷഭക്ഷണത്തേക്കാൾ കാമ്യം മരണമാണ്" എന്നുറക്കെ പ്രഖ്യാപിക്കാൻ ആ ഭരണാധികാരിക്ക് കഴിഞ്ഞു. ആസ്ത്രേലിയ കീടബാധയെ ചെറുത്തുതോല്പിക്കുന്ന ഒരു പ്രത്യേക ഇനം ജനിതക പയറ് ഉല്പാദിപ്പിക്കാനുള്ള പ്രോജക്ട് വേണ്ടെന്ന് വച്ചത് 10 വർഷത്തെ പരീക്ഷണ നിരീക്ഷണങ്ങൾക്ക് ശേഷമാണ്. എന്നാൽ ഇന്ത്യയിലെ സ്ഥിതിയോ? അമേരിക്കൻ സോയപയർ നിരുപാധികം ഇറക്കുമതി ചെയ്യാൻ ഈയിടെ യു പി എ ഭരണകൂടം അനുമതി നല്കിയിരിക്കുന്നു. റൗണ്ട് അപ് റെഡി സോയാബീനാണ് ഇറക്കുമതി ചെയ്യുന്നതെങ്കിൽ അക്കാര്യം സൂചിപ്പിക്കുന്ന ഒരു സർട്ടിഫിക്കറ്റ് എഴുതിപ്പിടിപ്പിക്കണം എന്ന് മാത്രം. 1889 ലെ അവശ്യ വസ്തു നിയമവും മായംകലർത്തൽ നിയമവും ഭേദഗതി ചെയ്ത് ഒരു പുതിയ നിയമം കൊണ്ടുവ

രാൻ ഗവൺമെന്റ് ഉദ്ദേശിക്കുന്നുവത്രെ. എന്നാൽ പുതിയ നിയമത്തിന്റെ കരട് തയ്യാറാക്കിയിരിക്കുന്നത് ഇന്ത്യയിലെ പ്രമുഖ വ്യവസായികളാണ് എന്നുള്ളതാണ് രസകരമായ കാര്യം.

യു പി എ ഭരണകൂടം ബഹുരാഷ്ട്ര കുത്തകകൾക്ക് ഇന്ത്യയുടെ മണ്ണിൽ കാലുറപ്പിക്കാൻ പുതിയ വികസനപാതകൾ വെട്ടിയൊരുക്കുന്ന തിരക്കിലാണ്. അതിരുകളില്ലാത്ത പ്രവർത്തന സ്വാതന്ത്ര്യമാണ് വാഗ്ദാനം ചെയ്യപ്പെടുന്നത്. ഇടതുപക്ഷകക്ഷികൾ ഇതിനെതിരെ പാർലമെന്റിനകത്തും പുറത്തും ശക്തമായ പ്രതിഷേധം ഉയർത്തിയിട്ടുണ്ട്. പാർലമെന്ററി സെലക്ട് കമ്മിറ്റിയുടെ പരിശോധനയിലിരിക്കുന്ന വിത്ത് ബില്ല് ഇന്ത്യൻ വിത്ത് വിപണി കുത്തകകൾക്ക് അധീനപ്പെടുത്താൻ സൗകര്യമൊരുക്കിയിരിക്കുകയാണ്. പേറ്റന്റ് റോയൽട്ടിയിലൂടെ ബഹുരാഷ്ട്ര കുത്തകകൾക്ക് ഇന്ത്യൻ കാർഷിക മേഖലയിൽ പകൽക്കൊള്ള നടത്താൻ ഇന്ത്യൻ ഭരണകൂടം സാഹചര്യമൊരുക്കിയിരിക്കുന്നു. ബി ടി പരുത്തിയുടെ റോയൽട്ടി ഇനത്തിൽ കഴിഞ്ഞ നാലുവർഷ കാലയളവിൽ മൊൺസാന്റോ ഇന്ത്യയിൽനിന്നും റാഞ്ചിയെടുത്തത് 14000 കോടി രൂപ വരുമെന്ന് ചില സന്നദ്ധ സംഘടനകൾ ചൂണ്ടിക്കാട്ടുന്നു. ജനിതകപരുത്തി വിത്തിന്റെ 450 ഗ്രാം പാക്കറ്റിന് ഇന്ത്യയിൽ ഈടാക്കുന്നത് ചൈനയിൽ ഈടാക്കുന്നതിന്റെ മൂന്നിരട്ടി വില? ബുഷിന്റെ ഇന്ത്യാ സന്ദർശനവുമായി ബന്ധപ്പെടുത്തി മാധ്യമങ്ങൾ കൊട്ടിഘോഷിച്ച ഇന്ത്യ–അമേരിക്ക വിജ്ഞാന സമാരംഭം വെറും വെടിക്കെട്ട് മാത്രമായിരുന്നുവെന്ന് ജനം തിരിച്ചറിഞ്ഞുകഴിഞ്ഞിരിക്കുന്നു. സംയുക്തസമാരംഭത്തിന് ഇന്ത്യ നിക്ഷേപിക്കേണ്ടത് 400 കോടി രൂപ. എന്നാൽ അമേരിക്കയുടെ നിക്ഷേപം എന്തായിരിക്കുമെന്ന് ഇതുവരെ തീരുമാനമായിട്ടില്ല. കർഷക വിജ്ഞാന സമാരംഭത്തിൽ മൊൺസാന്റോയുടെയും വാൾമാർട്ടിന്റെയും പ്രതിനിധികൾ അംഗങ്ങളാണ്. എന്നാൽ ഇന്ത്യയിലെ പ്രശസ്ത ഗവേഷണ സ്ഥാപനങ്ങളിലെ ശാസ്ത്രജ്ഞരോ കൃഷിവിദഗ്ദ്ധരോ കർഷകരോ ഇതിൽ ക്ഷണിതാക്കൾ പോലുമല്ല. ഇന്ത്യൻ കാർഷികമേഖലയും ചെറുകിട വ്യാപാരമേഖലയും നിർബ്ബാധം ബഹുരാഷ്ട്രകുത്തകകൾക്ക് തുറന്നുകൊടുക്കാൻ ഭരണകൂടം പ്രതിജ്ഞാബദ്ധമാണെന്ന് തന്നെയാണ് ഇത് സൂചിപ്പിക്കുന്നത്. (ഇന്ത്യയിലെ കാർഷിക വിദ്യാഭ്യാസത്തിന്റെയും കാർഷിക ഗവേഷണത്തിന്റെയും ദിശയും മാനവും നിർണ്ണയിക്കുന്നത് മൊൺസാന്റോയും വാൾമാർട്ടുമാണെന്ന് വന്നിരിക്കുന്നു. അവർ തയ്യാറാക്കുന്ന ബ്ലൂപ്രിന്റ് അനുസരിച്ചായിരിക്കും 'വികസനത്തിന്റെ പാത' യു പി എ ഭരണകൂടം വെട്ടിയൊരുക്കുന്നത്. രണ്ടാം ഹരിതവിപ്ലവത്തിന് ഒരുങ്ങിയിരിക്കാൻ പ്രധാനമന്ത്രി ജനങ്ങളെ ആഹ്വാനം ചെയ്തതും ഏതോ കോർപ്പറേറ്റ് സ്വപ്നത്തിന്റെ മാസ്മരികതയിലായിരിക്കാം.

ദേശാഭിമാനി വാരിക, 2006 ആഗസ്ത്

ബി ടി വഴുതന നിരോധനത്തിന്റെ ബാക്കിപത്രവും ചില ശാസ്ത്രചിന്തകളും

ജനിതക വിളകളിലൂടെ ഇന്ത്യക്കാരന്റെ ഊണിലയിൽ ഇടം തേടാനുള്ള കോർപ്പറേറ്റ് ലോബിയുടെ ശ്രമം പരാജയപ്പെട്ടത് പുതിയ രാഷ്ട്രീയ നീക്കങ്ങൾക്ക് ഇന്ത്യൻ കുത്തകകളെ നിർബ്ബന്ധിതരാക്കിയിരിക്കുന്നു. ഇന്ത്യൻ കാർഷിക മേഖലയിൽ കോർപ്പറേറ്റാധിപത്യം പൂർണ്ണമാക്കാനുള്ള ഒരു നിയമനിർമ്മാണത്തിന് പാർലമെന്റിന്റെ വർഷകാല സമ്മേളനം സാക്ഷ്യം വഹിക്കും എന്ന കാര്യം ഏറെക്കുറെ ഉറപ്പായിരിക്കുന്നു. ബി ടി വഴുതന മൊറൊട്ടോറിയം സൃഷ്ടിച്ച വിഷമാവസ്ഥയെ മറികടക്കാനാണത്രെ ഇങ്ങനെയൊരു നിയമനിർമ്മാണത്തിന് യു പി എ സർക്കാർ കോപ്പുകൂട്ടുന്നത്. സുതാര്യവും സ്വതന്ത്രവും അനാശ്രിതവുമായ വിധത്തിൽ രൂപകല്പന ചെയ്യപ്പെടുന്ന പരീക്ഷണങ്ങളിലൂടെ ബി ടി വഴുതനയുടെ ആരോഗ്യ സുരക്ഷിതത്വം ശാസ്ത്രീയമായി ഉറപ്പാക്കപ്പെടുന്നതുവരെ അതിന്റെ വാണിജ്യാടിസ്ഥാനത്തിലുള്ള ഉല്പാദനം നിർത്തി വയ്ക്കാനാണ് 2010 ഫെബ്രുവരി 10 ന് വനം–പരിസ്ഥിതി മന്ത്രി ജയറാം രമേഷ് ഉത്തരവിട്ടത്. മന്ത്രിസഭയുടെ പൊതുനയത്തോട് പൊരുത്തപ്പെടാത്ത ഇത്തരമൊരു തീരുമാനമെടുക്കാൻ മന്ത്രിയെ പ്രേരിപ്പിച്ചത് വിവിധ സംസ്ഥാനങ്ങളും ബഹുജനസംഘടനകളും കർഷകപ്രസ്ഥാനവും ഉയർത്തിയ ധീരമായ ചെറുത്തുനില്പാണ്. കുത്തകകളെ ഭയന്ന് ബി ടി വഴുതനയ്ക്ക് ഏർപ്പെടുത്തിയ നിരോധനം മറ്റ് ജനിതകവിളകളിലേക്ക് വ്യാപിപ്പിക്കാൻ മന്ത്രി തയ്യാറായില്ലെങ്കിലും മന്ത്രിയുടെ തീരുമാനത്തെ മുഖവിലയ്ക്കെടുക്കുവാൻ യു പി എ മന്ത്രിസഭയിലെ അദ്ദേഹത്തിന്റെ സഹപ്രവർത്തകർ പോലും ഒരുക്കമായിരുന്നില്ല. ചരിത്രപ്രസിദ്ധമായ തീരുമാനമെടുത്ത മന്ത്രിയെ അധികാരത്തിന്റെ ഇടനാഴിയിൽനിന്നും രാഷ്ട്രീയ വനവാസത്തിലേക്ക് തള്ളിവിടാൻ അവർ കരുക്കൾ നീക്കിക്കഴിഞ്ഞു. ശാസ്ത്ര സാങ്കേതിക വകുപ്പു മന്ത്രി പൃഥിരാജ്

ചൗഹാനാണ് കോർപ്പറേറ്റുകൾക്ക് വേണ്ടി മുൻനിരയിൽ നിന്ന് ഏറ്റവും ശക്തമായി ബാറ്റു ചുഴറ്റുന്നത്. ജനിതക വ്യതികരണം വരുത്തിയ വിള (ജി എം വിള)കളെ എതിർക്കുന്നത് കുളിക്കുന്ന വെള്ളത്തോടെ കുട്ടിയെ വെളിയിൽ കളയുന്നതുപോലെയാണെന്നാണ് അദ്ദേഹം പറയുന്നത്. ഒരു ശാസ്ത്രസമിതിയുടെ തീരുമാനത്തെ ചുരുട്ടിക്കൂട്ടി വലിച്ചെറിയാൻ ഒരു മന്ത്രിക്കുമവകാശമില്ലെന്ന് മനുഷ്യവിഭവവികസനമന്ത്രി കപിൽസിബാൽ അഭിപ്രായപ്പെടുമ്പോൾ ഭക്ഷ്യസുരക്ഷയുടെ ഇരുമ്പുചീട്ട് ഉയർത്തി ക്കാട്ടിയാണ് കൃഷിമന്ത്രി ശരത് പവാർ പോർവിളി മുഴക്കുന്നത്. ജി എം വിഷയത്തിൽ പ്രാരംഭഘട്ടത്തിൽ മന്ത്രിക്ക് താങ്ങും തണലുമായിരുന്ന പ്രധാനമന്ത്രി മൻമോഹൻസിങ് പോലും കോർപ്പറേറ്റ് സമ്മർദ്ദം ശക്ത മായപ്പോൾ അദ്ദേഹത്തെ കൈവിട്ടുകളഞ്ഞു. "ജനിതകവിളകളുടെ കാര്യ ത്തിൽ രമേഷ് ഒരവസാന വാക്കല്ല" എന്നാണ് മാധ്യമപ്രവർത്തകരോട് പ്രധാനമന്ത്രി പ്രതികരിച്ചത്. കോർപ്പറേറ്റുകളുടെ കണ്ണിലെ കരടായ മന്ത്രിയെ സംരക്ഷിക്കാനുള്ള ബാദ്ധ്യത തനിക്കില്ലെന്നാണ് ഭംഗ്യന്തരേണ അദ്ദേഹം സൂചിപ്പിച്ചത്. എന്തായിരുന്നാലും വനം-പരിസ്ഥിതി മന്ത്രിയുടെ നാളുകൾ ഏറെക്കുറെ എണ്ണപ്പെട്ടു കഴിഞ്ഞു. ജനിതക മാറ്റം വരുത്തിയ വിളകളെക്കുറിച്ച് തീരുമാനമെടുക്കാനുള്ള അധികാരം വനം-പരിസ്ഥിതി മന്ത്രാലയത്തിൽനിന്നും കോർപ്പറേറ്റുകൾക്ക് കൂടുതൽ സ്വീകാര്യനായ ശാസ്ത്രസാങ്കേതിക വകുപ്പുമന്ത്രിയുടെ ചുമതലയിലേക്ക് കൈമാറാ നുള്ള നീക്കങ്ങൾ ധൃതഗതിയിൽ നടന്നുവരുന്നു. അമേരിക്കയിലെ ഒബാ മ ഭരണകൂടത്തെപ്പോലും ചൊല്പടിയിൽ നിർത്താൻ കെല്പുള്ള മൊൺസാന്റോ എന്ന കോർപ്പറേറ്റ് ഭീമന് ഇന്ത്യയിലെ അമേരിക്കൻ അനു കൂല പാവ ഗവൺമെന്റിന്റെ ജി എം നയത്തിൽ മാറ്റം വരുത്തുക കേവലം കുട്ടിക്കളി മാത്രമാണ്. ബി ടി വഴുതന ഒരേറുപടക്കമാണെങ്കിൽ നാളെ നമ്മെ കാത്തിരിക്കുന്നത് സർവ്വനാശത്തിന്റെ ഹൈഡ്രജൻ ബോംബുകളാണ്.

ശാസ്ത്രം പ്രതിക്കൂട്ടിൽ

ഏറെ രസകരമായത് ജി എം വിളകളെ അനുകൂലിക്കുന്നവരും എതിർക്കുന്നവരും ഒരേ പോലെ ശാസ്ത്രത്തെയാണ് കൂട്ടുപിടിച്ചിരിക്കു ന്നത് എന്ന കാര്യമാണ്. കുഴപ്പം കമ്പനിക്കോ ശാസ്ത്രത്തിനോ അല്ലെന്നും എന്തിനെയും എതിർക്കാൻ കോപ്പുകൂട്ടി നടക്കുന്ന ഏതാനും ആക്ടിവിസ്റ്റുകളാണ് പ്രശ്നക്കാർ എന്നും ശാസ്ത്ര സാങ്കേതിക വകുപ്പ് മന്ത്രി പറയുമ്പോൾ ശാസ്ത്രത്തെ പുകമറയ്ക്കുള്ളിൽ തള്ളിക്കളയാൻ ആരേയും അനുവദിക്കില്ലെന്നാണ് കൃഷിമന്ത്രി വീരവാദം മുഴക്കുന്നത്. കേരള കാർഷിക സർവ്വകലാശാലയിലെ അറിയപ്പെടുന്ന ഒരു കൃഷിശാ സ്ത്രജ്ഞൻ ഈയിടെ ഒരു പത്രത്തിൽ എഴുതിയത് ബി ടി വഴുതന വിഷകാരിയല്ല, വിഷഹാരിയാണെന്നാണ്. ഇതെല്ലാം കാണുകയും കേൾക്കുകയും ചെയ്യുന്ന സാധാരണക്കാർ വല്ലാത്ത അങ്കലാപ്പിലാകും. രാഷ്ട്രീയക്കാരും ശാസ്ത്രജ്ഞന്മാരും ഒരുപോലെ രണ്ടുചേരിയായി നിന്ന്

പരസ്പരം പുലഭ്യം പറയുമ്പോൾ യഥാർത്ഥ ഉപഭോക്താവ് ആരുടെ പക്ഷം പിടിക്കും? മുതലാളിത്തം ലക്ഷ്യമിടുന്നതും ആശയക്കുഴപ്പമുണ്ടാക്കുന്ന വിവാദങ്ങളിലാണ്. സത്യത്തെ വിവാദങ്ങളിലൂടെ തമസ്കരിക്കാൻ കഴിയുന്നു. അതിലൂടെയാണല്ലോ അവർ വിപണി കൈയടക്കുന്നത്. ഒരു കാര്യം ഇവിടെ നാം ഓർക്കണം. മുതലാളിത്തം ഏതുകാലത്തും ലാഭക്കച്ചവടത്തിനുള്ള ഒരുപാധി എന്ന നിലയിൽ മാത്രമേ ശാസ്ത്രത്തെ വിലയിരുത്തിയിട്ടുള്ളു. കോർപ്പറേറ്റുകൾ പടച്ചുവിടുന്ന മിക്ക ജി എം വിളകളും കീടനാശിനികളെയോ കളനാശിനികളെയോ പ്രതിരോധിക്കുന്നവയാണ്. എന്തുകൊണ്ട് വരൾച്ചയെ പ്രതിരോധിക്കുന്ന വിത്തിനങ്ങൾ കമ്പനികൾ ധാരാളമായി ഉല്പാദിപ്പിക്കുന്നില്ല? അന്തക വിത്തുകൾ പ്രചരിപ്പിക്കാൻ ഉത്സാഹം കാട്ടുന്ന കോർപ്പറേറ്റുകൾ എന്തുകൊണ്ട് നാടൻ വിത്തിനങ്ങളെ പ്രോത്സാഹിപ്പിക്കുന്നില്ല? ഇവിടെയാണ് കോർപ്പറേറ്റുകളുടെ ലാഭക്കണ്ണ് നാം തെളിഞ്ഞുകാണുന്നത്. ജി എം ഉല്പന്നങ്ങൾ ഉല്പാദിപ്പിക്കുന്ന കമ്പനികൾ തന്നെയാണ് അവയ്ക്കുള്ള കീടനാശിനികളും കളനാശിനികളും വിപണിയിലെത്തിക്കുന്നത്. ഇത് അവർക്ക് ഇരട്ടി ലാഭം നല്കുന്നു. അന്തകവിത്തുകൾ ഉപയോഗിക്കുന്ന കർഷകന് ഓരോ തവണയും കൃഷിയിറക്കാൻ കമ്പനിയെ ആശ്രയിക്കേണ്ടി വരുന്നു. 1996 ൽ മൊൺസാന്റോയുടെ ചീഫ് എക്സിക്യൂട്ടീവ് ഓഫീസർ റോബർട്ട് ഷാപിറോ ഒരു ലേഖനത്തിൽ ഇങ്ങനെ കുറിച്ചു.... "കമ്പനി പണമുണ്ടാക്കാനാണ്... ലോകത്തെ സഹായിച്ചു സുഖപ്പെടുത്താനല്ല..." ലക്ഷ്യം പണമുണ്ടാക്കുക എന്നതിലേക്ക് മാത്രമായി ചുരുങ്ങുമ്പോൾ ഉല്പന്നങ്ങളുടെ ഗുണമേന്മയും ആരോഗ്യ സുരക്ഷിതത്വവും ഉറപ്പാക്കേണ്ടത് ആരുടെ ഉത്തരവാദിത്വം?

ശാസ്ത്രജ്ഞരും ശാസ്ത്രം അറിയാത്തവരും തമ്മിലുള്ള യുദ്ധമായി ജി എം വിവാദത്തെ സരളീകരിക്കാൻ ബോധപൂർവ്വമായ ഒരു ശ്രമം ചില കേന്ദ്രങ്ങൾ നടത്തുന്നുണ്ട്. ശാസ്ത്രത്തെ തൊട്ടറിയുന്നവരാണ് ജി എം ഉല്പന്നങ്ങൾക്ക് വേണ്ടി നിലകൊള്ളുന്നത് എന്ന വാദഗതി ശുദ്ധ അസംബന്ധമാണ്. ശാസ്ത്രത്തിന്റെ അക്ഷരകല വശത്താക്കിയ ഒരാൾക്കും പൂർണ്ണമനസ്സോടെ ജി എം ഉല്പന്നങ്ങളെ അംഗീകരിക്കാനാവില്ല. സാങ്കേതിക വിദ്യ ഉപയോഗിച്ചു എന്നതുകൊണ്ടു മാത്രം ഒരു പ്രക്രിയയും ശാസ്ത്രീയമാകുന്നില്ല. മൊൺസാന്റോ ഉല്പാദിപ്പിച്ച ഏജന്റ് ഓറഞ്ച് എന്ന രാസവസ്തു വിയറ്റ്നാം യുദ്ധത്തിൽ ഭീമമായ പരിസ്ഥിതി നാശമാണ് ഉണ്ടാക്കിയത്. അതെങ്ങനെ ശാസ്ത്രനേട്ടമായി ചരിത്ര പുസ്തകത്തിൽ സ്ഥാനം പിടിക്കും? ശാസ്ത്രം സത്യാന്വേഷണമാണ്. തെളിവുകളുടെ പിൻബലമില്ലാതെ അതിനു നിലനില്പില്ല. യുക്തിചിന്തയിൽ അധിഷ്ഠിതമായ ശാസ്ത്രീയ വിധിതന്ത്രമാണ് ശാസ്ത്രദർശനത്തിന് തിളക്കം നല്കുന്നത്. വസ്തുതകളെ വിമർശനബുദ്ധിയോടുകൂടി വിലയിരുത്താനാണ് ശാസ്ത്രം ആവശ്യപ്പെടുന്നത്. തെളിവിന്റെ അഭാവത്തിൽ വിവരങ്ങൾക്ക് പരികല്പനകളുടെ സ്ഥാനമേയുള്ളു. ജി എം ഉല്പന്നങ്ങളുടെ ആരോഗ്യസുരക്ഷിതത്വം വിശ്വാസയോഗ്യമായ വിധ

ത്തിൽ തെളിയിക്കാനുള്ള ബാദ്ധ്യത അവ ഉല്പാദിപ്പിക്കുന്ന കമ്പനികൾക്കാണ്. പ്രാദേശിക ഗവേഷകർക്കോ ഉപഭോക്താക്കൾക്കോ അല്ല. ദീർഘകാലാടിസ്ഥാനത്തിലുള്ള പരീക്ഷണങ്ങൾ ഇതിനായി വേണ്ടിവരും. എന്നാൽ കമ്പനികൾക്ക് ഇതുവരെ അതിനു കഴിഞ്ഞിട്ടില്ല. ഇത്തരം ഒരവസ്ഥയിലാണ് ജി എം വെറും ചൂതാട്ടമായി മാറുന്നത്. കമ്പനികൾ നടത്തുന്ന പഠനം സത്യം പുറത്തു കൊണ്ടുവരും എന്നു കരുതുന്നതും ഭോഷത്തരമാണ്. തങ്ങൾക്ക് ഹിതകരമല്ലാത്ത പരീക്ഷണ വിവരങ്ങൾ പരസ്യമാക്കാൻ കമ്പനികൾ തയ്യാറാവില്ല. ഏതെങ്കിലും വിധത്തിൽ അവ പുറത്തുവന്നാൽ കമ്പനി ഗവേഷണം തന്നെ നിർത്തിവയ്ക്കും. ഹങ്കേറിയൻ അക്കാദമി ഓഫ് സയൻസിലെ പ്രൊഫ. ബേല ദർവാസും സഹപ്രവർത്തകരും വികസിപ്പിച്ചെടുത്ത മോൺ 810 എന്ന ഇനം ബി ടി ചോളം എലികളിൽ പരീക്ഷിച്ചപ്പോൾ അതിവിപുലമായ ഒരു വിഷശേഖരം അവയുടെ ആന്തരികാവയവങ്ങളിൽ രൂപംകൊള്ളുന്നതായി കണ്ടു. ഈ വിവരം കമ്പനിക്ക് റിപ്പോർട്ട് ചെയ്തപ്പോൾ ഗവേഷണം തന്നെ നിർത്തിവയ്ക്കാനാണ് കമ്പനി ആവശ്യപ്പെട്ടത്. ജി എം ഉരുളക്കിഴങ്ങ് കൊടുത്തു വളർത്തിയ എലികൾ പെരുമാറ്റ വ്യത്യാസം കാണിക്കുന്നതായി തെളിയിച്ച അർപാദ് പുസ്റ്റയിക് ഗവേഷണ ഫലം പ്രസിദ്ധീകരിച്ചപ്പോൾ ജോലി ഉപേക്ഷിക്കേണ്ടിവന്നു.

ശാസ്ത്രീയതയെ അപഹസിക്കുന്ന വിധത്തിലുള്ള പരീക്ഷണങ്ങളാണ് കുത്തകകൾ ലോകമാസകലം നടത്തിക്കൊണ്ടിരിക്കുന്നത്. കമ്പനിയുടെ ലാബുകളിൽ കമ്പനിയിൽനിന്നും ശമ്പളം പറ്റുന്ന ഉദ്യോഗസ്ഥർ കമ്പനിക്കു വേണ്ടി നടത്തുന്ന പരീക്ഷണങ്ങൾ സത്യസന്ധമായിരിക്കുമെന്ന് എങ്ങനെ ഉറപ്പുപറയാനാകും? ആരുടെയും മേല്നോട്ടമില്ലാതെയാണ് പരീക്ഷണങ്ങൾ നടത്തുന്നത്. ഭൂരിപക്ഷം പരീക്ഷണങ്ങളും ശാസ്ത്രീയ വിധിതന്ത്രം അനുസരിച്ച് ആസൂത്രണം ചെയ്യപ്പെടുന്നവയോ വിലയിരുത്തപ്പെടുന്നവയോ അല്ല. സാമ്പിളിന്റെ വലുപ്പക്കുറവ്, ചേർച്ചയില്ലാത്ത നിയന്ത്രക ഗ്രൂപ്പിന്റെ (കൺട്രോൾ) തെരഞ്ഞെടുപ്പ്, നിരീക്ഷണപ്പിശകുകളുടെ സാന്നിദ്ധ്യം, സാംഖ്യകീയ വിശ്ലേഷണത്തിലെ പാളിച്ചകൾ എന്നിങ്ങനെ നിഗമനങ്ങളുടെ വിശ്വാസയോഗ്യതയെ വികലമാക്കുന്ന ഘടകങ്ങൾ നിരവധിയാണ്. ഇതുകൊണ്ടാണ് ഗവേഷണ വിവരങ്ങൾ സുതാര്യമാക്കാൻ കമ്പനികൾ മടിക്കുന്നത്. മൊൺസാന്റോവിന്റെ ഇന്ത്യയിലെ മുൻ ഡയറക്ടർ ത്രിവേദി ജഗദീശൻ പൊതുതെളിവെടുപ്പിൽ പ്രസ്താവിച്ച ചില വസ്തുതകൾ ഇതുമായി കൂട്ടിച്ചേർത്തു വായിക്കുന്നത് കൗതുകകരമായിരിക്കും. ജനിതക ഉല്പന്നങ്ങൾ ഇന്ത്യൻ വിപണിയിലിറക്കുന്നതിന് അപേക്ഷിക്കുമ്പോൾ അത് സംബന്ധിച്ച് കമ്പനി ഇന്ത്യയിൽ നടത്തിയ പരീക്ഷണങ്ങളുടെ വിവരങ്ങൾ അനുബന്ധമായി ചേർക്കാറില്ലെന്ന് അദ്ദേഹം പറഞ്ഞു. വിദേശത്ത് നടത്തിയ പരീക്ഷണങ്ങളുടെ വിവരങ്ങളാണത്രേ അപേക്ഷയിൽ കാണിക്കാറുള്ളത്. എന്നാൽ അംഗീകാരത്തിന് ഇതൊന്നും തടസ്സമാകുന്നുമില്ല. ഒരു കുത്തകക്കമ്പനി ഗവൺമെന്റിനെ എങ്ങനെയെല്ലാം കബളിപ്പിക്കുന്നുവെന്നും ഗവൺമെന്റ്

എത്ര ഉദാസീനമായാണ് ശാസ്ത്രകാര്യങ്ങളിൽ ഇടപെടുന്നതെന്നും ഇതിൽനിന്നും വ്യക്തമാണല്ലോ.

ബി ടി ഉല്പന്നങ്ങളുടെ സുരക്ഷിതത്വം

മണ്ണിൽ കാണപ്പെടുന്ന ബാസില്ലസ് തുറിഞ്ചിയൻസിസ് എന്ന ബാക്ടീരിയയിൽ നിന്നെടുത്ത സി ആർ വൈ എന്ന വിഷമയ ജീൻ ജനിതക സാങ്കേതിക വിദ്യ വഴി സാധാരണ വഴുതനയുടെ ജനിതക ദ്രവ്യത്തിൽ വിളക്കിച്ചേർത്താണ് ബി ടി വഴുതന ഉല്പാദിപ്പിക്കുന്നത്. ബി ടി പരുത്തിയിലും ഇതേ ജീൻ തന്നെയാണ് കീടപ്രതിരോധത്തിന് ഉപയോഗിച്ചിരിക്കുന്നത്. കാലിഫോർണിയയിലെ സാൽക് ഇൻസ്റ്റിറ്റ്യൂട്ടിലെ പ്രൊഫസർ ഡേവ് ഷൂബറിന്റെ അഭിപ്രായത്തിൽ ബി ടി പ്രോട്ടീനിൽ നിവേശിക്കപ്പെടുന്ന വിഷമയ ജീൻ ചെടിയിൽ സ്പ്രേ ചെയ്യുന്ന കീടനാശിനിയേക്കാൾ ആയിരം മടങ്ങ് വീര്യമുള്ള വിഷമാണ് ഉല്പാദിപ്പിക്കുന്നത്. 2006 ൽ ആന്ധ്രപ്രദേശിലെ വാറങ്കൽ ജില്ലയിലെ ഏതാനും വില്ലേജുകളിൽ വിളവെടുപ്പു കഴിഞ്ഞ ബി ടി പരുത്തി വയലിൽ മേഞ്ഞു നടന്നിരുന്ന ആയിരക്കണക്കിന് ചെമ്മരിയാടുകളാണ് വിഷബാധയേറ്റ് മരണമടഞ്ഞത്. കീടങ്ങളെയും എലികളെയും ചെമ്മരിയാടുകളെയും കൊന്നൊടുക്കുന്ന വിഷം മനുഷ്യനുമാത്രം മാരകമാകില്ലെന്ന് നാം എങ്ങനെ വിശ്വസിക്കും? മാർക്കറ്റിലുള്ള മിക്കവാറും എല്ലാ ജി എം ഉല്പന്നങ്ങളും ആന്റിബയോട്ടിക് റസിസ്റ്റൻസ് മാർക്കർ ജീനുകൾ നിവേശിപ്പിക്കപ്പെട്ടവയാണ്. ഇത്തരം ജീനുകളുടെ സാന്നിദ്ധ്യം ആന്റി ബയോട്ടിക്കുകൾക്ക് പ്രതിരോധിക്കാൻ കഴിയുന്ന രോഗങ്ങൾക്ക് കാരണമാകും. 2009 ജനുവരിയിൽ ഗിൽസ് എറിക് സെറിലാനി എന്ന ശാസ്ത്രജ്ഞൻ ബി ടി വഴുതനയിൽ അടങ്ങിയിരിക്കുന്ന ഒരു ജീൻ കാനാ മൈസിൻ എന്ന ആന്റിബയോട്ടിക്കിനെ പ്രതിരോധിക്കുന്നതായി കണ്ടെത്തി. ജി എം ഉല്പന്നങ്ങളിൽ പ്രയോഗിക്കുന്ന Cam Vഎന്ന പ്രൊമോട്ടർ ജീനുകൾ കുടലിലെ ബാക്ടീരിയകളിലോ മനുഷ്യ ഡി എൻ എയിലോ കടന്നുകയറി നാശം വിതയ്ക്കാം. കോശ വിഭജനത്തെ നിയന്ത്രിക്കുന്ന ജീനുകളിലാണ് വികിരണം സംഭവിക്കുന്നതെങ്കിൽ അത് ക്യാൻസറിന് കാരണമാകാം.

ജി എം ഉല്പന്നങ്ങൾ സുരക്ഷിതമാണ് എന്നു വാദിക്കുന്നവർ ചൂണ്ടിക്കാട്ടുന്നത് അമേരിക്കയെയാണ്. കഴിഞ്ഞ രണ്ടു ദശാബ്ദക്കാലമായി അമേരിക്കക്കാർ ജി എം ഉല്പന്നങ്ങൾ ആഹാരത്തിൽ ഉൾപ്പെടുത്തി പതിവായി ഉപയോഗിക്കുന്നു. എന്നിട്ടും കാര്യമായ ഒരപകടവും ഇതുവരെ റിപ്പോർട്ടു ചെയ്യപ്പെട്ടിട്ടില്ല. ജി എം സുരക്ഷിതമാണ് എന്നതിന്റെ പ്രത്യക്ഷ സൂചനയായി ഇതിനെ കണക്കാക്കാമെന്നാണ് ജി എം അനുകൂല ലോബി വാദിക്കുന്നത്. കേന്ദ്രകൃഷി സഹമന്ത്രി കെ വി തോമസും ജി എമ്മിനെ പുകഴ്ത്തിപ്പാടുന്നത് ഈ അനുഭവം വച്ചാണ്. എന്നാൽ യുക്തിപൂർവ്വം ചിന്തിക്കുമ്പോൾ യാതൊരു ശാസ്ത്രീയാടിസ്ഥാനവുമില്ലാത്ത അബദ്ധജടിലമായ ഒരു വാദഗതിയാണ് ഇതെന്ന് മനസ്സിലാക്കാം. പുകവലി

ക്യാൻസറിന് കാരണമാകാം എന്നു കണ്ടെത്തിയത് കഴിഞ്ഞ നൂറ്റാണ്ടിലാണ്. അതിനു മുമ്പ് അല്പശങ്കയേതുമില്ലാതെ നിർബ്ബാധം പുകവലിച്ചിരുന്ന എത്രയോ ചങ്ങല വലിയന്മാരാണ് മരണത്തിന് കീഴടങ്ങിയത്! കമ്പനികൾ മുന്നോട്ടുവയ്ക്കുന്നത് തെരുവിലെ മരുന്നു കച്ചവടക്കാരന്റെ അവകാശവാദങ്ങളാണ്. ഫിൽട്ടർ ടച്ച് സിഗരറ്റ് ഉപയോഗിച്ചാൽ കുഴപ്പമില്ലെന്നും, മദ്യം അല്പാല്പമായി അകത്താക്കുന്നത് ആരോഗ്യത്തിന് നല്ലതാണെന്നും പറയുന്നതും ഇതേ കമ്പനികൾ തന്നെ. പഴയ ജീവൻടോണിന്റെയും, ഇമ്യൂണോ കെയറിന്റെയും ഡാൽഡയുടെയും കഥ നമുക്ക് മറക്കാറായിട്ടില്ല. സത്യം തിരിച്ചറിയാൻ ചിലപ്പോൾ പതിറ്റാണ്ടുകൾ കാത്തിരിക്കേണ്ടിവന്നേക്കാം. എന്നിരുന്നാലും അജ്ഞത കൊണ്ട് അനാരോഗ്യം വിലയ്ക്കുവാങ്ങുന്നതിനേക്കാൾ കുറച്ചുനാൾ കാത്തിരിക്കുന്നതല്ലേ ബുദ്ധി? രോഗസാദ്ധ്യത ലക്ഷത്തിൽ ഒന്ന് എന്ന തോതിൽ തീരെ ചെറുതാണെങ്കിൽപ്പോലും 600 കോടി ജനങ്ങളുള്ള ലോകത്ത് അറുപതിനായിരം പേരെ രോഗിയാക്കുന്ന ഒരുല്പന്നത്തെ നാമെന്തിന് നമ്മുടെ ഭക്ഷണ ശൃംഖലയിൽ ഉൾപ്പെടുത്തണം? ദാരിദ്ര്യത്തിന്റെ എരിതീയിൽ ലക്ഷക്കണക്കിന് സാംബിയക്കാർ വെന്തു മരിക്കുമ്പോഴാണ് സാംബിയൻ പ്രസിഡന്റ് മൊബുട്ടു ജി എം ചോളം നിറച്ച അമേരിക്കൻ കപ്പലിനെ ചൂണ്ടി "വിഷ ഭക്ഷണം ഞങ്ങൾക്കു വേണ്ട" എന്ന് ഗർജ്ജിച്ചത്. "ബി ടി വഴുതന കഴിക്കുമോ" എന്നു ചോദിച്ച പത്ര പ്രതിനിധിയോട് പ്രസിദ്ധ കൃഷിശാസ്ത്രജ്ഞൻ ഡോ. എം എസ് സ്വാമിനാഥൻ പറഞ്ഞത് "ഞാനൊരു ശാസ്ത്രജ്ഞനാണ്, ജ്യോത്സ്യനല്ല" എന്നാണ്. ജി എം ഉല്പന്നങ്ങളുടെ സുരക്ഷിതത്വത്തിൽ വിശ്വാസമർപ്പിച്ചിരുന്ന അമേരിക്കൻ ജനത അക്ഷരാർത്ഥത്തിൽ ഞെട്ടിയത് 'സ്റ്റാർലിങ്ക്' സംഭവത്തോടെയാണ്. കാലിത്തീറ്റയ്ക്ക് ശുപാർശ ചെയ്തിരുന്ന സ്റ്റാർലിങ്ക് ബി ടി ചോളം ഉപയോഗിച്ച് 'അവന്റീസ് ക്രോപ് സയൻസ്' എന്ന കമ്പനി തയ്യാറാക്കിയ 'ടാക്കോ ബെൽ' എന്ന ഭക്ഷ്യ പദാർത്ഥം അലർജിക്ക് കാരണമാകുന്നതായി പരാതിയുണ്ടായി. പരാതി സത്യമാണെന്ന് തെളിഞ്ഞതിനെ തുടർന്ന് 'ടക്കോബെൽ' അമേരിക്കൻ സൂപ്പർ സ്റ്റോറ്റുകളിൽ നിന്ന് അപ്രത്യക്ഷമായി. അലർജിക്കുപകരം ബി ടി ടോക്സിൻ ഹൃദ്രോഗത്തിനോ ക്യാൻസറിനോ മറവിരോഗത്തിനോ കാരണമാകുന്നതായി നാളെ കണ്ടെത്തിയാൽ എന്തായിരിക്കും നമ്മുടെ അവസ്ഥ?

ജി എം ഉല്പന്നങ്ങൾ സുരക്ഷിതമാണോ എന്ന് ചിന്തിക്കുന്നവർക്ക് ഒരിക്കലും വിസ്മരിക്കാൻ കഴിയാത്ത ഒരനുഭവപാഠമാണ് വൈദ്യ ശാസ്ത്ര ചരിത്രത്തിൽ ഇടം തേടിയ താലിഡോമൈഡ് സംഭവം നല്കുന്നത്. ഗർഭത്തിന്റെ ആദ്യകാലത്ത് ഗർഭിണികൾക്കുണ്ടാകുന്ന ഓക്കാനം, ഛർദ്ദി തുടങ്ങിയ അസ്വസ്ഥതകൾക്ക് അമ്പതുകളിൽ ഡോക്ടർമാർ വ്യാപകമായി ശുപാർശ ചെയ്തിരുന്ന ഔഷധമായിരുന്നു താലിഡോമൈഡ്. 1961 ൽ ആസ്ട്രേലിയൻ ശാസ്ത്രജ്ഞൻ ഡോ. വില്യം മക്ബ്രൈഡും ജർമ്മൻ ശിശുരോഗ വിദഗ്ദ്ധൻ വിഡു കൈൻഡ് ലൈൻസും സംയുക്തമായി നടത്തിയ ഒരു ഗവേഷണ പഠനത്തിൽ താലിഡോ

മൈഡിന്റെ ഉപയോഗം ഗർഭസ്ഥ ശിശുക്കളിൽ അംഗവൈകല്യത്തിന് കാരണമാകുന്നതായി കണ്ടെത്തുകയുണ്ടായി. 51–61 കാലഘട്ടത്തിൽ ലോകത്തിലെ വിവിധ ആശുപത്രികളിലായി ഇരുപതിനായിരത്തിലധികം വികലാംഗ ശിശുക്കൾ പിറവിയെടുക്കാൻ താലിഡോമൈഡിന്റെ ഉപയോഗം ഇടയാക്കി. 'തികച്ചും സുരക്ഷിതം' എന്ന ലേബലൊട്ടിച്ചാണ് സിബ എന്ന സ്വിസ് കമ്പനി പ്രസ്തുത ഔഷധം വിപണിയിൽ വിറ്റഴിച്ചത്. ക്ലിനിക്കൽ ട്രയൽസ് നടത്തി മരുന്നിന്റെ പാർശ്വഫലങ്ങൾ വിലയിരുത്തുന്നതിനു മുമ്പേ മരുന്ന് വിപണിയിൽ എത്തിച്ചതാണ് പ്രശ്നങ്ങൾക്ക് കാരണം. ജനിതകവിളകളുടെ കാര്യത്തിലും ഇതേ അപകടസാദ്ധ്യത നിലനില്ക്കുന്നു. മനുഷ്യ വളണ്ടിയർമാരെ ഉപയോഗിച്ചു നടത്തുന്ന ദീർഘകാല പരീക്ഷണങ്ങളിലൂടെ ജനിതകവിളകളുടെ ആരോഗ്യസുരക്ഷിതത്വം വിലയിരുത്താൻ കമ്പനികൾ ഇതുവരെ തയ്യാറായിട്ടില്ല. എഴുപതുകളിൽ ഷോവ ഡെങ്കോ എന്ന കമ്പനി ജനിതക സാങ്കേതികവിദ്യ വഴി വികസിപ്പിച്ചെടുത്ത 'എൽ-ട്രിഫ്റ്റോ ഫാൻ' എന്ന പോഷകപദാർത്ഥം ഭക്ഷണത്തിൽ ഉൾപ്പെടുത്തിയ നൂറുകണക്കിന് അമേരിക്കക്കാരാണ് ഇബനോഫീലിയ മറ്റാൾജിയ - സിൻഡ്രോം (ഇ എം സിൻഡ്രോം) എന്ന ഒരപൂർവ്വരോഗത്തിന് ഇരയായി ദുരിതമനുഭവിച്ചിട്ടുള്ളത്. ഇ എം സിൻഡ്രോമിന് കാരണം ട്രിഫ്റ്റോഫാൻ ആണെന്ന് കണ്ടെത്തിയത് ഉല്പന്നം മാർക്കറ്റിലെത്തി മൂന്നുവർഷം കഴിഞ്ഞായിരുന്നു. ആരോഗ്യസംരക്ഷണ രംഗത്തും അമേരിക്കയെക്കാൾ ഏറെ പിന്നണിയിൽ നില്ക്കുന്ന ഇന്ത്യയിൽ ഇത്തരം വിപത്തുകൾക്കുള്ള സാദ്ധ്യത വളരെ കൂടുതലാണ്. അതിനാൽ കോർപ്പറേറ്റ് ചെരുപ്പുകൾക്ക് പാകമാകുന്ന വിധത്തിൽ നമ്മുടെ കാർഷികമേഖല ചെത്തിയൊരുക്കുന്നത് അപകടകരമാണ് എന്ന് നാം തിരിച്ചറിയണം.

വരുത്തൂ! ഒരു പുതിയ ബദൽ

ബി ടി വിവാദം മറ്റൊരു രൂപത്തിലാണ് ഇപ്പോൾ കൊടുമ്പിരികൊള്ളുന്നത്. ബി ടി വിളകൾക്കെതിരെ പൊതുസമൂഹത്തിൽ ഉയരുന്ന അതിശക്തമായ ജനരോഷത്തെ പ്രതിരോധിക്കാനും അതേസമയം കോർപ്പറേറ്റ് താല്പര്യങ്ങൾ പരമാവധി പരിരക്ഷിക്കാനും ഉതകുന്ന വിധത്തിൽ ഗവൺമെന്റിന്റെ ജി എം നയത്തിൽ ഒരു പൊളിച്ചെഴുത്ത് നടത്താൻ യു പി എ സർക്കാർ തയ്യാറായിരിക്കുന്നു. ഇതിനുവേണ്ടി 2005 ലെ ജൈവ സാങ്കേതിക വിദ്യാബിൽ പൊടിതട്ടിയെടുത്ത് അല്പം ചില മിനുക്കുപണികളിലൂടെ 'ബയോ ടെക്നോളജി റെഗുലേറ്ററി അതോറിറ്റി ഓഫ് ഇന്ത്യ 2009' (Biotechnology Regulatory Authority of India-BRAI-2009) ബിൽ എന്ന പേരിൽ ഒരു പുതിയ ബില്ലായി പാർലമെന്റിൽ അവതരിപ്പിക്കാൻ നീക്കങ്ങൾ നടന്നുവരുന്നു. പഴയ ബിൽ ജനാധിപത്യ വിരുദ്ധവും ഇന്ത്യയിലെ ഫെഡറൽ സംവിധാനത്തെ തകർക്കുന്നതുമാണ് എന്നഭിപ്രായപ്പെട്ടുകൊണ്ട് കേരളമടക്കമുള്ള സംസ്ഥാനങ്ങൾ ഉയർത്തിയ ശക്തമായ പ്രതിഷേധത്തെതുടർന്നാണ് പിൻവലിക്കപ്പെട്ടത്. ബിൽ നിയമമാ

യാൽ ജൈവസാങ്കേതികവിദ്യാരംഗത്ത് നിലവിലുള്ള ശാസ്ത്രീയ സംവിധാനങ്ങളും നിയന്ത്രണ വ്യവസ്ഥകളും ഇല്ലാതാകും. ജനിതകവിളകള കടക്കം ജൈവ സാങ്കേതിക വിദ്യാ വികസനവുമായി ബന്ധപ്പെട്ട എല്ലാ വിധ ഉല്പന്നങ്ങൾക്കും വാണിജ്യ അംഗീകാരം നല്കുന്നതിനും പഠന പരീക്ഷണങ്ങൾക്ക് മേൽനോട്ടം വഹിക്കുന്നതിനും വിപുലമായ അധികാരങ്ങളുള്ള ഒരു സ്വതന്ത്ര സ്ഥാപനം രൂപപ്പെടുത്തുക എന്ന ലക്ഷ്യമാണ് ബില്ലിനുള്ളത്. ജി എം വിഷയത്തിൽ അവസാനവാക്കു പറയാനുള്ള അധികാരം 'ബയോ ടെക്നോളജി അതോറിറ്റി ഓഫ് ഇന്ത്യ-ബ്രായി' എന്ന ഈ സ്ഥാപനത്തിനായിരിക്കും. ഇത്തരമൊരു സ്ഥാപനം നമ്മുടെ കാർഷിക മേഖലയെ എവിടെകൊണ്ടെത്തിക്കും എന്നറിയാൻ പാഴൂർ പടിക്കൽ പോകേണ്ട ആവശ്യമുണ്ടെന്നു തോന്നുന്നില്ല. കോർപ്പറേറ്റുകൾ വരയ്ക്കുന്ന ബ്ലൂ പ്രിന്റിനനുസരിച്ച് കാര്യങ്ങൾ ചിട്ടപ്പെടുത്തിയെടുക്കാൻ ഇന്ത്യൻ ഗവൺമെന്റിനെ സജ്ജമാക്കുക എന്ന ഏക ദൗത്യമായിരിക്കും ഈ സ്ഥാപനത്തിനുള്ളത്. നവീന ജനിതക സാങ്കേതിക വിദ്യ പ്രോത്സാഹിപ്പിക്കാൻ ബാദ്ധ്യതപ്പെട്ട ഡിപ്പാർട്ട്മെന്റ് ഓഫ് ബയോടെക്നോളജി (ഡി ബി ടി)യുടെ കീഴിലാണ് സ്ഥാപനം പ്രവർത്തിക്കേണ്ടത് എന്നതുകൊണ്ടുതന്നെ കോർപ്പറോക്രസിക്കെതിരെ യാതൊരു നീക്കവും പ്രസ്തുത സ്ഥാപനത്തിൽനിന്നും പ്രതീക്ഷിക്കേണ്ടതില്ല. ജിഎം വിളകൾക്ക് അപേക്ഷ കിട്ടിയാൽ 'ബ്രായി' അത് 'റിസ്ക്' മാനേജ്മെന്റ്' യൂണിറ്റിന് കൈമാറും. ഈ യൂണിറ്റിലെ വിദഗ്ദ്ധരാണ് ഉല്പന്നങ്ങളുടെ ശാസ്ത്രീയാധിഷ്ഠിത മൂല്യനിർണ്ണയം നടത്തുന്നത്. അതിനുശേഷം അപകടസാദ്ധ്യത പരിശോധിച്ച് റിപ്പോർട്ടയയ്ക്കാൻ സമിതിയുടെ ശുപാർശകൾ ഉല്പന്നനിയമ രൂപീകരണ (product rules) സെല്ലിനെ ഏല്പിക്കും. ചെയർമാനും രണ്ടു വിദഗ്ദ്ധാംഗങ്ങളും അടങ്ങുന്ന ഒരു ഗവേണിങ് ബോഡിയാണ് ജി എം വിഷയത്തിൽ അവസാന തീരുമാനമെടുക്കുക. നിലവിലുള്ള ശാസ്ത്ര സമിതികൾ അപ്രസക്തമാകുന്നതോടെ ജനിതക ഉല്പന്നങ്ങളുടെ സൃഷ്ടിയും സംഹാരവും നടത്താനുള്ള പൂർണ്ണ അധികാരം 'ബ്രായി'യിൽ നിക്ഷിപ്തമാകും. ഇത് അത്യന്തം അപകടകരമാണ്. മൂന്ന് ഉദ്യോഗസ്ഥന്മാരുടെ വിരൽത്തുമ്പിൽ ചലിക്കുന്ന ഒരു സ്ഥാപനം ഇന്ത്യൻ സാഹചര്യത്തിൽ എന്തുമാത്രം കാര്യക്ഷമമായി പ്രവർത്തിക്കും എന്ന് ആർക്കും ഊഹിക്കാവുന്നതേയുള്ളൂ. ധനാർത്തിയും, ധൂർത്തും, സ്വജനപക്ഷപാതവും, അഴിമതിയും കൊടികുത്തി വാഴുന്ന ഒരു സംവിധാനത്തിൽ ഉദ്യോഗസ്ഥ ശൃംഖലയിലെ ത്രിമൂർത്തികൾ എക്കാലവും സത്യസന്ധന്മാരും നീതിമാന്മാരും അഴിമതിരഹിതരുമായി വാണരുളും എന്നാർക്ക് ഉറപ്പു പറയാനാകും? ജനങ്ങളുടെ ജീവിതത്തെയും ആരോഗ്യ സുരക്ഷിതത്വത്തെയും ബാധിക്കുന്ന കാര്യത്തിൽ അവസാന തീർപ്പുകല്പിക്കാനുള്ള അധികാരം വിരലിൽ എണ്ണാവുന്ന ഏതാനും വിദഗ്ദ്ധർക്ക് മാത്രമായി വിട്ടുകൊടുക്കുന്നത് ഉചിതമാണോ?

സ്ഥാപനം നിലവിൽ വരുന്നതോടെ ജനിതക എഞ്ചിനീയറിങ് അനു

മതി സമിതി (ജി ഇ എ സി) യുടെ ജനറ്റിക് മോഡിഫിക്കേഷൻ റഗുലേറ്ററി അതോറിറ്റി (ജി എം ആർ എ)യും നോക്കുകുത്തികളാകും. ജനിതകവിളകളുടെ കാര്യത്തിൽ തീരുമാനമെടുക്കുക 'ബ്രായി' എന്ന ഏകജാലക സംവിധാനമാകും. അമേരിക്കയിൽ പോലും ജി എം സ്ക്രീനിങ്ങിന് ദ്വിജാലക സംവിധാനം നിലവിലുള്ളപ്പോൾ അതിലും നേർത്ത ഒരരിപ്പയിലൂടെ ജി എം ഉല്പന്നങ്ങളെ അരിച്ചെടുക്കുന്നത് എന്തുമാത്രം അരക്ഷിതമാണ്? ജനിതക എഞ്ചിനീയറിങ് അനുമതി സമിതി പരാജയപ്പെട്ടത് അതിന്റെ ഉള്ളടക്കത്തിലും പ്രവർത്തനത്തിലും സംഭവിച്ച ചില പാളിച്ചകൾകൊണ്ടാണ്. പുതിയ ഒരതോറിട്ടി സ്ഥാപിക്കുന്നതുകൊണ്ടുമാത്രം ഈ അവസ്ഥയ്ക്ക് മാറ്റം വരണമെന്നുണ്ടോ? ജി ഇ എ സി ക്ക് സംഭവിച്ച പരാധീനതകളും കുറവുകളും പുതിയ സംവിധാനത്തിലും ആവർത്തിച്ചുകൂടെന്നില്ലല്ലോ. 'ബ്രായി'യേക്കാൾ വൈപുല്യമേറിയ ജി ഇ എ സി യെ പോക്കറ്റിലാക്കാൻ കെല്പുള്ളവർക്ക് 'ബ്രായി'യെ വശത്താക്കുക അസാദ്ധ്യമായ കാര്യമാണോ? ജൈവ സാങ്കേതികവിദ്യ വികസനരംഗത്ത് സർവ്വാധിപത്യം പുലർത്താൻ അധികാരമുള്ള ഒരു സ്ഥാപനത്തിന്റെ തലപ്പത്ത് കോർപ്പറേറ്റുകളുടെ ഏജന്റുമാരോ വ്യവസായലോബികളുടെ മാനസപുത്രന്മാരോ വന്നുപെട്ടാലത്തെ അവസ്ഥ എത്ര ഭീകരമായിരിക്കും? ലാഭക്കൊതി മൂത്ത കോർപ്പറേറ്റ് ദിനോസറുകൾക്ക് ചോരയൂറ്റിക്കുടിക്കാൻ നാം നമ്മുടെ കാർഷിക മേഖലയെ തുറന്നിട്ടുകൊടുക്കേണ്ടതുണ്ടോ?

വിമർശകരെ ജയിലിലിടയ്ക്കും!

1969 ലെ പരിസ്ഥിതി പരിരക്ഷാ നിയമത്തിലെ പല വകുപ്പുകളും നിരാകരണം മറികടന്നും പരിഷ്ക്കരിച്ചുമാണ് പുതിയ നിയമം തയ്യാറാക്കിയിരിക്കുന്നത്. ഇത് കുത്തകകളെ സഹായിക്കാനുള്ള ബോധപൂർവ്വമായ ശ്രമത്തിന്റെ ഭാഗമാണ്. കരടു ബില്ലിലെ ചില വ്യവസ്ഥകൾ ഇന്ത്യൻ ഭരണഘടനയ്ക്കുപോലും എതിരാണെന്ന് നിയമവിദഗ്ദ്ധർ ചൂണ്ടിക്കാട്ടുന്നു. ബില്ലിലെ 13–ാം അദ്ധ്യായത്തിലെ 63–ാം ഖണ്ഡികയിൽ പറയുന്നത് ഇങ്ങനെ "വ്യക്തമായ തെളിവോ ശാസ്ത്രീയ വിവരശേഖരങ്ങളോ കൂടാതെ ജി എം ഉല്പന്നങ്ങളുടെ സ്വീകാര്യതയെക്കുറിച്ചോ ആരോഗ്യ സുരക്ഷിതത്വത്തെക്കുറിച്ചോ തെറ്റിദ്ധാരണാജനകമായ പ്രസ്താവന നടത്തുന്നവർ ശിക്ഷാർഹരാണ്." ശിക്ഷ ഒരു വർഷത്തിൽ കുറഞ്ഞ തടവോ, രണ്ടു ലക്ഷത്തിൽ കുറഞ്ഞ പിഴയോ അതു രണ്ടും ചേർന്നതോ ആകാം... ഒരു ജനാധിപത്യ സംവിധാനത്തിൽ കേട്ടുകേൾവി പോലുമില്ലാത്ത സംഭവമാണിത്. രാജാവ് നഗ്നനാണെങ്കിലും അതു പറയാനുള്ള അവകാശം ജനങ്ങൾക്കില്ലെന്ന് ഈ നിയമം അനുശാസിക്കുന്നു. ഇത് ജനങ്ങളുടെ അഭിപ്രായ പ്രകടന സ്വാതന്ത്ര്യത്തോടുള്ള വെല്ലുവിളിയാണ്... വ്യക്തി സ്വാതന്ത്ര്യത്തിന്മേലുള്ള കൈയേറ്റമാണ്... ചരിത്രത്തിലെ ഏറ്റവും വലിയ ഏകാധിപതികളായ ഹിറ്റ്ലറെയും മുസ്സോളിനിയെയും നാണിപ്പിക്കുന്ന വിധത്തിൽ ജുഗുപ്സാവഹമായ പ്രസ്താവമാണ്. പ്രസിദ്ധ പരിസ്ഥിതി

പ്രവർത്തക വന്ദനാശിവ പറയുന്നത് ഇത് ഒരുതരം ഭീകരവാദമാണെന്നാണ്. ഒരു ജനാധിപത്യ സമൂഹത്തിൽ ഭീകരവാദം പ്രോത്സാഹിപ്പിക്കുന്നത് അക്ഷന്തവ്യമായ ക്രിമിനൽ കുറ്റമല്ലേ...? "ഈ ബിൽ പ്രയോഗത്തിലിരുന്നുവെങ്കിൽ ഞാനെന്നേ ജയിലഴിക്കുള്ളിൽ അടയ്ക്കപ്പെടുമായിരുന്നു" എന്നാണ് മന്ത്രി ജയറാം രമേഷ് പ്രതികരിച്ചത്.

ആരുണ്ടിവിടെ ചോദിക്കാൻ?

ബില്ലിലെ 81-ാം വകുപ്പനുസരിച്ച് അതോറിട്ടിക്ക് സംസ്ഥാനങ്ങളുടെ ശുപാർശകൾ തള്ളിക്കളയാൻ അവകാശമുണ്ട്. ഇത് ബി ടി നിരോധനം സംബന്ധിച്ച നിയമങ്ങൾ ആവിഷ്കരിക്കുന്നതിൽ സംസ്ഥാനങ്ങൾക്ക് തടസ്സം സൃഷ്ടിക്കുന്നു. ബി ടി നിരോധനത്തിന് മുന്നോടിയായി നടന്ന പൊതുതെളിവെടുപ്പിൽ കേരളമടക്കം മൊത്തം 26 സംസ്ഥാനങ്ങളിലാണ് ജി എം ഉല്പന്നങ്ങൾക്കെതിരെ ശക്തമായ നിലപാട് സ്വീകരിച്ചത്. ബില്ല് നിയമമായാൽ സംസ്ഥാനങ്ങളുടെ എതിർപ്പ് വെറും ജലരേഖയായി മാറും. ഇത് സംസ്ഥാനങ്ങളുടെ അവകാശങ്ങളിലുള്ള കടന്നുകയറ്റവും ഫെഡറൽ സംവിധാനത്തോടുള്ള വെല്ലുവിളിയുമാണ്. അതോറിട്ടിയുടെ തീരുമാനങ്ങളെ ചോദ്യംചെയ്യാൻ അധികാരമുള്ള ഏകസ്ഥാപനം സുപ്രീം കോടതിയാണെന്നും ബിൽ വ്യവസ്ഥപ്പെടുത്തുന്നു. കേന്ദ്ര ഗവൺമെന്റിനോ, സംസ്ഥാന ഗവൺമെന്റുകൾക്കോ, തദ്ദേശഭരണ സ്ഥാപനങ്ങൾക്കോ, സിവിൽ കോടതികൾക്കോ, അതോറിട്ടിയുടെ നിലപാടുകളെ ചോദ്യം ചെയ്യാനോ, വിമർശിക്കാനോ അധികാരമില്ല. കയറൂരിവിട്ട കാളയെപ്പോലെ എന്തും തകർത്തുടയ്ക്കാൻ അതോറിട്ടിയെ അനുവദിക്കുന്നത് ജനാധിപത്യ വ്യവസ്ഥയ്ക്ക് നിരക്കുന്നതാണോ? വ്യവസ്ഥകൾ പാലിക്കാത്ത കർഷകർക്ക് നല്കേണ്ട ശിക്ഷാവിധികളെക്കുറിച്ച് ബില്ലിൽ സവിസ്തരം പ്രതിപാദിക്കുന്നുണ്ട്. എന്നാൽ നിയമവിരുദ്ധമായി പ്രവർത്തിക്കുന്ന കമ്പനികൾക്ക് നല്കേണ്ട ശിക്ഷയെക്കുറിച്ചോ ഉപഭോക്താക്കൾക്ക് നല്കേണ്ട നഷ്ട പരിഹാരത്തെക്കുറിച്ചോ ബില്ലിൽ പരാമർശമില്ല. ഏതെങ്കിലും ജി എം ഉല്പന്നം മനുഷ്യാരോഗ്യത്തിന് ഹാനികരമാണെന്ന് കണ്ടെത്തിയാൽ അത് പിൻവലിക്കാൻ കമ്പനികളെ നിർബ്ബന്ധിതരാക്കാനുള്ള വ്യവസ്ഥകളും ബില്ലിലില്ല – ബില്ലിലെ ആർട്ടിക്കിൾ 27 അനുസരിച്ച് ജി എം ഉല്പന്നങ്ങളുമായി ബന്ധപ്പെട്ട ശാസ്ത്രീയ വിശദാംശങ്ങളും സ്ഥിതിവിവരക്കണക്കുകളും വിവരാവകാശ നിയമത്തിന്റെ പരിധിയിൽ വരുന്നില്ല. സുപ്രീംകോടതി ജഡ്ജിമാർ പോലും വിവരാവകാശ നിയമത്തിന് അതീതരല്ലെന്നു വിവക്ഷിക്കപ്പെടുന്ന ഒരു രാഷ്ട്രത്തിലാണ് ജനങ്ങളുടെ ആരോഗ്യം കൊണ്ടു പന്താടുന്ന ഒരു കൂട്ടം കൊള്ളത്തലവന്മാരെ നിയമത്തിന്റെ പിടിയിൽപ്പെടാതെ സംരക്ഷിക്കാൻ ഒരു ഭരണകൂടം വ്യഗ്രതകാട്ടുന്നത്! യു പി എ സർക്കാരിൽ കോർപ്പറോക്രസിയുടെ സ്വാധീനം എത്രമാത്രം ശക്തമാണെന്ന് ഇതിൽനിന്ന് വ്യക്തമാണല്ലോ...

ശാസ്ത്രഗതി, 2010 സെപ്തംബർ